मृद्गंध

इंदिरा संत

AA000864

मेहता पब्लिशिंग हाऊस

MRUDGANDH by INDIRA SANT

मृद्‌गंध : इंदिरा संत / ललित लेख

© सौ. वीणा रवींद्र संत

Email : authro@mehtapublishinghouse.com

प्रकाशक : सुनील अनिल मेहता, मेहता पब्लिशिंग हाऊस,
१९४१, सदाशिव पेठ, माडीवाले कॉलनी, पुणे - ४११०३०.

मुखपृष्ठ/मांडणी : पद्मा सहस्रबुद्धे

प्रकाशनकाल : ११ ऑगस्ट, १९८६ / जानेवारी, १९९६ / फेब्रुवारी, २००२ / एप्रिल, २००९ / ऑगस्ट, २०१२ / ऑगस्ट, २०१४ / जून, २०१६ / पुनर्मुद्रण : जून, २०१८

P Book ISBN 9788177662740
E Book ISBN 9788171614868
E Books available on : play.google.com/store/books
https://www.amazon.in/b?node=15513892031

सौ. **वासंती मुझुमदार**
हिला
प्रेमपूर्वक

देणे आनंदाचे

'मृद्‌गंध' हे ज्येष्ठ कवयित्री श्रीमती इंदिरा संत यांचे सदर दि. १ जानेवारी, १९८४पासून कोल्हापूरच्या 'रविवार सकाळ'मध्ये सुरू झाले आणि साठ आठवडे अखंडपणे चालले. श्रीमती इंदिरा संत यांनी यापूर्वी काही कथा लिहिल्या होत्या. त्याही मोजक्याच. अशा प्रकारचे ललित गद्य आणि त्यातही आत्मचरित्रात्मक तर त्यांनी कधीच लिहिले नव्हते. त्यांचे आत्मकथन जाणवत होते, ते त्यांच्या कवितेतूनच! असे असताना त्यांनी अशा स्वरूपाचे हे सदर का लिहिले आणि तेही कोल्हापूरच्या एका छोट्या भागापुरत्या मर्यादित असलेल्या – 'रविवार सकाळ'मध्ये का लिहिले? असा प्रश्न अनेकांना पडतो. अनेक जण तो मला विचारतात. श्रीमती इंदिराबाईंनाही विचारतात. खरे सांगायचे तर या प्रश्नाचे उत्तर मला माहीत नाही; त्यांनाही नसावे. योगायोगाने लाभलेले हे एक आनंदाचे देणे आहे, असे मी मानतो. लेखक, संपादक आणि वाचक या तिघांनाही अखंड आनंद देण्याचा सुखद अनुभव त्याने दिला. हेही आनंदाचेच देणे.

हे सदर सुचले कसे? साकारले कसे?

त्यातही गमतीदार योगायोग आहे.

माझे मित्र कवी सुधीर मोघे यांनी चित्रपटसृष्टीतील अनेक नामवंताना जवळून पाहिले – अनुभवले आहे. त्यांच्या अनोख्या, सुंदर आठवणी त्यांनी मनात जपल्या आहेत. त्या आठवणी, अनुभव सांगणारे सदर त्यांनी लिहावे असे ठरवले. त्यासाठी मी नाव ठरवले, 'मृद्‌गंध', पण 'मृद्‌गंध'वर त्यांचे नाव लिहिलेले नव्हते. श्रीमती इंदिराबाईंच्या लेखणीतूनच ते साकार व्हायचे होते. विशेष म्हणजे, 'मृद्‌गंध'मधील काही लेख प्रसिद्ध होईपर्यंत श्रीमती इंदिराबाईंची आणि माझी भेटच झाली नव्हती.

त्यांच्या निकटवर्ती वर्तुळातील कोणी माझ्या परिचयाचे नव्हते. त्यामुळे सदर सुचवणारे कोणी नव्हते, तसे त्यासाठी शब्द टाकणारे कोणी नव्हते. एका अर्थी तेच चांगले होते. परिचयाची होती ती त्यांची गर्भरेशमी कविता. तिनेच त्यांना 'मृदगंध' लिहायला सांगण्याची प्रेरणा दिली.

'सकाळ'चे बेळगावचे वार्ताहर मधुकर नाडगौडा यांच्यामार्फत मी सप्टेंबर, १९८३च्या अखेरीला त्यांना 'सकाळ'च्या लेखक-परिवारात येण्याची विनंती करणारा निरोप पाठवला आणि ऑक्टोबरच्या प्रारंभी सदराची कल्पना आणि अपेक्षा कळवणारे पत्र पाठवले. माझी विनंती त्यांनी आनंदाने मान्य केली. पण त्याबरोबरच असेही कळवले की, 'मी पूर्वी कधी अशा स्वरूपाचे लेखन केलेले नाही. त्यामुळे आधी चार लेख पाठवते. ते वाचल्याशिवाय सदर सुरू करण्याचा निर्णय घेऊ नका.' त्यानंतर पाच लेख आले. 'हे लेखन वाचकांना रुचेल का?' अशी शंका त्यांनी उपस्थित केली होती. हे लेख पाठवताना त्यांनी तिचा पुनरुच्चार केला. लेख वाचून मी त्यांना लिहिले, 'सहज-सुंदर, नितळ, पारदर्शक, प्रवाही भाषा आणि भावगर्भता हे या लेखाचे हृद्य वैशिष्ट्य आहे. आत्मकथनात्मक आठवणींमुळे त्याला आणखी खुमारी प्राप्त झाली आहे. सर्व लेखांना एका सूत्रात गुंफणारी एक भावगर्भ आंतरिक लय लाभली आहे. हे लेखन वाचकांना निश्चित आवडेल याची मला खातरी आहे.'

सदर सुरू झाले आणि ही खातरी दृढ होत गेली, खरी ठरली. आत्मचरित्रात्मक असे थेटपणे प्रथमच त्या लिहू लागल्या. भावना, अनुभव, आठवणी आणि विचार यांचा हृद्य गोफ त्यातून साकारत गेला. हृदयविकाराच्या ताणातही त्यांनी हा लेखनाचा ताण घेतला. त्याने त्यांना विरंगुळा दिला. ' तुम्ही आता संपूर्ण आत्मचरित्र लिहा.' असा आग्रह या लेखनाच्या काळातच मी त्यांना करू लागलो. तेव्हा 'माझ्याकडे काय आहे सांगण्यासारखे?' असे त्यांचे पालुपद असे. (आता दूर झाले आहे.) त्यांच्याकडे सांगण्यासारखे काय आहे आणि किती आहे, हे 'मृद्गंध'च्या पानोपानी प्रतिबिंबित होत आहे.

श्रीमती इंदिराबाईंच्या लेखणीचा आगळा, मनोज्ञ आविष्कार आहे. या पुस्तकाच्या रूपाने हे सर्व ललित लेख एकत्रित स्वरूपात प्रकाशित होत आहेत. 'तप्तमुद्रा' हा एकच लेख सदरात प्रसिद्ध न झालेला (तो 'रविवार सकाळ' दिवाळी अंकात आहे.). ज्या क्रमाने लेख प्रसिद्ध झाले, तो क्रम येथे नाही. आंतरिक सूत्राच्या आधारे नव्या क्रमाने त्यांची रचना करण्याचा प्रयत्न केला आहे. यातील प्रत्येक लेख स्वतंत्र आहे आणि लेख असे स्वतंत्र असतानाच एक एकात्मक (पण एकसुरी नव्हे!) प्रवाही भावकथा त्यातून साकारली आहे. दीर्घकाळ एखादे सदर ताजेपणाने चालणे आणि वाचकांना ते आवडत राहणे तसे अवघड. पण 'मृद्गंध'च्या बाबतीत ते सहजसुलभ झाले. काही सदरे वा मालिका बंद करण्याचा आग्रह वाचक धरतात.

पण 'मृद्गंध' थांबू नये, यासाठी पत्रांचा वर्षाव झाला. साहित्यप्रेमिकांनीच नव्हे, तर एखाद्या शेतकऱ्यापासून सामान्य गृहिणीपर्यंत सर्व स्तरांतील वाचकांनी 'मृद्गंध'ला अशी मनमुराद दाद दिली. साहित्यिक क्षेत्रात तर या लेखनाची अपूर्वाईने दखल घेतली गेली. 'इंदिराबाईंकडून हे लेखन करून घेऊन तुम्ही मराठी साहित्याला ऋणी करून ठेवले आहे,' असे श्री. (कै.) प्रभाकर पाध्ये यांच्यासारख्या प्रतिभावंत साहित्यिक, समीक्षक विचारवंताने लिहिले, तर 'संपादक म्हणून तुम्हाला मिळालेले हे एक मोठे इनाम समजा,' असे कवी मंगेश पाडगावकर म्हणाले.

अशी भरभरून दाद मिळाली, याचे सारे श्रेय श्रीमती इंदिराबाईंना आहे. ती किमया त्यांच्या लेखणीची आहे. वाचकांपर्यंत हा आनंद पोहोचवण्याचे काम मला करता आले, याचा अभिमानास्पद आनंद मला आहेच. त्याचबरोबर या 'मृद्गंधा'तून आणखी एक 'मृद्गंध' मला लाभला आहे – 'आक्कां'चा –श्रीमती इंदिराबाईंचा – अकृत्रिम, वडीलधारा, जिव्हाळापूर्ण स्नेह 'त्या' 'मृद्गंधा'त दाटून राहिला आहे.

– विजय कुवळेकर

अनुक्रमणिका

।१।

मृद्‌गंधाचे ऋणानुबंध

'मृद्‌गंध' या सदरात साठ लेख झाले. १९८४च्या जानेवारीपासून आजपर्यंत कोल्हापूरच्या 'रविवार सकाळ'मध्ये दर रविवारी मी हे लेखन दिले.

कथेशिवाय फारसे गद्यलेखन मी कधी केलेच नाही. या प्रकारचे ललित लेखन, तेही वृत्तपत्राच्या सदरात नियमित येणारे, तर कधीच लिहिले नव्हते. पण तो योगायोग यायचा होता. असे ललित लेखन माझ्या हातून लिहिले जायचे होते.

१९८३च्या सप्टेंबरमध्ये असेल, एका सकाळी आमच्या वडगावचे मधुकर नाडगौडा सकाळी-सकाळी आले. ते वार्ताहर. ते भेटले की, मी त्यांना नेहमीच विचारते तसे त्या दिवशी पण विचारले, "काय नवी बातमी?"

त्यांनी उत्तर दिले, "संपादकांचा तुम्हाला निरोप आहे. पत्र येईलच, पण प्रथम हा निरोप."

"तुम्ही 'सकाळ'च्या लेखक कुटुंबात सामील व्हावे. 'मृद्‌गंध' या नव्या सदरात तुम्ही दर रविवारी लिहावे. या दिवाळीपासून सदर सुरू करू या." अशा अर्थाचा तो निरोप आणि त्यात नाडगौडांचा आग्रह, "लिहा बाई तुम्ही. लिहायलाच पाहिजे" – असा आक्रमक.

"दिवाळी अंकासाठी कविता मागायचे सोडून हे काय भलतंच काढलं संपादकांनी? पत्राखेरीज माझे गद्यलेखनच नाही. मला जमणार नाही. पेपरमध्ये तर मुळीच नाही..." हेच माझे पालुपद झाले. पत्रालाही असेच काही उत्तर दिले. मी असले लेखन विजया राज्याध्यक्ष, शांताबाई शेळके, विजय तेंडुलकर यांनी केलेले त्या वेळी वाचले होते आणि त्याची आज माझ्या मनावर कसलीच सावली नव्हती. विसरून जाणारे हे लेखन – त्या स्वभावधर्माचे. शिवाय सातशे-पन्नास

शब्दांच्या बंधनाचे. आणि आवतीभोवतीच्या निरीक्षणावर... अनुभवावर आधारलेले... मला काय जमणार हे? – हे खरेच होते.

एकदा संपादक विजय कुवळेकर यांनी मला कळवले, ‘‘आम्हाला वरवरचे लेखन नकोच मुळी. तुमच्या आठवणी, तुमचे अनुभव, तुमचे विचार ज्यात असतील असे लेखन आम्हाला हवे. तुम्हाला जमेल. तुम्ही लिहायला सुरू तर करा!’’

मग वाटले, इतके सांगतात तर बघू या. नाही जमले तर नाही! प्रथम चार लेख लिहून पाठवायचे... ते जमले तर पुढे सदर सुरू करायचे, असे ठरले.

चार लेख लिहून पाठवले. त्यातला पहिला एका सकाळी लिहायला घेतला तो ‘गंधगाभारा’. सदराचे नाव ‘मृद्‌गंध’ असल्याने प्रथम हाच उसळून आला असणार. ‘गंधगाभारा’ ठेवून घेऊन त्यांनी तीन लेख... थोडे लहान करण्यासाठी – विनाकारण आलेला मजकूर काढून टाकून पुन्हा लिहिण्यासाठी पाठवले आणि ‘करुणाष्टका’च्या लेखाविषयी लिहिताना त्यांनी लिहिले,

‘लेख छान आहे, पण चॅपलिनला विसरलात!’

खरेच. विनोदी लेखक, अभिनेत्यांच्या यादीत त्याचे नाव नव्हते. अशी कशी विसरले, असे वाटले. त्याबरोबरच मनोमनी एक समाधान आले. लेख या चोखंदळ, जाणकारी संपादकांच्या हाती सुरक्षित राहातील. आणि मग तसा अनुभवही आला.

लिहीत गेले आणि त्यात नादावून गेल्यासारखे झाले. हे एक प्रकारचे भूतकालाचे उत्खनन होते. हे मला मानवले. नाहीतरी लहानपणी गंगा घोडीशी, लक्ष्या बैलाशी, लिंबाऱ्याशी बोलत राहायची मला सवय होती. तीच या नव्या रूपात पालवली, असे वाटले. हा एक माझा माझ्याशीच असा संवाद घडायला लागला. हे ललित लेखन कवितेसारखेच. जरा मोकळेपणाचे, काव्यात्म लेखन. कवितेसारखेच याचेही. अनुभव, आशय मनात बुडी मारली की नकळत हाती यायचे. त्या अनुभवांच्या जडावाचे काम सहज केले जायचे आणि मग हे रसायन शब्दरूपात ओतायचे. त्या रसायनाच्या रंगढंगाला, लाटा-वलयांना, छाया-प्रकाशाला आविष्कार देतील, अशी शब्दकळा मग आपोआपच माळेतून मणी ओघळावे तशी ओघळायची. मी फक्त दोनदा लेखन करत असे. प्रथम लिहिले त्यावर पुन्हा वाचून-पारखून, कमी-जास्त करून पुन्हा लिहून लेख पाकिटात घालायचा.

संपादकांनी माझ्या लेखाचे स्वरूप कसे असावे हे सांगितले; तसे त्यांनी त्यांना उचित असेच ‘मृद्‌गंध’ हे नाव सदराला दिले, ते मला अतिशय आवडले.

माझ्या लेखी ‘मृद्‌गंध’ हा केवळ मातीचा वास इतकाच मर्यादित नसतो. ज्या पंचमहाभूतांनी हे विश्व घडवले, त्यांच्या भेटीच्या एका विराट क्षणाचा तो अतिकोमल,

अतिसूक्ष्म असा आविष्कार असतो. त्या क्षणात आप, तेज, वायू, पृथ्वी, आकाश ही पाच तत्त्वे, पंचप्राण एकमेकांना भेटावे तसे एकमेकांना कडकडून भेटतात. त्या आनंदकल्लोळातून त्यांच्या 'स्व'ने निर्माण केलेले एक पाच पाकळ्यांचे अवकाशपुष्प उमलते. त्याचा गंध हाच 'मृद्गंध!' निसर्गासारख्या महाकलावंताने निर्मिलेली ही एक गंधभारली कलाकृतीच.

चराचरांतही ही पंचतत्त्वे आहेतच की, मग त्यांनाही या विराट आनंदकल्लोळाचा आशीर्वाद मिळाल्याशिवाय कसा राहील? त्या पंचतत्त्वाने घडलेली मी. माझ्यासारख्या अणू, अणूहून अणू असलेल्या जीवनानुभवांनाही या क्षणाचा स्पर्श झाला असेल. त्या अनुभवकल्लोळातून निर्माण झालेले सहज-साधे हे लेख. म्हणूनच 'हा एक योगायोग असे मी मानते.

आणखी एक गोष्ट घडली. सातशे-पन्नास शब्दांचा हिशेब मला कधीच जमला नाही. शक्यच नव्हते. पण संपादकांनी ते मानले. उलट त्यांनी म्हटले, 'शब्दांच्या बंधनात लेख अडकला असे होऊ देऊ नका.' पुष्कळदा मथळे देण्याचे कामही केले. लेखाला नाव देणे कठीण. मला बऱ्याचदा जमायचे नाही. कवितेचे बरे असते. पहिली ओळ वा शब्द तिच्या कपाळावर टिकवले की झाले. पण लेखाच्या अंग-रंगाला मिसळून जाईल असा, तरीही आकर्षक मथळा त्यांनीच शोधला. पुष्कळांना आवडलेला बोरकरांवरील लेख त्यांनी सुचवल्यावरून मी लिहिला.

'गंधगाभारा' प्रसिद्ध झाल्यावर चार-सहा दिवसांनी प्रभाकर पाध्यांचे मला पत्र आले. त्यात त्यांनी लिहिले होते,

"मी अशा प्रकारचे लेखन केले आहे. त्यात चुकलो आहे. म्हणून तुम्हाला सांगतो, एक करा – अनुभवाचा जो धागा तुम्ही पकडला असेल, तो कोणत्याही मोहामध्ये पडून सोडू नका. त्याने अवघ्या लेखाला एकदम वास्तवाचे भान येते. रसभंग होतो."

ज्या अनुभवाचा आविष्कार करायचा तो आविष्कार त्या अनुभवासारख्याच आकाराने आकारावा. हे मार्गदर्शन मी मनोभावे जपले. त्या पत्रात शेवटी त्यांनी लिहिले, "मी असे लेखन केले आहे, पण मला असे लिहिता आले नसते."

ते वाक्य वाचले आणि तेव्हा डोळ्यांत पाणी आले... आजही आले. ही लेखमाला पुरी झालेली बघायला आज ते नाहीत!

माझ्या जिवलग मैत्रिणी शालिनीताई, संजीवनीबाई माझे लेख वाचतात तेव्हा त्यांना माझ्याशी सुखसंवाद केल्याचे सुख मिळते. कोल्हापूरची कुणी जयंती, इचलकरंजीचा श्रीपती, उत्तूरची आशा, कऱ्हाडची सुमन, इस्लामपूरचे मधुभाऊ यांची पत्रे येतात. एक गृहिणी अनाम, अस्थल असे पत्र लिहिते, तेव्हा

मला त्या सर्वांशी सुखसंवाद करता आला याचा आनंद होतो.

या सर्वासर्वांच्या स्नेहभावाचा लाभ हेच मृद्गंधाचे ऋणानुबंध. या विचारांनी मन भरून येते.

आणखी एक ऋणानुबंधाचा योग आला.

तीस-एक लेख झाले असताना श्री. अनिल मेहता यांनी या लेखांच्या संग्रहावरून विचारणा केली.

मी म्हणाले, ''लेखमाला पुरी होऊ दे, मग बघू.''

हे माझ्या लक्षात राहिले. अधूनमधून एक-दोनदा त्यांनी आठवण करून दिली. लेखमाला संपता-संपता पुन्हा बोलणे झाले आणि 'मृद्गंध'मधल्या लेखाच्या शेजारी, अनिल मेहता यांच्या प्रकाशनसंस्थेतर्फे या लेखांचा संगह प्रसिद्ध होत असल्याची घोषणा करण्यात आली.

हे झाले संपादक, प्रकाशक यांच्यासंबंधी.

पण ज्ञात-अज्ञात अशा कित्येकांचे ऋणानुबंध 'मृद्गंध'मुळे पुन्हा उजळले. कित्येकांशी नव्याने जडले.

■

।२।
गंधगाभारा

कधीकधी मंगल आमच्या घरी गप्पा मारायला येते. मी माडीवर माझ्या खोलीत असले, तरी ती फाटकाशी आल्याची चाहूल मला लागते. वाटते, रानगुलाबाचा रसरशीत हार पावले टाकत येत आहे. खिडकीतून बघून मी हे तिच्या रूपलावण्याबद्दल म्हणत नाही. मला न बघताच समजते. तिने 'रोझ' सेंट लावलेला असतो ना!

खाली तिच्या आपल्या बहिणीशी गप्पा चालतात आणि मी इथे लिहायला घेतलेले पत्र, वाचायला घेतलेले पुस्तक बाजूला ठेवून खोलीभर परमळणारा तो गंधोत्सव लुटत असते. त्या गंधापुढे सर्वकाही विसरून जाते.

खाली जाऊन गप्पा मारताना मला ते सुख अधिकच अनुभवता आले असते. पण मी जात नाही. जसे आपण मोठे होतो तसे काही पाहिल्यावर, अनुभवल्यावर, सहज-सहज उचंबळून येणे, क्षणभर त्या अनुभवातून एकजीव होणे, त्या आनंदात दुसऱ्याला सामील करून घेणे, हे कमी-कमी होत जाते. असा मन भरून निरागस प्रतिसाद, एक पोरकटपणा वा हावरेपणा समजला जातो. लहानपणी घरच्याच लोकांना हा पोरकटपणा वाटू लागला की, आपण आपोआप प्रतिष्ठित होतो म्हणूनच मला त्या सवयीमुळे खाली जाववत नाही. गेले असते तर सुगंधाच्या आनंदाला मुकले असते आणि जी गोष्ट अत्यंत आवडती त्या गोष्टीकडे दुर्लक्ष करण्याचे नाटक मला वठवावे लागले असते.

तरी पण माझे गंधवेड अजून बालपणी होते तसेच आहे. मला सुगंधच आवडतो असे नाही. रोजचा पेपर आला की, त्याची घडी उलगडताना त्याचा वास घेण्याची माझी सवय अजून जात नाही. राजम्माने खोलीच्या फरशीवर

फिनेलची सफाई केली की, मी या ना त्या कारणाने तिथेच रेंगाळत राहाते. कधी बरे नसले की, डॉक्टर इंजेक्शन द्यायला येतात. टोचण्याच्या ठिकाणी जो स्पिरिटचा बोळा फासतात, त्या वासाने सुईचे दुःख मी विसरून जाते. पण हे सर्व मी कुणाला सांगत नाही. कुणाच्या लक्षात न येईल, याची दक्षता घेत मी गंधाचा आस्वाद घेत असते.

इतका मला गंध आवडतो, तरी अत्तराच्या बाटल्यांचे वेड मला नाही. सुगंधाची इतकी जवळीक मला आवडत नाही. नको वाटते.

मला माझी पहिली सेंटची बाटली मिळाली ती ह्यांच्याकडून. लग्नानंतर मुंबईला जी संसाराची खरेदी केली, त्यात हे सेंट माझ्यासाठी. बाटलीचा आकार, तिचा गर्द निळा रंग मला कितीतरी आवडला. निळ्या गर्द रात्रीत चांदणे साठवले आहे, असे वाटले. मी म्हटले,

"हे सेंट तुम्ही वापरा. खुंटाळ्यावर कपडे असले की, दिवसभर मी घरातून फिरताना तो गंध आला की मला खूप आवडेल."

शेवटी ती बाटली त्यांनीच संपवली आणि ती संपेपर्यंत मी पॅरिसमधल्या संध्याकाळात सुखावून गेले.

पण पुढे असा योग आला की, मला कुपीतले अत्तर कुंकू-पावडरप्रमाणे रोज वापरावे लागले. त्याला एक कारण झाले. मी बेळगावी नोकरी धरली ती प्राथमिक शिक्षकांच्या कॉलेजात. कॉलेज सकाळी सातला सुरू होई. घरातून भल्या पहाटे निघून, माळावरची मोकळी हवा चाखून मोठ्या प्रसन्न मनाने वर्गात पाऊल टाकावे तो एक उग्र रसायन माझ्यावर धावून येई. बंद खोलीच्या जुनाट भिंतीचा, पारोशा कपड्यांचा, पान-तंबाखूचा, विडीचा, खोबरेल तेलाचा अशा उग्र वासांचे ते रसायन तयार झालेले असे. दोन दिवस कसेतरी काढले आणि मग पदराला, बाह्यांना अत्तराचा हात पुसून मी कॉलेजला जाऊ लागले. नोकरी संपली आणि आरशापुढच्या प्रिया, कांता, यू. डी. कलोन, पानडी या बाटल्या मी काढून टाकल्या. आता वीणाच्या ड्रेसिंग टेबलवर बाटल्यांची, फवाऱ्यांची ही गर्दी असते. पण मला त्यात रस नाही.

माझे गंधाचे वा सुगंधाचे वेड गावरान पद्धतीचे आहे आणि गावरानाने ते जोपासलेले आहे. हे लहानपणापासूनचे आहे. तेव्हापासूनच माझी गंधग्रहण शक्ती मोठी तीव्र असावी. चवीचे जेवण झाले की, हात धुऊन, परकराला पुसून, हाताचा द्रोण करून त्यात नाक बुडवून भरभरून वास घ्यायचा ही माझी नेहमीची आवड. कांद्याची खमंग आमटी, सायीचे दही नि भात याचे जेवण करावे आणि त्या संमिश्र वासाचा आनंद मनसोक्त लुटावा. अजून मला असे करावेसे वाटते. आईने ठेवणींची पेटी उघडली की प्रत्येक वस्त्राची घडी प्रथम माझ्या नाकावर मी

घेई. तो नव्या, पण जुन्या कपड्यांचा गार सुगंध मला फार आवडायचा. गर्द रानातील वृक्षांचा वास, उभ्या पिकातून जाताना येणाऱ्या पात्यांचा वास, तुरीच्या शेंगांच्या घोसांचा वास, भुईमुगाचे ओले वेल उपटल्यावर त्यांना येणारा दुधाळ हिरवा उग्र वास, तूरकाठ्याच्या जळणावर तापवलेल्या दुधाचा वा चहाचा वास... किती नि किती तऱ्हेचे वास मी लहानपणी अनुभवले असतील. मनात भरून ठेवले असतील.

ज्या तवंदी या खेड्यात माझी लहानपणीची चार-पाच वर्षे आणि शिकत असतानाच्या सुट्टीचे दिवस गेले, त्या तवंदीत ही माझी आवड जोपासली गेली. तेव्हाची एक गोष्ट आठवते. आमची शेती असल्याने घरात बैल, गाई, घोडे, म्हैस अशी गोठाभर गुरे होती. त्यात नेहमी पाच-सात लहान-मोठी वासरे असायचीच. या वासरांसाठी जोंधळ्याची ताटे रोज कुणी शेतातून आणायचे. ती कुऱ्हाडीने तोडून त्याचे बोटभर लांबीचे तुकडे करून मी ते वासरांना घालत असे. तुकडे करण्यासाठी आमच्या सतबा पाटलांनी मला लहान पात्याची कुऱ्हाडही दिली होती. बाटूक तोडून सुपात घेतले की, त्याचा किती वास घेतला तरी मला पुरे व्हायचे नाही. कुणाला वाटायचे, मी चोरून ते खातेच आहे. पण त्याचा गंध... सालांचा औषधी वास, कोवळ्या भेंडाचा निरशा दुधासारखा वास आणि पानांचा येणारा जिरेसाळीच्या भातासारखा वास... त्यांचे मिश्रण म्हणजे मला पंचपक्वान्नांचे जेवणच वाटायचे. सतबा पाटील ओरडायचे तेव्हा मी सुपातून नाक काढायची.

निरनिराळ्या गावांतील खूप जागा मी पाहिल्या आहेत. देखण्या, तशाच मिश्र सुगंधाने घमघमणाऱ्या. पण या बागांना माझ्या मनात स्थान नाही. त्या मी विसरले. मुंबईला असताना आमच्या घरी सुक्या पानात मळकट दोऱ्याने गुंडाळलेली फुलाची एक पुडी रोज येई. देवासाठी ती उलगडली की जो असेल तो वास येई, त्या वासाने माझ्या मनात तवंदीची ब्रह्माची बाग उभी राही. मला वाटते, गंधाच्या कणात ही एक मोठी शक्ती असावी. डोंगरावर गाव,डोंगराच्या तळाशी ब्रह्माचे देऊळ. तेथून खाली दगडी बांधीव पायऱ्यांवरून गेले की, मग खूप मोठे वृक्ष आणि एक फळ्यांचा लहानसा पूल, वहाळावर बांधलेला. डोंगरातून वाहून येणाऱ्या पाण्यावर ती बाग उभी केलेली. बागेत आतील बाजूला एक मोडकी झोपडी. शेजारी घमघमणारा हिरवा चाफा आणि पुढे ओल्यागार वाफ्यातील फुलझाडांचे हिरवेगार गंधच गंध. लहान पाटातून वाहाणारे पाणी, काठाने कर्दळीची झाडे; कुठे सुपारीची, कुठे केळीची रांग. मध्ये वाफेच वाफे... निशिगंधाचे, कृष्णकांचनाचे, चटक चांदणीचे, मोगऱ्याचे, हळदीचेही. तुळशीचा तर केवढा मोठा चौक. त्या बागेचा संमिश्र गंध मला दुसरीकडे कुठेच जाणवला नाही.

तवंदी गावालाच एक छान वास असायचा. स्वयंपाकघरातील आईच्या ओचापदराला बिलगल्यावर येतो ना हिरव्या मसाल्याचा?... तसा. गावात शिरतानाच तापलेल्या, कोमट अशा डोंगरातील अनघड दगड-मातीवरून येणाऱ्या झळांचा वास; वेशीवरच्या देवचाफ्याच्या फुलांचा गोड दुधाळ वास; घराघरांतून येणाऱ्या धुराचा कडवट धुरकट वास; गुरांच्या अंगाचा, गोठ्यांचा वास; काढलेल्या दृष्टीचा आणि उदा-धुपाचा वास; रॉकेलच्या चिमणीचा वास, तव्यावर परतल्या जाणाऱ्या कोरड्यासाचा खमंग वास हे सगळे मिळून एका तवंदीचा वास; हा वास आईच्या मायेसारखा मनात सुखाने उतरून राहिला आहे. म्हणूनच म्हणते, माझ्या गंधगाभाऱ्याची मुळे तवंदीत आहेत.

मला वाटते, प्रत्येकाच्या मनात संवेदनांसाठी सरकमंच असावा. अलीकडे पावसाळा, हिवाळा... सगळे ऋतू खिडकीतून पाहावे लागतात. असे पाहातानाच अशक्त मूल रांगत यावे, तसा पाऊस येतो. डांबरी रस्ता, सिमेंटच्या गच्च्या ओल्या करतो आणि खिडकीतून सुवास येतो मातीचा. तो श्वासातून मनोमनी जातो आणि केवढ्या मोठ्या सरकमंचावरून पुढे येतो, तो सरकमंच तवंदीतील शेताचा. नांगरलेली, काळ्या मातीचे हेंडके मिरवणारी जमीन आणि बांधाला आम्ही काही मुले बैलांच्या माना गोंजारत उभी असलेली. एकदम डोळ्यांत धूळ जाऊन ते चुरचुरतात. ते चोळत हळूच बघावे तो उंच वावटळी उभ्याने धावत असलेल्या वाऱ्याचा दणका एवढा की, आम्ही बैलांच्या पाठीला चिकटून राहिलेलो. इतक्यात आभाळ काळेभोर होते आणि विजेप्रमाणे साट-साट पावसाचे मोठ-मोठे थेंब सपकारायला लागतात. या वेळी नाचण्याशिवाय दुसरे काय करणार? आणि काळ्याभोर मातीतून उठलेला तो वाफाळा... आणि वास. घम्... घम्... घम्... किती-किती घ्यावा! शेवटी मी एक मोठा ढेकळा उचलून नाकाशी धरते. सरकत्या रंगमंचावरील एकदा अनुभवलेला आणि पुन्हा अनुभवत असलेला हा वास पहिल्या पावसाचा. मातीचा हाच खरा मृद्‌गंध. या गंधात स्मृतीचे, रागानुरागांचे कोणतेच तरंग नसतात. तो असतो, फक्त मृद्‌गंध. एखाद्या विशुद्ध भावकवितेसारखा. हा उत्सव चार-दोन क्षणच लुटता येतो. पण त्यासाठी जी वाट पाहिली, ती धन्य होते. नाहीतरी कोणतेही अतीव सुख क्षणातच मोजायचे असते ना?

■

| ३ |

झरा – आठवणींचा

आम्ही तवंदीला होतो, तेव्हा रिकामपणामुळे खूप पहाटे उठून देवापुढे भूपाळी, 'कराग्रे' वगैरे म्हणायचे. पण गाईचे दूध धारा काढताच प्यायचे आणि सोप्यात आप्पांच्यांपाशी अभ्यासाला बसायचे. तो एक पसाराच. अभ्यास वाटायचाच नाही. कुणी पाढे, कुणी वाचन, कुणी कविता, कुणी लेखन, कुणी गणित... मनाला येईल ते मनापासून करत राहायचे. सत्यप्पाने गुरे पाण्यासाठी, चरण्यासाठी सोडली की पसारा आवरायचा. मग आम्ही आणि आमचा वेळ, निदान माझा. गुरे निघाली की मीही विहिरीवर निघायची. एक छोटीसी कळशी, परकर-पोलके घेऊन निघायचे. बरोबर तारा, माझी मावसबहीण असायची.

घरापासून खाली अर्ध्या डोंगरावर विहीर होती. पूर्वी ही विहीर जमिनीसरशीच होती, पण माझ्या वडिलांनी तिला चारी बाजूंनी दगडी भिंत बांधून एका बाजूला चार गडगडे लावले होते. धुण्यासाठी आणि गुरांसाठी पाण्याची वेगळी व्यवस्था केली होती. विहिरीला तळातून झरा नव्हता. पाण्याच्या पातळीच्या वर, चार हात उंचावर एका गोमुखातून धो-धो झरा कोसळत असे. त्याला कधी मी बारीक झालेला पाहिला नाही. गुरांची फार गर्दी असायची म्हणून सत्यप्पा घरूनच दोन बादल्या, दोर घेऊन निघायचा. पाणी ओढून बाजूला उभ्या राहिलेल्या गुरांसमोर बादल्या भरून ठेवायचा. शीळ घालत राहायचा, ती सुखात पाणी प्यायची. तेवढ्या वेळात मीही कळशी लखलखीत घासून तिने पाणी भडाभडा अंगावर ओतून घेत असे. सहसा पाटलिणी मला कधी पाणी ओढू देत नसत. मग कपडे बदलून विहिरीखाली आबांनी मुद्दाम केलेल्या फुलबागेतून त्यांनी दिलेला फुलांचा कर्दळीच्या पानाचा पुडा घेऊन यायचा. कळशी कुणाकडून तरी झऱ्याला लावून

भरून घ्यायची. कपडे धुवायचे आणि गुरांमागोमाग काखेत कळशी, खांद्यावर पिळे, हातात पुडा अशा आम्ही दोघींनी हळूहळू चढण चढत घरी यायचे.

पाणी आणले की, अगोदर देवपूजेचा तांब्या भरायचा. मग जरा दम खाऊन पूजेची तयारी करायची. एका तबकात पांढरी, लाल फुले, दुर्वा, बेलपत्रे, तुळशी यांचे ढीग मांडायचे. दुसऱ्या तबकात पूजेचे साहित्य मांडायचे. त्यात गंध उगाळणे हे माझे फार आवडते काम. काकांना पूजेसाठी गंधाची चांगली सुपारीएवढी गोळी लागायची. पण मला कंटाळा यायचा नाही. चंदनाचे खोड फार जून आणि सुगंधी असायचे. गोळी करताना तळहाताला चंदन लागायचे. त्याचा हात न धुता, सारखा हाताचा वास घ्यायची सवय मला लागली होती.

हे एवढे काम झाले की मग जेवायला हाक मारेपर्यंत शेजारी आबांच्या काकूकडे मुक्काम. तिथे त्या मला रांगोळी शिकवायच्या, चिंध्यांची भावली करायला शिकवायच्या. त्या बाहेरच्या असल्या की आमच्या दोघींचा मुक्काम सोप्यात. रांगोळीची दगडी मध्ये घेऊन बसायचे. पाच ठिपक्यांचे कासव, सात ठिपक्यांची कोयरी, जोड कोयरी, तेरा ठिपक्यांची चेंडूफळी, अकरा ठिपक्यांचे ज्ञानकमळ, एकोणतीस ठिपक्यांचा गालिचा, कितीन्किती मी शिकले. ठिपक्यांतून जाणाऱ्या वळणदार रेषांचे मला भारी आकर्षण वाटे. शिकून कंटाळा आला की, त्या पांढऱ्या झालेल्या भुईवर पोतेरे फिरवावे लागे.

नाहीतर आबा खेकसत, "मामलेदाराची मुलगी तू! तू का पोतेरे घालणारेस?"

त्या वेळी 'भातुकली' हा एक आमचा आवडता प्रकल्प असायचा. तिची तयारी आम्ही नेहमीच करत असू. आई वैल-चूल घालण्यात फार कुशल होती. नेहमी तिला कुणाकुणाची सांगणी येत. महिना-दीड महिन्याने न्हाणीघराच्या पडवीत, तीन-चार पाटांवर तिचे चूलकाम सुरू असे. मीही तेव्हा तिला माती मळून देण्यात मदत करता-करता कपाच्या आकाराएवढा चुला, शेगडी असे तिच्याकडून घालायला शिकले. शेगडीतील जाळी म्हणून तूरकाठ्या मी वापरत असे. अशा पाच-सहा चुली-शेगड्या करून गोठ्यातील कोनाड्यात ठेवलेल्या असत. मधून-मधून त्या मातीच्या पोतेऱ्याने सारवाव्या लागत. मग मी अन् तारा याच वेळी मातीची पातेली, तपेली, भांडी, तांबे, पोळपाट-लाटणे, तवा हेही करून कोनाड्यात मांडत असू. हे सगळे शिल्प आम्हाला भातुकलीच्या वेळेला उपयोगी पडावे म्हणून करायचे.

भातुकलीत मुख्य म्हणजे भावली. आईकडे एक औषधासाठी म्हणून वीतभर उंचीची रक्तचंदनाची भावली होती. ती मी खेळताना मागून घेत असे. त्या भावलीची खेळातील भूमिका तान्ह्या बाळाची. आबांच्या काकूकडून मी चिंध्यांच्या भावल्या करायला शिकले. दीड वीत चौकोनी कापड घेऊन त्यात मधोमध

लिंबाएवढा चिंध्यांचा गोळा ठेवायचा आणि त्याच्याभोवती कापड गच्च बसवून गळ्याला चिंधीने घट्ट बांधायचे. हे भावलीचे डोके. मग एक बारीक काडी कापडातून खुपसून तिच्याभोवती खूप चिंध्या गुंडाळायच्या, मानेपासून पायापर्यंत आकार येईपर्यंत. मग पसरलेले हात दिसतील एवढ्या लांबीची बारीक काडी घेऊन, ती मानेखाली आडवी खुपसून तिलाही चिंध्या गुंडाळायच्या. मग आप्पा तांबड्या-काळ्या शाईने भावलीला नाक, डोळे, तोंड काढून देत. 'पुरुष' भावला करायचा तर डोक्यावर काळ्या शाईचे बारीक फराटे ओढत. 'स्त्री' भावली करायची तर मी लांब असा काळा दोरा घेऊन, त्याचे दीड बोट लांब तुकडे करी आणि कपाळाच्या महिरपीला धरून ते डोक्यावर टाचत असे. काळेभोर डोके झाले की, मग मागच्या दोऱ्याचे तीन पेड करून छान वेणी घालत असे. पुरुष भावल्याला काळ्या केसांची शेंडी लावत असे. मग आबांच्या काकू आपले गाठोडे सोडून त्यातून खणाच्या, पांढऱ्या कापडाच्या पट्ट्या काढून भावलीला पदर वगैरेची छान साडी नेसवत. पदर उजव्या खांद्यावरून कमरेकडे उभा खोचून देत. पुरुषाला पांढरी लुंगी आणि खांद्यावरून पांढरे उपरणे टाचून देत. खेळासाठी मधून-मधून अशा भावल्या आम्हाला करून ठेवाव्या लागत. या उद्योगात किती छान वेळ जात असे.

गोठ्यातच चार पाट मांडून दोन घरे करायची, खेळ मांडायचा आणि भातुकली सुरू व्हायची. खेळातील खाणे, गूळ-पीठदेखील आम्हीच गोळा करायचे. सोप्यातल्या पोत्यातील शेंगा बचकुलं घालून शेरभर काढून घेऊन सोलायच्या, जिन्याखालील डब्यातला मोठा गुळाचा खडा आणून फोडायचा, परड्यातील कोवळी वाळके, अंबोशीच्या वेलीवरच्या पसाभर बारीक भेंड्या... असे कायबाय असायचे. कधी काकूही सामील व्हायच्या. त्यांचे काम म्हणजे खरोखरच्या न्हाणीघरात पायावर भावली घेऊन तिला न्हाऊ घालणे, पुसणे, फडके गुंडाळून झोपवणे. बाळ-बाळंतीण झोपली की, आम्ही जेवायला बसत असू. जेवणासाठी मी चार पाने टाचून सुरेख पत्रावळी तयार करत असे. ही पाने आबांना चोरून काकू मला आणून देत. जेवण झाले की भातुकली संपली... पण इतकी रंगायची! पण केव्हा? काका बाजारनिमित्ताने निपाणीला जातील तेव्हा... महिन्यातून एकदा असे आम्हाला खेळायला मिळे आणि आमचा हा प्रकल्प पूर्ण होत असे.

रिकाम्या वेळात माझे असेच दोन उद्योग चालत. माझी कार्यशाळा म्हणजे गोठा. आवडता आणि नेहमीचा खेळ म्हणजे घाटांच्या माळा करायच्या. घाट सोलायचे, चोया मापून एकसारख्या करायच्या, भेंडाचे अर्ध्या इंचाचे तुकडे करायचे आणि एका बाजूला टोचून कडे तयार करायचे. याच कड्यात दुसरी चोय गुंतवून अशी कड्याची मोठी माळ करायची. गोठ्यात खुंट्या खूप. त्यांना,

खिडकीला, दाराला या माळा छान सारख्या लावायच्या. कधी गुरांच्या गळ्यांत, शिंगांत अडकवायच्या.

तसाच दुसरा उद्योग म्हणजे घाटांची बैलगाडी करायची. भेंडे, चोया मापून घ्यायच्या. नीट लांबीने टोचून गाडी करायची. तळाला जवळजवळ चोया खोचून जाळी करायची. लांबीच्या बाजूला भेंडांना हलक्या हाताने कमानदार चोया-सवारी करायची. जू, दांडा भेंडे टोचून करायचे. चाके मात्र मला जमत नसत. ती मग तवनाप्पाची मुलगी मैनी मला करून द्यायची. अशी सुरेख गाडी खेळात आम्ही यल्लम्माला, ज्योतिबाला, नरसोबाच्या वाडीला नेत असू. मग कोनाड्यात ठेवायची. हा गोठा म्हणजे माझी आर्ट गॅलरीच होती जशीकाही. त्या बाजूला गेले की सगळे कोनाडे बघून यायला हौस वाटायची.

नागपंचमी, पोळा हे सण तर आम्हाला वर्षभर पुरायचे. कणंगल्याचा कुंभार दर वर्षी मातीचा नाग, बैलजोडी आणून द्यायचा. पण भागूबाईच्या मदतीने गोठ्यात माझा उद्योग चालू असे. तिने शेतातील चिकट माती आणायची; मग ती कुटून मऊ गोळा करून तिचे ताटलीएवढ्या वेटोळ्याचे आणि तळहाताएवढ्या फणांचे नाग-नागीण, चार पिल्ले असे कुटुंब करून पाटावर मांडायचे आणि त्याची मी, ताईने पूजा करायची. पण ते बोळवायचे नाहीत, तर त्यांची स्थापना आर्ट गॅलरीत करायची.

मला बैलजोडी फार छान जमत असे. मानेखालची पोळी आणि वशिंड जमणे जरा अवघड. पण मी ते छान वळणदार करत असे. शेपटी वळणदार करून पाठीवर टेकवत असे आणि बैल दीड वीत उंचीचे तयार झाले की मातीच्या लहान-लहान टिकल्या शिंगाभोवती, मानेभोवती, पाठीवर चिकटवून त्यांना सुंदर शिणगारत असे. आणि नेहमीप्रमाणे कुंभाराचे बैल बोळवायचे आणि माझे गोठ्यात, कोनाड्यात. त्यांना चिरा वगैरे गेल्या की पुन्हा मोडून, माती भिजवून परत मूर्ती करणे, हा एक छंदच.

दिवाळीच्या वेळच्या पांडवांनी आणि गौळवाड्याने तर गोठ्यात एक अंकणच भरे. हे सर्व शेणाचे शिल्प. पण करताना घाण वाटत नसे. भागूबाई पांडव करून झेंडू टोचून ठेवायची. ताक करणारी गौळण, बाजारात दही-दूध विकायला निघालेली गौळण, झाडात अडकलेला बाळकृष्ण, त्याची उखळी, पूतना मावशीला पिणारा बाळकृष्ण हे सर्व मी व ताईने करायचे. पूतना मावशी करताना हसूच यायचे. आणि उताण्या पडलेल्या तिला बाळ लुचताना दाखवायचे म्हणजे काकूसकट सगळ्यांचा हशा सुरू व्हायचा. पण हे शिल्प ठेवायचे नाही. दिवाळी संपली की संपले.

असेच मिळतील त्या फुलांचे दागिने करायची मला आवड होती. दर

एकादशी, शिवरात्रीला वडेरआजोबा ग्रामदेवतांना एकादष्णी करायला यायचे. त्यांना गुरव टोपलीभर पांढरी फुले आणून द्यायचा. मी पण देवळात जात असे. चाफ्यांच्या कुड्या करून त्या चार बाजूला येतील, अशा दोरात ओवून तो चौपदरी हार मी आजोबांना देई. ते तो महादेवाच्या पिंडीभोवती शेल्यासारखा घालत आणि माझे कौतुक करत. इतके की पूजा झाल्यावर मला 'महिम्न' म्हणायला सांगायला विसरत.

वेशीच्या डाव्या हाताला खडकाळ चढ होता. त्यावर खूप निवडुंग होते आणि पांदीला तर घाणेरीची झाडे. शेतात जाताना निवडुंगाची सुकलेली फुले आणि घाणेरीचे तुरे ओचात घेऊन जायचे. खोपीत बसून मी, ताई, तारा दागिने करत असू. निवडुंगाच्या फुलाच्या पाकळ्या सोडवायच्या. मग आत गुळसर लाल रंगाचे केशर दिसे. त्याच्या मधोमध एक पिवळट दांडा असे. तो हळूच मुळासकट उपटून उलट्या बाजूने वाटीच्या छिद्रात खोचायचा. या दांड्याच्या टोकाला चिक्कट गोळी असे. ती गोळी कानाच्या पाळीला चिकटली की, इतके सुंदर झुबे! मान वर करून हलवताना मजा वाटायची. घाणेरीची फुले देठासह वेणीच्या प्रत्येक खोबणीत खोचायची आणि ती लवंगांसारखी फुले सुटी करून एकात एक खोचून लांब माळा करून भांगात, कपाळावर बिंदीबिजवरा अडकवायचा. हे सगळे सजवून झाले की ताई तर इतकी छान दिसायची!

हे सर्व उद्योग मला त्या वेळी किती आनंद द्यायचे! आताही अभ्यासाच्या आठवणी हरवून गेल्या आहेत. पण या उद्योगाच्या आठवणी तितक्याच ताज्या आहेत. या सगळ्या उद्योगांनी मला एक मोठा नजराणा दिला. निसर्गातील, परिसरातील लावण्ये नि तपशील यांची गोडी लावली. जेव्हा-जेव्हा मी काही तयार केले तेव्हा-तेव्हा त्याचा आनंद उपभोगायला मिळाला... आणि एक महत्त्वाचे आज समजते आहे... की या सर्व तपशिलातील सूक्ष्म असे काहीतरी माझ्या कवितेत तिच्या शक्तीप्रमाणे मिसळलेले आहे.

■

।४।

एक अम्लान इंद्रवलय

गोठ्यातील एका बाजूची दीड-दोन अंकण जागा गुरे बांधण्यासाठी नसे. तिथे शेतीची अवजारे, वाकाच्या पेंड्या, खुरपी, पोती असे काही ठेवलेले असायचे. पण सकाळी-सकाळी आपले घरचे काम सोडून भागूबाई हिराची झाडणी, साळोता घेऊन या अंकणात आली की, माझे मन आनंदाने उचंबळून येई. येथपासून या अंकणात जे काही काम चाले ते मोठ्या आनंदाचे... तो आनंद मनसोक्त लुटायचा हे माझे लहानपणासूनचे व्रतच जसे... लहानपणी, शाळा-कॉलेजच्या सुट्टीत, नंतरही जेव्हा-जेव्हा मी तवंदीला गेले तेव्हा हा आनंद लुटण्याचे व्रत मी केलेच. अगदी तान्ह्या चंदूला मांडीवर घेऊनही.

मी मनोभावे भागूबाईला या कामात मदत करत असे. सामान उचलायचे, दुसरीकडे ठेवायचे, जागा झाडायची, सारवायची... सगळ्यात या सामानाखाली दोन वस्तू दडून राहिलेल्या असत. एक जमिनीत पुरलेले काळेशार उखळ आणि भिंतीकडेला असलेला मध्यमसा मातीचा पांढरा चुला.

भागूबाईने जागा तयार केली की, पुढची कामे ओळीने होत. सत्यप्पा माळ्यावरील दोन घिरटी काढून त्या सुताराकडे तास मारायला देऊन येई. मग आपल्या दोन मुलांना घेऊन फावडे-हाऱ्यासह माजघरातील भल्या मोठ्या लाकडी कोठाराकडे येई. कोठाराची चौकोनी फळी खिळे उचकटून काढी आणि मग त्याची मुले फावड्याने आतील भात ओढून, हाऱ्यात भरून ते गोठ्यातील त्या अंकणात एका कोपऱ्यात मोठी रास करत. मी तर सदा त्या राशीतच असायची. आई हाकलायची, 'अंगाला खाज येईल,' म्हणायची. पण मी ऐकत नसे.

सकाळच्या भाकऱ्या, न्याहऱ्या झाल्या की आईच्या खास मैत्रिणी आणि

त्यांच्या लेकी-सुना एकामागून एक येत. त्यांना काय कुठे आहे हे चांगले माहीत असे. फळ्यांच्या माडीवरून सुपे, चाळण्या; माळ्यावरून मुसळे, हारे काढायच्या. घिरटीचे खुंटे शोधून घ्यायच्या आणि त्या अंकणात कामाला लागायच्या. तोवर आईने तिथे एक भली मोठी तांब्याची गार पाण्याने भरलेली घागर आणि पाच-सहा चंबू आणून ठेवलेले असायचे. मला त्यांचे काम काही जमत नसे. मी घागरीशी बसून, 'पाणी दे जरा लेकी' म्हटले की, चंबू भरून पाणी त्यांना त्यांच्या जागेवर नेऊन द्यायची आणि त्यांचे काम संपेपर्यंत लोहचुंबकाने आकर्षित झाल्यासारखी त्यांच्या कामाच्या नादलयीत फेरे घालत राहायची.

आल्या-आल्या त्यातल्या दोघी-तिघी सुपे राशीत खुपसून सुपातील धान पाखडायला घेत. कुणी हातात धरलेल्या सुपावर हाताची बोटे आपटत सटासटा पाखडत. केर-कचरा, पाने-पाचोळा काढून टाकत. ते पाखडलेले धान पुन्हा दोघी पाखडायला घेत. सुपाची अरुंद कडा हातात धरून ते उभे-आडवे नाचवत, हालवत त्या मोठे खडे, जडभारी कचरा घोळून-घोळून काढून, स्वच्छ भाताची रास रचत. या साऱ्या पाखडण्या-घोळण्यातील नादमय वलये मला गुंतवून टाकत.

सुपांचे उभे-आडवे नर्तन, त्यांचा ताल, त्याबरोबर हाताच्या आघाताचा घुमणारा डग्गा, या सर्व सहज-सहज होणाऱ्या हालचाली, सुपातील धानाचे ते खर्जातील निरनिराळ्या लयीतील वळसेदार जोरकस स्वर, हलक्याशा सागर लाटेसारखे आणि हे घडवणारे ते सावळे-गोरे गोंडाळे हात हिरव्या गोंदणाचे, हिरव्या डाळिंबाचे, भरगच्च चुड्याचे. त्या माळणीच्या डोळ्यांच्या पापण्या, मान, पाठ, दंड यांच्या हालचालीची ठेक्यात घेतली जाणारी वलये. काय बघू आणि काय ऐकू असे मला व्हायचे. ही रंगाची, स्वराची, तालाची वलये माझ्या मनाभोवती झिलमिल वेढे घालत राहात.

सूर्याची किरणे आंब्याच्या डहाळीवर आली की आई लगालगा गोठ्यात यायची; म्हणायची, ''थांबवा ग बायकांनो. पत्रावळी मांडल्यात.''

मग ओचे, पदर झटकून, सगळ्या हात-तोंड धुऊन, टवटवीत होऊन न्हाणीच्या पडवीत येत. हिरव्या पानांच्या पत्रावळीवर लालभडक लोणचे, दोन-दोन भाकऱ्या, मध्ये भात, बाजूला दोडकी, वांगी, भोपळा यातील कसली तरी भाजी असे. द्रोणात लाल तेज ढाळणारी आमटी. मीही या पंक्तीत सामील. लहान-थोर नाते विसरून चेष्टामस्करी आणि यल्लूबाईने केलेल्या कांदेमसाल्याचा आमटीतला खमंग चटका. एक वेगळा स्वादानंद!... आईही मला 'नको' म्हणत नसे.

मग त्या घरी जात; त्या दाराशी उन्हे आली की, परत कामाला येत. भाताच्या तीन राशींची एक स्वच्छ रास होईपर्यंत हा स्वरकल्लोळ तीन-चार दिवस चाले. मग एकदम उडून आलेल्या घारीसारख्या त्या अवजड घिरट्या तिथे येत. दोघी-दोघी एका घिरटीकडे वळत. बसायला उंच असा खोडाचा तुकडा,

त्यावर बसून त्या लाकडी ठोणक्याने बडवून खुंटा घट्ट बसवत. भरडायला, कांडायला बसताना त्या नेहमीच कास घातलेले पायघोळ लुगडे मांडीपर्यंत वर आवरून घ्यायच्या. माथ्यावरचा पदर काढून तो परवंट्यासारखा कंबरेला गुंडाळायच्या आणि घिरटीला, उखळाला माथे टेकून नमस्कार करून खुंट्याला-मुसळाला हात लावायच्या. घिरटीच्या त्या मोठ्या थोरल्या मुखात भरभरून जवळच्या हाऱ्यातील भात भरवत भरडणे सुरू करत. जरा घिरटीच्या वळशाचे हाताला वळण जमले की त्या घराघरा फिरत. विलक्षण स्वरवलयांची घर्रऽऽ घर्रऽऽऽ पाझरायला लागली की, त्या लयीला धरून ओव्या सुरू होत. त्या रुंद बसक्या स्वरवलयात ही उंच स्वराची वलये एकजीव होऊन जात. ओवीतील शब्द दुमडले जातील, वाढवले जातील, ओळींची द्विरुक्ती होईल, 'ई', 'ऊ', या अक्षराची मिसळण होईल, पण ओवीची लय मोडणार नाही. हे त्या माळणींना कुणी शिकवले, कुणास ठाऊक? घिरटीवर बसले की पहिली ओवी हीच....

"शेता मागे शेत, जशी हळद लोटली."
"आई लक्षुमी भेटली, अंबूताईला...."

लगेच दुसऱ्या घिरटीवरची पहिली ओवी यायची,

"घिरट आंबाबाई, नको मला जड जाऊ."
"बयाच्या दुधाचा, सया बघती अनुभावू."

कोल्हापूरची अंबाबाई, जोतिबा, जेजुरीचा खंडोबा, त्याची म्हाळसा नि बानू, पंढरपूरचा विठोबा अशा देवांवर ओव्यांमागून ओव्या गायल्या जायच्या. एकमेकींच्या चढीने घिरटीची घरघर आणि या ओव्यांची मधाची धार कधी थांबू नये असे वाटे. घिरटीच्या पाळ्यातून भसाभसा बाहेर झरणारे भात किती सुंदर दिसायचे. त्यात हात धरला की, पिवळी फोलपटे आणि पांढरे दाणे यांची ती वजनदार सरमिसळ हाताला नाजूक अशा चाबऱ्या गुदगुल्या करी. ते मला फार आवडायचे.

पाखडण्या-घोळण्याच्या त्या तालस्वरात आता भरडण्याची घरघर आणि माळणींचा सूर मिसळला आणि त्या स्वरकल्लोळांच्या वळसेदार लयीला एक वेगळाच गोडवा देऊन गेला – मनोमनी आठवून सुखी व्हावे असा!

पण अजून संपले नव्हते. फोलपटे नि तांदूळ वेगळे करण्यासाठी पुन्हा सुपांची नर्तने सुरू झाली. करडीची रास तयार होताना ही नर्तने पुन्हा स्वरासकट त्या मनातील वलयात मिसळून गेली आणि एक मनोज्ञ अशी स्वरतालांची गुंफण सुरू झाली, ते अंकण एका वेगळ्याच नादवलयांनी, तालवलयांनी भारल्यासारखे झाले!

आता ती राशीतील करड सुपाबुट्ट्यांतून उखळीपाशी आली...

उखळीपाशी दोघी जणी अमोर-समोर बसलेल्या. ओचा,पदर नीट आवरलेला, एक पाय पसरून दुसरा दुमडलेला, त्या पिळदार सावळ्या पायातील

जोडवी, मासोळ्या चमकत असलेल्या, तोरड्या सैल पडलेल्या अशा या माळणी आपल्या हातात मुसळं तोलत राहिलेल्या. मुसळंही गडद राजवर्खीची झळाळी टाकणारी, ती धरणाऱ्या हातातील चुड्यासारखीच.

एका हाताने उखळात सुपातील घास सारायचा आणि दोघीही एकामागून एक मुसळाचा घाव घालत राहायच्या. त्या एवढ्या उखळात मुसळाचे घाव घालणे किती कौशल्याचे. ते येरागाबाळाचे काम नाही. मग मुसळे तोलून घाव घालताना त्या घावाच्या समेवर येणारी गाणी सुरू. वळलेल्या गव्हल्यासारखी ही ओव्यांची लय नाजूक तितकीच चिमुकली असायची.

"कांडण घातले, घातले, घातले.
खंडीच्या साळीचे... खंडीच्या साळीईचे गं, खंडी साळीयाचे."
"धर गं थोरले... गं थोरले; अंबू गं ताईचे कांडण घातले."

आणि जेव्हा गात नसत तेव्हा प्रत्येक घावासरशी त्या "अंऽऽम् अंऽऽम्" असे स्वर काढायच्या. ते तर अधिक गोड वाटायचे. ती चाल, तो ताल, ती लय, तो मुसळाचा तोल हे सर्व प्रत्यक्ष पाहिल्याशिवाय आकळायचे नाही. आणि स्वरनादाच्या निर्मात्या त्या मला लक्ष्म्याच वाटायच्या. त्यांचे घामेजलेले, लालबुंद पावलीएवढे कुंकू, मुसळाच्या खालीवर तोलण्यात डोल घेणारे कानातले झुबे, नाकातील साधारणशी नथनी, गळ्यातील डोरले – सगळेच शुभदायी सौभाग्यालंकार. अंगावरची नऊ तुकड्यांची खणाची चोळी म्हणजे एक विलक्षण रंगसंगम. रुंद पाठीवरचा, गोंडाळ्या दंडावरचा, पुढल्या उभारीचा तो तांबडा गर्द, रुईफुली काठ आणि त्यांना जोडणारी ती खणाची रंगशोभा. हिरकण, मुंगवण, मसूरी, दाशाळी आणि अशा रंगतदार चोळीच्या मानेवरून खाली येणाऱ्या तिकोनी गळ्याच्या किनाऱ्याने गाठीपर्यंत रुळणारी बोरमाळ, पुतळ्यामाळ, तालात-तोलात नाजूकशी झुलणारी लक्ष्मीची मूर्तीच. या देवळातील देवी काय यांच्याहून सुंदर असते?

हे रंगवलयाचे कांडण संपते तो कोंडा, कणी काढण्यासाठी सुपे नाचू लागतात. चाळण्या गिरक्या घेऊ लागतात. धानाच्या अर्धगोल-गोल वलयांतून निघणारे स्वर पुन्हा आजवरच्या वलयात मिसळतात. सगळे अंकणच या तऱ्हेतऱ्हेच्या वलयझंकारांनी भारून जाते. स्वच्छ तांदळाची रास उभी राहाते. काम संपते. तारेवरची रंगदार, स्वरदार पाखरे उडून तार एवढ्या मोठ्या आभाळाखाली सुनी-सुनी वाटते. पण माझे मन अजून त्या अंकणातच असते.

त्या अंकणात सामावलेले रंगबावरे नर्तन, ती स्वर-लय-तालाची मनोज्ञ वळणे हे सर्व त्या मुक्तांगणात उमटलेले इंद्रवलयच वाटते. चुड्यातील रंगदार बांगडीसारखे; पण स्वयंभू... म्हणूनच सुंदर आणि अम्लान.

■

।५।

'ओवी मी गं गाते'

"पहिली माझी ओवी,
पहिला माझा नेम
तुळशीखाली राम
पोथी वाचे"

"नवरी पाहू आले,
सोपा चढून माडी गेले
नवरी बघून दंग झाले"

लहानपणी सोप्यातल्या झोपाळ्यावर बसून दोघी-तिघींनी अशा ओव्या तारस्वरात म्हणायच्या. वेळ कसा जातो कळायचे नाही.

आमच्या तवंदीत त्या वेळी पिठाच्या गिरण्या नव्हत्या. भाजणी, मेतकूट, झुणक्यासाठी डाळीचे पीठ आई दळत असे. जोंधळे, गहू मात्र भागूबाई नावाची आईची मैत्रीण रोज घरी येऊन दळत असे. मी तिला दळपात हात लावायची. पहिला घास जात्यात घातला की, तिच्या ओव्या सुरू व्हायच्या –

"जातं मोठं हत्तीरथी,
घागऱ्या घोळाचं
मोठ्या घराच्या तोलाचं,
आक्काबाईच्या

जातं मोठं हत्तीरथी,
मला ओढ न्हाई पडली
लाडी सारजा सुंदर,
मधी हाताला भिडली''

माझ्यावरच्या ओव्यांमुळे मी खूश. दळण संपवून पीठ गोळा करेपर्यंत तिच्या या निरनिराळ्या प्रकारच्या ओव्या सुरू असायच्या.

अशा तऱ्हेच्या ओव्या ऐकून त्यात रमत होते. तेव्हा मला कल्पनाही नव्हती की, पुढच्या आयुष्यात त्या ओवीत माझा जीव गुंतून पडेल.

मॅट्रिकची परीक्षा झाल्यावर नेहमीप्रमाणे सुट्टीत तवंदीला आले. पुढे मी शिकायचे असे घरात कुणी बोलत नव्हते. वेळही जात नव्हता. पेटीतील पुस्तकेही पुन:पुन्हा वाचून संपली होती. आणि या रिकामपणाला एकदम एक कोंब फुटला. कारण तसे फार नाही. झोपाळ्यावर ताई झोका घेत होती आणि तिची मैत्रीण गुरवाची जना ओवी म्हणत होती –

''चांदीच्या ताटामंदी,
फूल दाशाळाचं लाल
त्याच रंगाची चोळी धाड,
बंधुराया''

ही ओवी ऐकली आणि मनात काही आले. आतापर्यंत काव्यातील उपमादी अलंकार, ध्वनिकाव्य इत्यादी अभ्यासात आले होते. 'मनोरंजन' मासिकातील, क्रमिक पुस्तकातील कविता वाचल्या होत्या. त्यांचे रसग्रहण कसे करावे, हे तर परीक्षेलाच होते. पण ही ओवी ऐकून मला ही ओवी इतर आजपर्यंत वाचलेल्या कवितांहून वेगळी वाटली. मला वाटते, ही एक लहानशी अगदी सोपी अशी एक स्वयंपूर्ण कविताच आहे. चटकन उठून मी देवापाशी गेले. चांदीच्या ताम्हणात जास्वंदीचे फूल ठेवून पाहिले आणि ते किती प्रकारच्या झोतांनी झळकले. एक तर तिला तो लालबुंद खण रेशमी हवा होता आणि तिने असेही सुचवले होते – 'मी इतकी गोरीपान आहे. त्या रेशमी खणाची नऊ तुकड्यांची चोळी माझ्या दंडावर आणि पाठीच्या फाकांवर अशी काही रसरसून शोभेल! तर मला तसलाच खण धाड.'

का, कुणाला ठाऊक, वाटले, ही ओवी लिहून घ्यावी. येताना शाळेच्या वह्या आणल्याच होत्या. एक पान उघडले आणि ती ओवी लिहून घेतली. पुढे अशीच लिहून घेत राहिले.

हा तर माझा एक खेळच झाला. समुद्राच्या किनाऱ्यावरील शंख, शिंपल्या, धुला, कवड्या इत्यादी गोळा करत परकराचा ओचा भरून घ्यावा तसा. पण या

ओव्या सांगून लिहून घेणे मोठे कठीण. बाईंना ओव्या सांगा म्हणावे, तर त्या म्हणत,

"जात्यावर बसल्यावर येतीया, आता न्हाई."

म्हणताना लिहून घ्यावे तर गाताना शब्द, ओळी त्या इतक्या घोळून-घोळून म्हणत की समजायचे नाही, तरी लिहून घ्यायचे. कुणी सांगणारी भेटली तर मध्येच तिला "पुन्हा सांग" असे म्हटले की संपले... तिला पुढची ओळ आठवायचीच नाही. "मधी-मधी बोलू नकासा," हे तिचे निर्वाणीचे सांगणे. पण या ओव्या गोळा करण्यात माझा एकच हेतू – 'गोळा करणे.' त्या वेळी लोकसाहित्य, स्त्रीगीते इत्यादी शब्द माझ्या टप्प्यात नव्हते.

कोल्हापूरला राजाराम कॉलेजमध्ये मी दीड वर्ष होते. तेव्हा माझा हा नाद होताच. कॉलेजला जाता-येता मी अंबाबाईच्या देवळातून जात असे. तिथे देवळात खांबाला टेकून बसणाऱ्या एक आजी ओळखीच्या होत्या. संध्याकाळी येताना त्यांनी मला थांबवून घ्यावे, गप्पा कराव्या, ओव्या पण सांगाव्या. त्या अगदी शुद्धलेखन घातल्यासारख्या सांगत –

"माउली, माउली
कल्पवृक्षाची साउली
तान्हेबाळालागी दिली
देवाजीनी
देवाच्या मायेची
माउली मूर्ती झाली
बाळासाठी ग रंगली,
भवपाशी"

या ओव्या त्यांनीच दिलेल्या.

बेळगावी ट्रेनिंग कॉलेजमध्ये काम करतानाही ही माझी हौस मी पुरवून घेतली. मुलींच्याकडून ओव्या घेतल्याच, पण त्यांना जे प्रोजेक्ट द्यायचे असत त्यात 'स्त्रियांच्या ओव्या' हाही एक विषय दिला. मोठ्या सुट्टीत आपल्या खेडेगावातून त्यांनी त्या गोळा करायच्या असत. त्याही खूप लिहून घेतल्या.

"मैना विचारीते,
मैना सासुरवास कसा?
चित्तकाचा फासा,
गळा रुततो सांगू कसा?
रुक्मीन इच्यारीती
जनी तुमचं कोण नातं?

वनवासी ग पाखरू,
राती वस्तीला आलं हुतं?
राम कुंडावरी,
पिवळी नागीण पसरली
रामाची सीताबाई
चंद्रहार विसरली''

अशा किती-किती तरी मिळाल्या.

आतापावेतो पोत्याची मोठी पिशवी भरून हे कागद साठले. काही वह्यांचे, काही जाहिरातींचे. ज्या वेळी जो कागद जवळ असेल तो घ्यायचा. भरला की पिशवीत टाकायचा. मधून-मधून कागद काढून बघायचे. आई नाही का कधीकधी लहर आली की, ट्रंकेचे कुलूप काढून किडूक-मिडूक पुन:पुन्हा बघते – त्याप्रमाणे. आणि प्रश्नचिन्ह उमटायचे, 'आता या कागदांचे काय करायचे?' या सुमाराला मी नेहमी आजारी असे. विश्रांतीच्या वेळी हे काम मी एकटाकी पुरे केले. सर्व ओव्या मोठ्या लांबट वहीत लिहिल्या. लिहिताना ओव्यांची पुनरावृत्ती तेवढी गाळली. दोन वह्या भरल्या. पुन्हा प्रश्न उभा, 'आता या वह्यांचे काय करायचे?' मग एक गोष्ट सुचली. या ओव्या विषयवार लिहायच्या. म्हणजे माहेर-आई, भाऊ-बहीण इत्यादी. सासर-पती, सासू-सासरा, दीर, नणंद इत्यादी आणि देवदेवता. अशा प्रकारे तेही काम सवडीने पुरे केले. पुन्हा प्रश्न! 'आता पुढे काय करायचे?'

आणि आता जे सुचले ते अगदी वेगळे. म्हणजे असे, या अशा विस्कटलेल्या ओव्या काय कामाच्या? प्रत्येक ओवी ही कविताच. तर अशा 'एका' भाववृत्तीच्या ओव्या निवडून त्या क्रमवार लावून का नाही बघू? मनाला पटले आणि कामाला लागले. नऊ हा स्त्रियांच्या ओवीतील महत्त्वाचा आकडा – एक कविता फार तर नऊ ओव्यांतच ठेवायची. एक उत्कृष्ट ओवी सापडली की, तिच्या आगे-मागे शोभतील अशा ओव्या निवडून जडावाचे काम करायचे म्हणजे असे... हे एक नमुन्याचे गुंठण.

सांभाळा पाठभूज
''हात जोडीते नागीणी
वाटं निराळ्या पसर
बंधू माझ्या हावशाला,
शेता जायाला उशीर
हात मी जोडीते
या रातराबाईला

राजस बंधू माझा,
शेती राहिला एकला
हात मी जोडीते,
हिरीबाईच्या काठ्याला
बंधूच्या ग माझ्या,
नंदी अभंड मोटेला
हात मी जोडीते,
कृष्णाबाईच्या पहिल्या पूरा
सावळा बंधूराज,
बाई धारेचा पवणारा
हात मी जोडीते,
शिरवळ शीतळ पडू देवा
आता माझा बंधू
जाई बाजाराच्या गावा
वाटेवैलं वारूळ
उजवी घालीते जाता-येता
चातूर माझा बंधू
सुखी ठेवा हो नागनाथा
अंबाबाई मातेला गं,
व्हाते मोत्याचं कंबळ
लाडक्या बंधूला गं,
दूर देशात सांभाळ
उगवत्या नारायणा,
हात जोडीते मी रोज
नेणता बंधू माझा
सांभाळा पाठभूज
मी ग ओवी गाते,
जन्म देणाऱ्या एका
नेणता बंधू माझा
फुलपाकळीमधी राखा''
अशी ही कविता. एक भावकविता. एका अनाम मालणीची एक भावगाथा.

।६।

झोपाळ्यावरी बसू

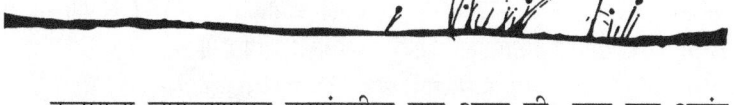

कळायला लागल्यापासून नागपंचमीचा सण आला की, मला खूप आनंद व्हायचा. शेजारी-पाजारी पुढच्या दाराला टांगलेले काथ्याच्या जाड दोरांचे झोपाळे दिसायचे. वर एक पोते वा चादर घातलेली असायची आणि मुले झोका घेत राहायची. त्या वेळी आमच्या दारातही आमचा सत्यप्पा झोपाळा बांधायचा आणि छान, जाड घोंगडे वर घालून मला त्यावर बसवायचा. हळूहळू झोके द्यायचा. खूप गंमत वाटायची. कधीकधी पोत्याचे खोळ करून त्यात मला बसवायचा. अगदी द्रोणात बसल्यासारखे वाटायचे. कधी मलाच गोल गिरवून दोराला पीळ द्यायचा आणि एकदम मला सोडून दूर उभा राहायचा. ही तर खूपच गंमत आणि भीतीही. डोळेही मिटायचे आणि खदाखदा हसायचेही. कधी एकदा गिरक्या थांबतील असे व्हायचे. पण गिरगिर थांबली की पुन्हा म्हणायचे.

"पुन्हा फिरव!"

पण हा खेळ फार थोडे दिवस पुरायचा. किती हट्ट केला तरी नागपंचमीनंतर आठ-दहा दिवस चालायचा. मग एके दिवशी माझ्या नकळत झोपाळा उतरलेला दिसायचा. त्यासाठी हात-पाय आपटून सत्याप्पाकडे तक्रार केली की तो म्हणायचा, "मी काय करणार? सरकारांनी काढाय सांगितला न्हवं."

मी मग गप्प राही. पण तो झोपाळा बरेच दिवस मग मनात राहायचा. नागपंचमीची वाट पाहात राहायचा.

पण हे वाट पाहणे लवकर संपले. वडिलांनी घेतलेल्या रजेत आम्ही सगळे तवंदीला राहायला आलो. दोन्ही बाजूला उंच जोते असलेल्या वाड्याच्या पायऱ्या चढले. आणि समोर काय गंमत! सोफ्याच्या डाव्या बाजूला एका माणसाला

बसता येईल, एवढा पाटाचा झोपाळा. लोखंडी कड्यांनी कडीपाटाच्या नागोबाला टांगलेला. त्या वेळी तवंदीला यायचे म्हणजे आगगाडीने हुक्केरीपर्यंत आणि तिथून बैलगाडीने तवंदीला असा प्रवास असे. सगळे शीण, भूक इत्यादी विसरून मी झोपाळ्याच्या कड्या धरून उभी राहिले. अशा प्रकारचा झोपाळा मी प्रथमच पाहात होते. वर कसे चढावे, समजत नव्हते. पाटावर पालथी पडून पहिला झोका घेतला आणि माझा आनंद स्वर्गात पोहोचला. आता हा झोपाळा कुणी काढणार नाही. खूप बसायला, झोके घ्यायला मिळणार हा विचार किती सुखाचा वाटला!

आता या वेळी माझी धाकटी बहीणही झोपाळ्यावर कड्या धरून बसण्याजोगी होती. झोकेही देऊ पाहायची. पण वर बसल्यावर आमचे पाय जमिनीवर पोहोचायचे नाहीत. मग आम्ही एकीने बसायचे आणि एकीने झोका द्यायचा, अशा पाळ्या लावत असू. कधीकधी आई आम्हा दोघींनाही झोपाळ्यावर बसवून आपण खाली बसून झोके द्यायची. आम्हाला ओवी म्हणायला सांगायची –

"झोपाळ्यावरी बसू, हिरव्या साड्या नेसू,
सारख्या बहिणी दिसू, आक्काताई"

ओवी म्हणून-म्हणून पाठ झाली, दोघींचीही. आईने दुसरी सांगायला घेतली तरी आम्ही दोघी एकदम ओरडत असू, "दुसरी नको, 'हिरव्या साड्या नेसू.' सांग." आम्हाला ही ओवी फार आवडायची. आमच्यावर होती ना!

पुढे मग शिक्षणासाठी बेळगाव, पुणे, कोल्हापूर केले. लहान जागा. तिथे झोपाळा कुठला आणि वेळ तरी कुणाला? पाटाचा, दोरांचा सगळे झोपाळे दुरावले.

त्यामुळे कुठे झोपाळा पाहिला की, थांबून बघावासा वाटे. वर बसावेसे वाटे. पण घडत नसे. कारण आम्ही मोठ्या झालो होतो. बरे दिसले नसते. पण झोपाळ्याचा योग आयुष्यात होता. लग्नानंतर मुंबईला दोन-तीन वर्षे काढून आम्ही पुण्याला आल्यावर जेव्हा माडीवाले कॉलनीत राहायला आलो, तेव्हा त्या तीन प्रशस्त खोल्यांच्या घरात झोपाळा मधल्या खोलीत टांगून मी प्रथम झोपाळ्याची हौस पुरवून घेतली. योगायोगाने कमलही नोकरीच्या निमित्ताने त्या वेळी आमच्या इमारतीत वरच्या ब्लॉकमध्ये राहायला आली. तिनेही स्वत:च्या पगारात पहिला झोपाळा करून टांगून घेतला.

बाहेरून येणाऱ्याची एकट्याने वाट पाहाणे, येऊ घातलेल्या पाहुण्याच्या सरबराईचे बेत दोघांनी मिळून आखणे, दोघांनी मिळून प्रवासाचे बेत करणे, एकटे असताना दुरस्थांची काळजी करणे, डाळ-तांदूळ निवडणे... या सर्व गोष्टींसाठी संसारात झोपाळा हवाच. लहान मुलांना झोपाळ्यावर झोपवण्याइतका दुसरा आनंद होत नाही. एकट्याने झोपाळ्यावर बसणे तरी किती सुखाचे! झोपाळ्याचे हळुवार आंदोलन, नागोशांची त्यासरशी होणारी किरकिर आणि

आपल्या मनातील सुख-दुःखांचे झोके यांचा इतका सुंदर मिलाफ होतो! ...एक कविताच!

ताईही जिथे राहिली तिथे तिने झोपाळा मांडलाच. पुण्याला ती भांडारकर इन्स्टिट्यूट रस्त्यावर भालेरावांच्या घरात राहायला गेली, तेव्हा तिथे झोपाळा नव्हता. मग अप्पांनी (श्री. ना. सी. फडके) दारासमोर सिमेंटची चौकट टाकून झोपाळा बांधून घेण्याची मुद्दाम व्यवस्था केली. त्यांच्याही जीवनात 'झोपाळा' हा अविभाज्य घटक होता. जीवनाचा आनंद कसा घ्यावा, हे एक-दोन पिढ्यांना त्याच्यामुळेच समजले असे म्हणतात, ते काही खोटे नाही. सकाळच्या पहिल्या चहानंतर सिगारेट आणि संध्याकाळी लेखनिक काम आटपून गेल्यावर ओढायची सिगारेट झोपाळ्यावर बसून ओढण्याचा त्यांचा परिपाठ होता. एका कडीला डोके टेकवून, एक पाय झोपाळ्यावर घेऊन त्यावर सिगरेटचा हात ठेवून, आरामात धूम्रवलये निर्माण करायची त्यांची पोज मोठी देखणी दिसे. त्यांच्याच शब्दांत – 'ऐटबाज!'

आम्ही दोघी बहिणींनी झोपाळ्याचा आनंद पुन्हा जाणतेपणी उपभोगला तो ताईच्या 'दौलत'मधील झोपाळ्यावर. रात्री जेवणे झाल्यावर झोपाळ्यावर बसून गप्पा करणे, हा आमचा छंद होता. मुले थोडावेळ यात सामील होऊन घरात जायची. आणि आम्ही नंतर कितीतरी वेळ बोलत असू. कधी 'निलायम'मधून चित्रपट पाहून यावे, कधी बालगंधर्वहून सुंदर नाटक पाहून यावे, रिक्षाचे पैसे देऊन फाटक उघडून पहिला मुक्काम झोपाळ्यावर. बोलणी तरी किती प्रकारची – नाटकांची, नटांची, आपल्या आठवणींची – मूर्खपणाच्या, केलेल्या चुकांच्या, आमच्या-आमच्या केलेल्या प्रेमाच्या फलश्रुतीच्या, मुलांच्या... या सर्वांवर आता गमतीच्या पातळीवरून बोलायचे. तिच्या व माझ्या व्यक्तिगत जीवनात केवढा तरी मोठा फरक. पण ती मध्यरात्र आणि तो झोपाळा आमच्यामधील अंतर पुसून टाकायचा. फक्त स्नेहभाव तेवढा बरसत राहायचा. कित्येक वर्षांपूर्वी तवंदीतील झोपाळ्यावर बसणाऱ्या आम्ही आणि आता बसणाऱ्या आम्ही या स्नेहभावाने जणू सांधून जात होतो, एकरूप होत होतो. 'सकाळ, केसरी, तरुण भाऽऽरत' अशी ललकारी देत सायकलवाला मुलगा रस्त्यावरून गेला की, मग आम्हाला भान यायचे.

घरी झोपाळा आला, हे समाधान झाले. पण दोरीचा झोपाळा – नागपंचमीचा झोपाळा तो दुरावलाच, कारण आता मी मोठी झाले होते. पदवीचे एक प्रकारचे बंधन होते. लोक काय म्हणतील, ही जाणीवही होती. सहज-सहज अशा खेळात, पाण्यात पोहायला शिरतात इतक्या मोकळेपणाने भाग घेणे जमणारच नव्हते.

हा पंचमीचा झोपाळा मी प्रथम इतक्या प्रमाणावर पाहिला तो जालन्याला.

आमच्या पुष्पाकडे गेल्यानंतर. ते पंचमीचे दिवस होते. दारासमोर गल्लीतला दोराचा झोपाळा बांधला होता – तिथल्याच मामाजी-काकाजींनी. त्यांच्या लेकी-बाळी, आत्या-माम्या नागपंचमी खेळणार होत्या ना! रात्री जरा वर्दळ कमी झाल्यावर आठच्या सुमाराला, हा-हा म्हणता बायका-मुली जमू लागल्या. जागा धरून बसू लागल्या. दोघी-दोघी झोपाळ्यावर बसून झोका घेऊ लागल्या. मुद्दाम सासू-सुनांना, विहिणी-विहिणींना झोपाळ्यावर बसायला लावण्यात आले. अशी जोडी जमली की, बायका काय खेळायच्या! इतके बरे वाटायचे! अशीच एकदा सासू-सूनेची जोडी आली आणि आज्जेसासू वाकत-वाकत झोका द्यायला उभी राहिली.

खेकाळणे संपते, तो सूनबाईंनी माथ्यावरला पदर डोळ्यांवर ओढला आणि ओवी मोठ्याने म्हणायला सुरुवात केली.

"पंचमीचा सण बाई दणादणा आला
मुराळी भाऊ आला बाई
जाते मी म्हायाराला
सासूबाई, आत्याबाई
तुमच्या लेकाला जेऊ घाला
दही-साखर भाकरीला
मी ग निघाले म्हायाराला"

आणि मग किती वेळ हसणे, जमिनीवर डोके टेकून-टेकून हसत-हसत सासूची चेष्टा करणे – सून उतरून पळाली ती घरातच. बिचारीला कुणी मुराळी आला नव्हता – माहेरी जाणार नव्हती – सासूला एरवी असे काम सांगणे तिला या जन्मीही जमले नसते. काय खाऊ घालावे नवऱ्याला, हे सांगणेही. एरवी सासूला भयंकर अपमानाचे वाटले असते. पण ही अशी विपरीत गोष्टींनी हसून-हसून बेजार होण्याची किमया त्या झोपाळ्याने केली होती. सगळी नाती, मानपानाच्या कल्पना झोपाळ्याने आपल्या दोरीला गुंडाळून टाकल्या होत्या. पहाटेपर्यंत हा झोपाळ्याचा धिंगाणा चालला होता. आमच्या पुष्पालाही शेजारणींनी ओढून नेले होते! असा नागपंचमीचा उत्सव मी प्रथमच पाहिला. आणि त्यानंतर अजून पाहिला नाही.

सर्व प्रकारच्या अंतराच्या सीमारेषा पुसून टाकण्याची किमया झोपाळ्यात आहे हे खरेच. आता बेळगावलाही आमच्या घराच्या पोहोर्चमध्ये झोपाळा टांगला आहे. रोज दोन-तीनदा तरी त्यावर बसून झोके घेतल्याखेरीज मला चैन पडत नाही. कधी आमचा निरंजन मला सोबत करतो. मग आमच्या म्हणजे त्याच्याच मोठ्या उत्साहाच्या गप्पा चालतात. कधी प्रोफेसरांच्या गमतीच्या गोष्टी सांगतो

आणि मीही त्याच्याइतकीच हसते. कधी सिक्किम सहलीतील हिमालय चढून जाण्याचे प्रसंग सांगतो आणि मीही सिंदबादची सफर ऐकावी तितकीच विस्मयचकित होते. माझेही डोळे त्या धाडसाची वर्णने ऐकून मोठे होतात. कधी पक्षिदर्शनासाठी जाण्याचा बेत सांगतो. मला त्यात फार रस असतो.

मीही मग त्याला म्हणते, "अरे, जंगलात जाशील ना तेव्हा माझ्यासाठी एक माकडाचे पिल्लू आण हं! विसरू नको!"

इतके आम्ही दोघे समरस होतो.

हे बोलणे जर हॉलमध्ये वा जेवणाच्या टेबलावर झाले असते, तर नक्कीच मी काही भिकार शेरे मारले असते. "अरे प्रोफेसरांची चेष्टा करतोस?" "आधी अभ्यास, मग पक्षिदर्शन" असे काही. पण आता माझे मोठेपण, माझे अधिकार हे सर्व विसरून गेलेले असते. कारण मी आणि तो झोपाळ्यावर बसलेले असतो. तो पायाने हळूच झोके घेत असतो. नागोशे कुर्ररऽऽ कुई करत असतात. आणि आमच्या गप्पांबरोबरच जवळची फुले, दूरचा यळ्ळूरगड, शेजारचा माळ हे सर्वच झोक्यात सामील होत असते...!

■

।७।

शतपावली

"दोनच मुली, पण 'इकडून' कधी त्यांना जवळ घेणं झालं नाही." अशी सुरुवात करून आई घरात कुणाकुणाला नेहमी एक आठवण सांगायची. ती ऐकून ती माझीच आठवण आहे, असे मला वाटायचे. रोज संध्याकाळी दिवे लागले की, माझे वडील सोप्यात शतपावली घालत 'विष्णुसहस्रनाम' म्हणत. ते म्हणून संपेपर्यंत त्यांची शतपावली चाले. त्या वेळी मी नुकतीच चालायला लागले होते. त्यांचे बोट धरून आपणही चालावे असे फार वाटे. हात धरला की ते फटकन बाजूला करत. मीही चिवटच. मग त्यांच्या धोतराला धरून पावले टाकी.

ते रागाने आईवर ओरडत, "समजत नाही तुला? घे तिला बाजूला!"

मग आई येऊन मला घेऊन आत जात असे. शेवटी धाकाने किंवा आईने सांगितल्यामुळे त्यांच्या शतपावलीपासून मी दूरच राहिले.

शतपावलीशी माझी ओळख अशी ही आईच्या स्मरणातून आलेली. जशी मोठी होत गेले, तशी मी ती त्यांची शतपावली नेहमीच बघत असे. सर्वसाधारणपणे पुरुषच नेहमी शतपावली घालतात, असे दिसते. कथा-कादंबऱ्यात तर नायिका शतपावली घालत होती, असे तिचे वर्णन कुठे आढळले नाही. मला वाटते, त्याला दोन कारणे असावीत. एक म्हणजे घरात आवतीभोवती वडीलधारी माणसे असताना शतपावली घालणे बरे नव्हे, अशी दृढ समजूत आणि दुसरे म्हणजे, सदा या ना त्या गृहकृत्यात गुरफटलेल्या गृहिणीला तसा एकटेपणा कुठे मिळतो? शतपावली ही नेहमी आपण आपल्यातच गुंगलो असलो की घालणे, ही सहजक्रिया असते. दिनक्रमाच्या साखळीत बसते ती शतपावली नसते. ते

असते एक वळण.

शतपावली घालणे, हे कुणाला नेहमीचे एक वळण असते. कुणी मनावर कसले ओझे, ताण असला की शतपावली घालतात. कोणत्यातरी गोष्टीसाठी मन आतुर झाले म्हणजेही आपोआप शतपावली घातली जाते. ती घालणाऱ्याच्या शरीराची मोडच त्याचे मनोभाव सांगून जाते. ज्याला ते वळण असते, तो शतपावली घालताना मोकळे हात ठेवतो. जणू फेऱ्या मोजणे हाच त्याचा साधासुधा हेतू असतो. त्याच्या कुणाशी गप्पाही चालतात. जिथे मनावर ताण असतो तिथे पावले जड पडतात. नजर पावलाशी असते. हात मागे किंवा छातीशी बांधलेले असतात. ही शतपावली एकट्यानेच, एकटेपणात घालायची असते. ही शतपावली डोळ्यांसमोर आली की माझ्या मनात एक चित्र उभे असते – अंदमानच्या कोठडीत या भिंतीपासून त्या भिंतीपर्यंत शतपावली घालणारे सावरकर! मनावरचे 'देशाचे काय होणार' हे ओझे आणि शतपावलीतून उमलणारे ते 'कमला' काव्य. मंडालेच्या कोठडीतील शतपावली घालत गीतेचे रहस्य उकलून ग्रंथरूपाने आपल्या स्वाधीन करणारे लोकमान्य टिळक. महात्मा गांधींच्यापासून मधू दंडवतेपर्यंतच्या सर्व थोर व्यक्तींनी आपल्या तुरुंगवासात या शतपावलीचा विरंगुळा मानला. नवे विचार, नवा प्रकाश त्यांना तिच्याच वाटेवर दिसला. त्यांच्या शतपावल्यांचे हे ऋण मान्य केल्याशिवाय कसे राहावेल? मला वाटते, त्या थोर व्यक्तींच्या शतपावलीत समाजच बालरूप घेऊन त्यांच्या बोटाला धरून पावले टाकत असेल. आपला अवघा विश्वास त्यांच्या खांद्यावर टाकून तो समाज निश्चिंत राहात असेल.

सामान्यांच्या जीवनात तरी शतपावलीला काय कमी महत्त्व आहे? काळजीचा बुक्का आणि आनंदाचा गुलाल त्या पावलांतून उमटत जाताना त्या व्यक्तींना किती हलके वाटत असेल!

ह्यांनादेखील शतपावली घालण्याचा नाद होता. पण नेहमीचा नव्हे. मुले लहान होती तेव्हा संध्याकाळची आठ वाजण्याची वेळ म्हणजे गडबडीचीच. जेवणाची तयारी, मुलांच्या भुका आणि लहान्याचे रडणे-किरकिरणे, सगळेच हातघाईचे काम. त्या वेळी हे मदतीला येत. मालिश, अंगडे-टोपडे केलेल्या बाळाला उचलत आणि खांद्यावर पालथे घालून थोपटत, गुणगुणत शतपावली घालत. हे काम त्यांना फार आवडायचे. चालायला लागणाऱ्या मुलालाही बोट धरून बरोबर घेऊन, शतपावली घालत. चंदू वडिलांच्याबरोबर गप्पा करायला लागला तो या शतपावलीतच. शतपावलीत त्या दोघांची जवळीक गुंफली गेली.

ह्यांची अशीच एक शतपावली मला अजून समोर दिसते, ती मी न पाहिलेली शतपावली. पुण्याला असताना पुष्पाच्या वेळी मी रात्री नऊ वाजता डॉ. चपलाबाई

खाडिलकरांच्या मॅटर्निटी होममध्ये दाखल झाले. बरोबर काकू होत्या. हेही थांबले. तशा डॉक्टर म्हणाल्या,

"संत, तुम्ही सकळी सहाला या. काळजी करू नका."

ते थोडे घुटमळले, पण मग जावे लागले. बाळाचे ठीकठाक झाल्यावर काकू पण गेल्या. मला आता मोठी सोबत होती. पण डोळे सारखे दाराशी. साडेपाचलाच आईला घेऊन ते आले. पाळण्यातील तान्हीला ते कौतुकाने बघत राहिले आणि सासुबाई सांगत होत्या...

"तुला इथे पोहोचवून हा आला तो झोपलाच नाही. सारख्या आपल्या शतपावल्या चालू. दोनदा चहा दिला. काकूंनी आल्या-आल्या 'सगळं छान आहे' असे सांगताच म्हणाला, 'चल जाऊ या!' चहा केलान, थर्मास भरलान... आणि शतपावल्या घालत वाट बघतो आहे फटफटण्याची. कठीण ग बाई."

मुलीला माझ्याजवळ ठेवत हे म्हणाले...

"अगं, काळजी किती! आणि मग हिला कधी बघीनसं झालं..."

माझ्या डोळ्यांत पाणी आले.

म्हटले, "पाय दुखत असतील. बसा आता." आणि त्यांना कॉटवर बसायला जागा करून दिली. ती शतपावली... आनंदाची... काळजीची... व्यग्रतेची... प्रसन्नतेची सरमिसळ गुंफण असलेली. जिव्हाळ्याच्या नवीन धाग्याला स्वतःत गुंफून घेणारी... बघितली नसली तरी मनोमनावर पावले उमटवून राहिलेली.

शरीराला आणि मनाला एकाच वेळी समाधान देणारी, त्यांचे तापत्रय हलके करणारी शतपावली ही एक सुरेख यात्रा आहे. जसे वळसे घ्यावे तसे मनतन पाण्यात शिरल्यासारखे हलके-हलके होते. एकटेपणात, आजारपणात मलाही या शतपावलीने किती दिलासा दिला आहे! पुष्पा, रवी लहान असताना तर गप्पा आणि 'शुभंकरोती' करत ते चिमुकल्या पावलांनी मला सोबत करत. माझ्या कित्येक कवितांची बीजे, वाटेवर गुंजा वेचाव्या तशी या शतपावलीतच वेचलेली आहेत. रचलीही आहेत. माझ्या कित्येक विवंचना या शतपावलीत वाहून गेल्या आहेत. म्हणून मी म्हणते की, स्त्रियांनी शतपावली घालून बघावी. काय होते, एखादीला काही मानसिक ताण वाटला तर तो दूर करायला तिच्यापाशी बसल्या-बसल्या खूप सुविधा असतात. लोकरीचे विणकाम तटातटा विणत सुटायचे आणि टाके चुकायचे. कपड्याचे कपाट लावायला काढायचे आणि सगळ्या मांडणीचाच पोत बिघडायचा. स्वयंपाकघर लावायला काढायचे आणि भांडीच तिच्या सांत्वनासाठी नादमय व्हायची. पण यापेक्षा तिने शांत चित्ताने शतपावली घातली तर! ती शतपावली घरात समाधाना आणल्याशिवाय राहणार नाही, हे निश्चित!

दुसऱ्याला शतपावलीत हर्ष-विषादाचे गोफ गुंफताना बघणेदेखील किती गोड असते. आमच्या पुष्पाचे नुकतेच लग्न झाले होते आणि प्रथमच ती माहेरी आली होती. रोज ठरावीक वेळेला तिच्या स्वयंपाकघरापासून पुढील दारापर्यंत शतपावल्या सुरू व्हायच्या. पोस्टमनची वाट बघत या शतपावल्या. तिचे पत्र यायचे असे. पुढच्या दारापासून मागे फिरताना दोन-तीनदा तरी मागे वळून बघायची. एखाद वेळी तेवढ्यात तो येऊन जायचा! चेहऱ्यावर आपण पत्र वाचत आहोत, हा भाव लहरत असायचा. आत्ममग्न असायची. शेवटी पोस्टमन दारात यायचा आणि म्हणायचा, ''ताई आज तुमचं काय नाही की!'' आणि हसत एखादे बुकपोस्ट तिच्या हातात देऊन जायचा. ती उत्कट, आतुर, हसरी शतपावली एकदम कोमेजून जायची. मागे हात बांधून पाय ओढत ती परतायची.

मला म्हणायची, ''पत्र कसं आलं नाही गं?''

मी म्हणे, ''अग, दुपारच्या डाकेला येईल. आल्याशिवाय राहायचं नाही.''

पण तिच्या मनात प्रेम, राग, विचार हे सर्वकाही. आणि शेवटी मनोमनीच प्रश्न... 'पण आता का आलं नाही?' मी काही काम सांगून तिला त्या शतपावलीतून बाहेर काढेपर्यंत याच मलूल अशा तिच्या शतपावल्या चालू असायच्या. त्यांच्यातील आशा-निराशेची नक्षी मोठी मनोहर वाटायची.

खरेच दिन-रातीने सीमित असलेले आपले जीवन म्हणजे एक शतपावल्यांचा उत्सवच नव्हे काय? कधी काही कर्तव्ये बोटाशी धरलेली, स्वप्ने छातीशी सांभाळलेली, कधी कुणाची ओझी आपल्या खांद्यावर घेतलेली... पावला-पावलांतून सुख-दुःखाची उन्हा-सावलीची जाळी पसरणारी. आपल्याबरोबरच दुसऱ्यालाही समाधान देणारी ही जीवनाची शतपावली किती रम्य असते... पण ती आपल्याला जाणवायला हवी.

।८।

जिव्हाळ्याच्या दुनियेत

लहानपण खेड्यात जायला हवे किंवा शहरात गेले तरी आजूबाजूला निर्सगाचा शेजार हवा; त्यामुळे मनाला एका वेगळ्या दुनियेत प्रवेश करण्याची प्रेरणा मिळते, हौस वाटते. आणि एकदा त्या दुनियेच्या जिव्हाळ्याचे बीज मनात पडले की, ते पुढे केव्हाही अंकुरत, बहरत राहाते. ही आगळी दुनिया म्हणजे प्राण्यांची. माणसांच्या दुनियेतून अगदी वेगळी. त्यांची-आपली जीवनपद्धती वेगळी, भाषा वेगळी, अन्न वेगळे. जे आपण बोलण्याने, लेखन-वाचनाने समजून घेतो, ते त्या दुनियेत वासाने, स्पर्शाने, तीक्ष्ण नजरेने आणि कानाने समजून घ्यावे लागते. त्या दुनियेत प्रवेश करून हळूहळू पावले टाकून हे समजून घ्यावे लागते, मग त्या दुनियेवर आपला जीव जडू लागतो. तुकाराम स्वर्गाला विमानातून निघाले तेव्हा जिजाऊलाही म्हणाले, "तूही चल!" तशी ती म्हणते, "नाही हो, मला जमणार नाही. माझी म्हैस व्यायला झाली आहे." गोठ्यातल्या म्हशीच्या बाळंतपणासाठी स्वर्ग नाकारणारी जिजाऊ मला मोठी वाटते, ती त्यामुळेच!

लहानपणी मी तवंदीला राहायला गेले आणि वाड्यातील ती मांजरांची फटावळ बघून मला गंमतच वाटली. ते घर त्यांचे होते, म्हणून ती मला भ्याली नाहीत. त्यात चार पिल्ले होती. त्यांची माझी गट्टी लगेच जमली. मांजराच्या पिल्लांना खेळताना बघण्यात जो आनंद असतो, त्याला दुसरा पर्याय नाही. मी बसले की ती खेळायला आलीच. उभी राहिले की नाजूक नखांनी कपडा पकडून अंगावर पायापासून डोक्यापर्यंत चढायची. गिर्यारोहणाची प्रेरणा हे पाहूनच घेतली असली पाहिजे. परवाच मी कुठे वाचले की, एका ऑलिम्पिक खेळाडूने उडी मारण्यापूर्वी आसन जमवले ते मांजराची उडी मारताना दबा धरण्याची पद्धत

बघूनच. आई म्हणायची, 'मांजर कृतघ्न. केव्हा लाड करून घेतील आणि केव्हा फिस्कारतील सांगता यायचे नाही.' कशी का असेनात, मला ती आवडली आणि या दुनियेत मी त्यांच्या निमित्ताने पाऊल टाकले आणि पुढे जात राहिले.

माझी दुसरी गट्टी जमली ती आमच्या घोडीशी. तिचे नाव, गंगा. पाणी आणायची म्हणून 'गंगा.' तवंदी गावाला एकच विहीर आणि तीही अर्धा डोंगर उतरून गेल्यावर. तेव्हा आमच्या घरी माकणीवरून पाणी वाहून आणण्यासाठी घोडी बाळगली होती. तिच्या पाठीवर काथ्याच्या गादीवर माकण टाकायची. त्यात चार घागरी बसवायच्या की ती निघाली विहिरीकडे. सांभाळून ये-जा करे. बरोबर कुणी लागत नसे. विहिरीवर आमच्यापैकी कुणीतरी असेच. घागरी भरून माकणीत ठेवल्या की निघाली घरी. भारी गरीब आणि देखणी. रंगाने तांबडी. डोक्यावर पांढरा नाम. तिने माझ्याशी लगेच मैत्री केली. रोज सकाळी गोठ्यात जाऊन खुंटीवर अडकवलेला खरारा हातात अडकवून तिला खरारा करायला लागले, तिच्या आयाळीतून, शेपटीवरून विंचरायला लागले की, अगदी आनंदात असायची. तिच्या डोळ्यांत तो दिसायचा. मान तरतरीत ठेवून ती मला खरारा करू द्यायची. पोटाखाली वाकले की, आपले मऊ लिबलिबीत नाक मानेला लावून मला गुदगुल्या करायची. इतके छान वाटायचे. दोन्ही हातांनी तिची आयाळ धरून तिच्यावर स्वार व्हायचे आणि पालथे पडून तिच्याशी काहीबाही बोलत राहायचे, ही माझी दुपारची करमणूक होती. मी तिच्या पाठीवर असेपर्यंत ती अगदी शांत उभी राहायची. दिवसाआड तिला हरभऱ्याचा तोबरा देणे, हे माझे काम होते. मी दारात दिसले की, दाव्याला ताण देऊन मान हलवून ती म्हणायची, "ये गं माझ्याकडे!" तिच्या जवळ जाऊन पुठ्ठ्यावर थाप मारली की, सुखाच्या लहरी तिच्या पाठीवरून थरकायच्या. "किती माया करतेस माझ्यावर," असे म्हणत ती आपल्या लाळेने बुळबुळीत अशा जाड जिभेने माझा हात चाटायची. तिच्याशिवाय मला करमायचे नाही... तिलाही.

तवंदीला मधूनमधून माकडवाले यायचे. हातात एक कुडमुडे, लांब दोरांना बांधलेली दोन माकडे, खांद्यावर पोते अशा सरंजामानिशी खेळ दारात यायचा आणि नाटक सुरू. त्या माकडांची नावे बापूराव आणि भागाबाई. खेळवाला म्हणायचा की, "बापूराव, भागाबाई का रुसली बघा बरं!" हे ऐकताच हातातील शेंग तशीच टाकून भागाबाई जवळचे फडके डोक्यावर घेऊन अशी रुसायची की हसून-हसून पुरे व्हायचे. आपणही असे माकड पाळावे, असे वाटायचे.

पुण्याला भांडारकर रोडवर आप्पा राहात असत. त्या वेळी त्यांनी दक्षिणेच्या एका प्रवासातून निलगिरी जातीचे लहान चणीचे एक माकड आणले. तिचे नाव 'निली' ठेवले. निली वीतभर उंचीची होती. तिचा एवढासा नाजूक लाल चेहरा,

कपाळवरच्या आठ्या, संशोधकांना शोभेशी तीक्ष्ण नजर या सर्वांनी ती तत्त्वज्ञानी माणसासारखी दिसायची. पण भारी खोडकर. जे-जे घरात उचलावेसे वाटायचे ते ती उचलून उंच वरच्या फळीच्या कोपऱ्यात ठेवायची. आम्ही त्याला 'निलीचा खजिना' म्हणत असू. सामानातून आलेली वेलदोड्याची पुडी कुठे दिसली नाही की ती निलीच्या खजिन्यात सापडायची. छोट्या रोहिणीचे आकडे, पिना, रिबिनीदेखील.

त्या वेळी आप्पा पान खाण्याचा शौक करत असत. जेवण झाले की, पुढच्या खोलीत जमिनीवर मांडी घालून बसायचे. नीटसपणे पानात सर्व मसाला घालून लांबट पट्टी करून ताईला हाक मारायचे, 'कमऽल' आणि ही हाक ऐकताच निली ताईच्या अगोदर येऊन खुर्चीच्या दांडीवर, खुंटीवर बसायची. ताईने ती पट्टी घेतली की आप्पा दुसरी पट्टी करायला घ्यायचे. पान डब्यातून काढतात तो निली उडी घेऊन त्यांच्या मांडीवर जाऊन बसायची. त्यांच्या शर्टाच्या कफलिंगशी खेळत संशोधकाच्या नजरेने पान करणे, बघत राहायची. तिच्या छोट्या बचकुलात पट्टी ठेवली की, तिने लगेच तोबरा भरलाच. पण उठायची नाही कारण आता आप्पा आपल्यासाठी पान लावणार असत. तिला पान भारी आवडायचे. आप्पा म्हणत, "कमल, पोरीचे ओठ किती रंगले बघ," आणि खूप हसायचे.

आप्पांनी डबा मिटला की ती उड्या घेत निघून जायची. तिचा सकाळचा चहा सर्वांच्याबरोबर टेबलावर. ताईच्या बशीतील चहा मिळेपर्यंत ती बसून राहायची. या निलीने सगळ्या घरालाच आपला लळा लावला होता. एका खेपेला मी पुण्याला गेले; निली दिसली नाही. ताई म्हणाली,

"एक माकडाची टोळी आली होती. त्यातल्या जोडीदाराबरोबर ती आमच्यादेखत निघून गेली!"

पण घरभर तिच्या आठवणी होत्या.

असाच मी एकदा एक 'वनमाणूस' हा अनोखा प्राणी सांभाळला होता. एका माझ्या विद्यार्थ्याने तो मला पिंजऱ्यातून दाखवायला आणला होता. खानापूरजवळच्या जांबोटी गावाच्या आसपास खूप जंगल आहे. ते या प्राण्याचे वसतिस्थान. हा अगदी झाडांच्या शेंड्यावर चढून जातो म्हणून त्याला पकडता येत नाही. आणि त्या भागातील माणसे त्याचे दर्शन अशुभ समजतात. आकाराने मुठीएवढा, माकडासारखे रूप, कान माणसासारखे, डोळे काळेभोर, तल्लख, हात-पाय लांबलचक आणि शेपटी नाही, असा हा वनमाणूस.

मी तो मुलांना दाखवायला घरी आणला. रवीला फार आवडला म्हणून ठेवून घेतला. तो प्राणी पाळीव नव्हे. त्यामुळे त्याची जीवनपद्धती एका प्राण्यांच्या कोषातून वाचली. तो दिवसा स्वस्थ असतो. डास, कीटक हे त्याचे भक्ष्य. त्याचे

जातीय नाव 'लॉरीस' एवढीच माहिती. बेळगावी डासांना काय तोटा? त्यामुळे त्याच्या पोटाचा प्रश्न मिटला. ॲल्युमिनियमची एक लांबलचक साखळी आणली. घड्याळाचा पट्टा त्याच्या कंबरेला घट्ट असा बांधून त्यात साखळी अडकवली आणि तिचे दुसरे टोक खिडकीच्या गजाला बांधले. त्याने हे सर्व करून घेताना चावाचावी केली, पण बांधून होताच खिडकीच्या गजावरून, विजेच्या लाकडी पट्टीवरून सरसर चढत तो छपरानजीकच्या तुळईवर जाऊन बसला. बिटीबिटी खाली बघू लागला. भ्याला होता. रवीने त्याचे नाव ठेवले, 'बाबुराव!'

दिवसभर हा बाबुराव तुळईवर गुडघ्यांना हाताची मिठी घालून त्यात मान टेकून स्वस्थ असायचा. संध्याकाळ झाली की त्याची शिकार सुरू. लांब हात करून डास टिपायचा आणि आडवा हात करून तो ते भक्ष्य मटकवायचा. रात्रभर साखळीचा आवाज ऐकू यायचा. पूर्वेकडे जरा पांढरी कड आली की 'सीऽऽऽ' म्हणून चीत्कार टाकायचा. हार्मोनियमची तारस्वरातील पट्टी अलगद हाताने दाबावी तशी. अगदी नाजूक 'सीऽऽ'

तीन-चार महिन्यांत तो चांगलाच रुळला. 'बाबूराव' म्हणून हाक मारताच लांब, पण खाली उतरून येऊ लागला. केळाचा तुकडा लांब हात करून घेऊ लागला. डोक्यावरून हात फिरवून घेऊ लागला. बाबूराव आमचा झाला हा आनंद केवढा मोठा होता. मला कौतुक वाटते, ते या प्राण्याच्या आमच्या दुनियेशी जमवून घेण्याच्या वृत्तीचे. त्यांना फक्त आमचा विश्वास हवा असतो. तो त्यांना मिळाला की, ते लगेच आपले होऊन जातात. या वेगळ्या जिव्हाळ्याच्या दुनियेत म्हणूनच मला फार समाधान वाटते.

■

। १ ।

वाट पाणंदीची

नगरे व शहरांतील लोकांच्या परिचयाची ही वाट नसते. ज्याने लहानशा खेडेगावात थोडा काळ घालवला आहे, त्या खेड्यातील जीवनाशी जे समरस झाले आहेत त्यांनाच ही वाट माहीत असते. या वाटेला नाव आहे, पांद-पांदीतील वाट. हिला 'पाणंद'ही म्हणतात. गावाच्या शिवेच्या जवळपास ही आपले स्वागत करते आणि उघड्या शिवाराशी नेऊन आपल्याला निरोप देते. म्हणजे गाव आणि शिवार यांना जोडणारी ही वाट. गावातील पांढरी आई आणि शिवारातील काळी आई या दोन मातांमधील स्नेहाचा हा एक अतूट धागा. वास्तव आणि स्वप्न यांना एकत्र आणणारी ही एक क्षितिजरेखा. कलावंताचे वास्तव आणि त्याने निर्माण केलेले स्वप्न यांच्यातील धागा या पांदीसारखाच तर नसेल?

लहान मुलीसारखी माळा-डोंगरावरून धावणारी ही पाऊलवाट नव्हे. रस्ताही नव्हे. खडी घालून रुळाने दाबून बनवलेला मानवनिर्मित रस्ताही नव्हे. पाणंद म्हणजे एक अवगुंठनवती निसर्गकन्या. झाडझाडोऱ्यांतून वाट काढत जेव्हा माणसांची, प्राण्यांची वर्दळ सुरू झाली, तेव्हा ही आपोआप निर्माण झालेली.

आमच्या तवंदी गावाला अशीच एक पाणंद होती. या वाटेच्या दोन्ही बाजूंना बोरी, बाभळी, चिंच, अडुळसा यांची खुरटलेली झाडे होती. आणि या झाडांना वेढून एकमेकांशी जोडणाऱ्या रानवेली-करवंदीची, शतरंगी-घाणेरीची, घंटीच्या फुलांची, कुंपणीची अशा नाना तऱ्हेच्या जाळीदार हिरवी भिंत उभी करणाऱ्या वेली होत्या. त्यांच्या तळाशी तेरड्याची, तरवडाची, टाकळ्याची, धोत्र्याची उंच-उंच तणांची गर्दी असायची. अशा दोन्ही बाजूंनी सजवलेल्या जाळीमधून वाट

असायची. दगड-गोट्यांची आणि भक्क पांढऱ्या मातीची. चालताना वर पाहिले की, या भिंतींनी रेखलेली आकाशाची निळी पट्टी दिसायची. दोन्ही बाजूंनी हिरव्यांनी गुंफलेला आणि वरून उघडा असा हा जणू बोगदाच. बाहेर उन्हे किती कडाडली तरी पांदीच्या वाटेवर गारवाच.

कोणत्याही ऋतूत पांदीकडेच्या कोणत्या ना कोणत्या वनस्पतींना फुलांचा-फळांचा बहर असायचाच. या पांदीतून चालताना हात लांब करून चिंचेचा पाला ओरबाडून चघळणे, कच्ची बोरे, करवंदे काढून तोंडात टाकणे, घाणेरीच्या जांभळ्या-काळ्या फळांचे गेंद खुडून चालताना एका एकाची रुची चाखणे, हे मला फार आवडायचे. शिवाय निरनिराळी फुले तोडायची ती निराळीच. एक गुराखी मुलगा आपल्या म्हशीच्या पाठीवर आरामात झोपून या पांदीतून जाता-जाता हा बाजूचा मेवा काढून तो मटकावत आराम प्रवास करायचा. ते बघायला गंमत वाटायची. शेतावरचे माळवे आणायला भागूबाई निघाली की, मी तिच्या मागून जात असे. मला या पांदीच्या वाटेने जाणे फार आवडायचे. सत्याप्पा शेतावर कामाला निघाला की, मी निघालेच. खांद्यावर शेतीचे अवजार, हातात बैलांचे कासरे असा तो निघाला की मागून मी.

या पांदीत रहदारी अशी ठरावीक वेळीच. सकाळ दिसते न दिसते, तो शेतावर कामाला निघालेल्यांची. जरा ऊन वर आले की गोवारी, खिल्लारी आणि त्यांच्या पाल्यांची. दाटीवाटीने एकमेकाला ढुशा देत निघालेल्या त्या गजगामिनी म्हशी आपल्या डोळ्यांतील पांढरे दाखवत फुस्स करून तिरक्या नजरेने रोखून बघू लागल्या की कुठे पळू व्हायचे. शिंगांनी एकमेकींना टोकत निघालेल्या गोमातादेखील हलकीशी लाथ द्यायला कमी करायच्या नाहीत. पांदीतून बाजूला पळायला वाव नसतो. पुढे तरी पळा किंवा मागे तरी. या वेळी जाणे जरा अवघडच. अगदी मागे राहावे तो नाकातोंडातून धूळच धूळ. पण हे सगळे सोसूनही जायला हवे असायचे. कारण कळपांचे गोवारी कधी त्या गुरांच्या मधून चालत, कधी गुरावर बसून पावा वाजवत. पावा-बासरीचा तो स्वरसमूह किती ऐकावा तेवढा थोडाच वाटे.

ही वर्दळ संपली की तीन-चार तास पाणंद स्वस्थ असायची. चढत्या उन्हात पेंगत असायची. सूर्य डोक्यावर आला की, पुन्हा जागी व्हायची. आता या पांदीतून रंगीबेरंगी धडोती नेसलेल्या गावच्या सुना-लेकी जात असायच्या. या पाखरांच्या थव्यासारख्या तिना-पाचाच्या घोळक्याने चालत. डोक्यावर पाटीत तीन-चार लोटकी कालवणं-कोरड्यासाची, दही-ताकाची. फडक्यात बांधलेली भाकरीची चळत, काखेत घागर आणि हातात तांब्या, दुसऱ्या हातात एखादा फाटा-जनावरांना दूर करण्यासाठी. शेतावरील घरच्या माणसांसाठी न्याहारी नेणाऱ्या

या मुली. पावलांना सोबत थट्टामस्करी, राग-लोभ सर्वकाही. बरोबर अनवाणी पायातील जोडव्यांची किणकिण. रिकाम्या पाट्या घेऊन या परतल्या की पाणंदीला पुन्हा विश्रांती, ती तिन्हीसांजेपर्यंत.

या वेळी सर्वांची एकच घाई. शेतावरून बैला-अवजारासहित परतणाऱ्यांची, गवता-बाटकाचे भारे घेऊन निघणाऱ्यांची, गुरा-ढोरांची एकच हुल्लड, गाई-म्हशींचे हंबर आणि राखणाऱ्यांच्या आरोळ्या. या आरोळ्या तर घरा-घरात ऐकू यायच्या.

मग घरातील वडीलधाऱ्या बायका म्हणत, "सुने, गुरांचा गोंधळ आत्ता येईल गं बाई! गोठ्यात दिवा लाव. दारात लाव."

या दिवेलागणीच्या वेळेला संधिप्रकाश फांद्याफांद्यातून धारांनी वाटेवर पसरे आणि त्याच्याबरोबर दोन्ही बाजूंच्या झाडोऱ्याच्या सावल्यांची गुंतागुंतही. एक पिवळा-सावळा गूढपणा वाटेवर पसरून राही.

ही वर्दळ कमी झाली की, हा गूढपणा अधिकच वाढायचा. त्यात एक अनाम भीती मिसळायची. एकटा-दुकटा आता झपाझप चालायला लागायचा. दोन्ही बाजूंच्या झाडोऱ्यांतून कसले-कसले आवाज ऐकू यायचे... रातकिड्यांचे, रातव्यांचे, पंखाच्या फडफडण्याचे, सापा-सरड्यांचे सरसरण्याचे. कधीकधी घुबडांचे, पिंगळ्यांचे डोळे फांदीतून दिसायचे आणि या सगळ्यांमुळेच की काय, कसली भीतीही मनाला डसायची. ही वेळ म्हणजे घरच्या बायकांना घोर लावणारी. आत-बाहेर करायला लावणारी.

"वाट तरी पांदीतील अंधारी भारी"
"आणि बैल कसल्याही बुजती आवाजा"

राजा-परधान्यासकट कारभारी अजून आले नाहीत, म्हणून मग अशा शंका-कुशंका... मनाचा थरकाप करणाऱ्या. ओव्यांमधूनही ही कातरता सुरेख अशी वर्णिली आहे.

"नागिणी-सर्पिणी, नको पसरू वाटेवर
कंथा माझ्या राजसाला,
शेती झालाया उशीर"

आणखी एक बहीण काळजी करते. लिंबाच्या फोडीसारखे डोळे असणारा आणि आखावर कोन आणून फेटा बांधणारा माझा भाऊ अजून आला नाही. का बरे आला नसेल? त्या नखरेल मोहनाच्या गाई-गुरांबरोबर तर येत नसेल...?

वर्षे गेली आणि अशी तिन्ही त्रिकाळ पाहिलेली पांदीची वाट दुरावली. तिची फक्त आठवण तेवढी राहिली. गाव सुधारू लागले, आता पांदही उरली नसेल कदाचित. अशीच एक पाणंद मी कोसबाडच्या दहा-बारा दिवसांच्या मुक्कामात

मन भरून पाहिली. आदिवासींच्या पाड्याकडे जाताना लागणारी बाभळीची, मेंदीची झुडपे आणि गुंजाच्या वेलींनी गुंफलेल्या वाटेवर लालचुटूक आणि मऊमऊशी पाऊल बुडवणारी माती, बाजूंनी बाभळीच्या पिवळ्या नि मेंदीच्या पांढऱ्या फुलघोसांची नक्षी चितारलेली अशी ही रंगदार आणि सुगंधाने घमघमणारी पांदीतील वाट. वाटेवरच घोटाळायला लावणारी. फुलवासांचे खोरेच जसे. या रस्त्याला सकाळी गेले की, तशाच रंगदार कृशांगी आदिवासिनी त्या पांदीतून जात असायच्या. डोक्यावर लाकडाच्या मोळ्या, लाल-हिरव्या रंगाचे चटपटीत नेसण, विंचरलेल्या केसात रानफुलांचे घोस आणि गळयात रंगीबेरंगी मण्यांच्या माळा. माळांचे सरच. चवल्या-पावल्यांच्या पुतळ्यांच्या माळा... आणि ओझे कमी होण्यासाठी सुंदर ठेक्यातील, वारली भाषेतील गाण्याच्या ओळी. लटपट चालताना त्यांच्या हातांचे वळसेही किती बघावे वाटायचे! त्या निसर्गकन्यांचा तो चालतानाचा आकृतिबंध मोठमोठ्या चित्रकारांना कुंचला उचलण्याची प्रेरणा देणारा. त्या हिरव्या पांढऱ्या पांदीच्या या झुलत्या फांद्याच जशा. इतक्या त्या गोड दिसायच्या. आणि अप्रूप अशा उभ्या चालत्या पांदीच्या स्वरूपाला दृष्ट लागू नये म्हणून त्या लाल मातीत लाल-काळ्या गुंजांची पखरण झालेली, गालबोट लावल्यासारखी. त्या मेंदीच्या घोसांकडे बघत खाली गुंजा वेचायच्या हा माझा त्या पांदीतील आवडता खेळ. थोड्याशा मुक्कामात किती गुंजा वेचल्या आणि तितक्याच त्या पांदीच्या लावण्याच्या आठवणीही!

■

।१०।
कर्मभूमी आणि स्वप्नभूमी

माणसाला सर्वसाधारणपणे स्थलांतर आवडत नाही. एका गावात जर आपले चांगले चालले असेल, कुटुंबात समाधान असेल तर आपण विनाकारण दुसऱ्या गावाच्या शोधार्थ निघत नाही. आवडतच नाही. खेडे, गाव, शहर, ज्यात आपण राहात असू ते – त्याच्याशी आपण निगडित होऊन जातो. तिथल्या मातीशी, निसर्गाशी, माणसांशी आपण जिव्हाळ्याच्या बंधाने बांधले जातो. तृप्त असतो.

मी या सुखद अनुभवाने समृद्ध आहे. मला आठवते तेव्हापासून तवंदी आणि बेळगाव इथे माझे शाळेचे शिक्षण पूर्ण होईपर्यंत दिवस गेले. ही दोन्ही गावे मला कर्मभूमी आणि स्वप्नभूमीसारखीच होती. येथेच मी वाढले. इथल्याच हिरव्या डोंगर-दऱ्यांचे आणि लाल मातीचे संस्कार घेतले. ज्याला 'कर्नाटकी वळण' म्हणतात, ते मला इथेच मिळाले. साळढाळ, मोकळे वागणे आणि सर्वांत सामावून जाण्याची ओढ असणे, हे वळण याच दोन्ही गावांचे. 'हे माझे घर' असे म्हणण्याऐवजी 'हे आमचे घर' असे बोलणे तोंडी बसले. तवंदीची खेडवळ राहणी, बेळगावातील प्रसिद्ध डास आणि प्रत्येकाच्या अंगणातील ऐंशी फुटांइतक्या खोल विहिरी यांच्याविषयीही ममता वाटू लागली. खोल तळाशी तळहाताएवढे काळे भिंग दाखवणाऱ्या विहिरीतून, गडगड्यांवरून घागरीने पाणी ओढणे मजेचे वाटू लागले.

आम्हा मुलींना कधी 'फिरायला म्हणून जाणे' माहीत नव्हते. पण दर संकष्टीला आरगन तळ्यावरील गणपतीला घरादाराबरोबर निघालो की, दर्शनापेक्षा त्या प्रचंड वृक्षांनी आखलेल्या तळ्यावरच रमत असू. हनुमान जयंतीला घुमटमाळावरील मारुतीला जाताना त्या माळाच्या टेकडीच्या माथ्यावरील तळ्याभोवती

पाय सावकाश चालत. हॅक्सिन डेपोकडच्या मैत्रिणीकडे जाताना, प्रचंड वृक्षांच्या कमानीखालून जाणारा खानापूर रस्ता आम्हाला वेड लावून जात असे.

पण स्वप्न कधीतरी संपतेच. तसेच माझे झाले. पुढील शिक्षणाकरता मी नंतर पुणे, कोल्हापूर इथे स्थलांतर केले. कोल्हापूरचा मला फारसा लळा लागला नाही. कारण मी, कॉलेज आणि घर या पलीकडे कुठे मोकळेपणाने गेलेच नाही. रंकाळा आणि संध्यामठ दुरूनच बघितला. कोल्हापूरचा निसर्ग जरी असा माझ्यापासून दूर राहिला तरी त्या काळातील दोन आठवणी म्हणजे कोल्हापूरने मोठ्या प्रेमाने मला दिलेला नजराणा, असे मी समजते. दोन अगदी खासगी अशा मैफलींचा तो नजराणा!

बाबूराव जोशी यांच्या बोलण्यावरून आम्ही दोघी गाण्याच्या एका कार्यक्रमाला गेलो. लहानसाच सोपा, एका शुभ्र गादीवर बसलेले सवाई गंधर्व, देखणे, गोरेपान. मागे दोन विनम्र तरुण. शेजारी तबला. आणि पलीकडे त्यांच्याकडे एकाग्र नजरेने बघत मांडी घालून बसलेले बालगंधर्व. दोन सौंदर्य, दोन स्वरलावण्ये आणि दोन सौजन्ये यांची युती बघायला मिळाली, हे काय थोडे झाले! समोर श्रोते मोजकेच. जाणकार आणि घरच्या मंडळींत मी आणि ताई. दोन चिजा म्हणून सवाई गंधर्व थांबले.

मग बालगंधर्वांना कुणी अत्यंत नम्रपणे म्हटले, "आपण –"

"नाही-नाही, देवा, यांच्यापुढे नाही, देवा." असे म्हणत सवाई गंधर्वांना त्यांनी हात जोडले. तेव्हा जो एक भक्तिभाव त्यांच्या त्या नमस्कारातून, त्यांच्या डोळ्यांतून आणि त्यांच्या ओठांतून उमटला त्याने माझे मन दिपून गेले... आणि तितक्याच सहजरम्यतेने त्यांच्याकडे पाहून सवाई गंधर्वांनी आदरपूर्वक स्मित केले, ते पाहून धन्य वाटले!

अशीच एक छोटी मैफल ऐकायला ना. सी. फडके यांच्याकडे आम्ही दोघी गेलो होतो. आम्हाला जायला जरा उशीरच झाला होता. माडीवरच्या सोप्यात आप्पांचे मित्रमंडळ बसले होते. सतेज, सावळ्या हिराबाई समोर तंबोरा घेऊन बसल्या होत्या. पांढरेशुभ्र रेशमी पातळ, केसात मोगऱ्याची माळ, कानात मोत्याच्या टपोऱ्या कुड्या आणि त्यांचे ते विलक्षण पाणीदार डोळे. त्यांचा 'यमन' म्हणून झाला होता. आणि त्यांनी सुरू केले, 'अधीर मन बावरे' हे नाट्यगीत... ते गाणे, ते रूप, त्यांच्यासमोर ताटात शीग भरून ठेवलेली मोगऱ्याची फुले. त्या रूपाचा, स्वराचा, त्या भावबंधाचा, सुगंधाचा आणि शुभ्र रंगाचा तो संगम मी कधीही विसरणार नाही.

कोल्हापूरच्या मुक्कामातील या दोन आठवणी मला नेहमी आठवतात. मला आकाशात कधीकधी कोवळी चंद्रकोर दिसते, कधी गुरू-शुक्राची युती दिसते. आणि त्या कर्मभूमीतील ही दोन स्वप्ने त्यांना सामोरी जातात.

यापूर्वी मी शिक्षणासाठी पुण्याला स्थलांतर केले होते. वसतिगृहात राहणाऱ्या माझा, पुणे शहराशी कधी फारसा संबंध आला नाही. फडक्यांचा वाडा, नाना वाडा, नातूंचा वाडा असे मोठे-मोठे वाडे आणि रस्त्यावरचे आयताकृती बांधलेले पाण्याचे हौद हे मला फार नवीन होते. गावात ओळखीचे कुणी नसल्याने माझे मन गुंतले ते फर्ग्युसनच्या टेकडीत, कालव्याच्या एकाकी पण गोड अशा रस्त्यात, दुरून दिसणाऱ्या पर्वतीत, कालव्यापलीकडील बाभूळबनात आणि जंगली महाराजांच्या परिसरातील वृक्षराजीत. स्टेशन-बाजूचा, दोन्हीकडून बुचाची ओघळलेली फुले पांघरून राहिलेला मोठा रस्ता किती चालावा तितका थोडाच वाटे. माझ्यापुरते हेच माझे पुणे होते – एक स्वप्न.

यानंतर जे स्थलांतर केले ते मुंबईला. हे स्थलांतर आम्हा दोघांचे. दादर विभागात आमचे घर. किंग्ज सर्कलकडे जाऊन ट्राममध्ये बसून मुंबईनगरी बघणे ही आमची चैन. कॅडल रोड, माटुंगा रोड या वृक्षाच्छादित रस्त्याने फिरायला जाणे ही गोष्ट फार आवडीची. मी समुद्र इथेच प्रथम पाहिला. त्या माहिमच्या किनाऱ्यावर काळोखात, चांदण्यात, सूर्योदया वेळी समुद्राच्या भरती-ओहोटीचे दर्शन किती घेतले याचा हिशेब नाही. आणखी एक आमचा छंद होता. हिंदू कॉलनीतील 'टू लेट' अशी पाटी असलेले घर आपण घेणार आहोत, अशी स्वप्ने बोलणे. कारण आम्ही दोन खोल्यांच्या घरात राहात होतो.

अशी ही माझी स्थलांतरे.

म्हणजे आपण कितीही स्थितिप्रिय असलो तरी आपल्याला जवळ-दूरच्या गावात तंबू ठोकावे लागतातच. कधी भावनिक ऋणानुबंधाने, तर कधी चरितार्थाच्या पाठीमागून. कोकणपट्टीतील निसर्गसुंदर गुहागरची समुद्रवेडी मुलगी लग्नानंतर पतीबरोबर जालंदरला जाते. तो परदेश, परभाषा, परक्या लोकरीती यांना ती जवळ करते. गुहागरच्या समुद्र लाटांऐवजी आता मोहरीच्या शेतातील पिवळ्याजर्द लाटांवरून आपली स्वप्ने तरंगत सोडते. आपली कर्मभूमी ती आपली स्वप्नभूमी समजते, चिमुकल्या परीट पक्ष्यासारखी. तो दोन-चार हजार मैलांवरून आमच्या परसात येतो. भांडी घासण्याच्या जागेतील ओलीत, अळूच्या खाचरात उतरतो. पटपट शेपटी आपटत पाने पुढे-मागे करत अगदी सुखात हिंडत असतो. त्याला हे स्थलांतर किती सुखावह वाटत असेल, तोच जाणे! चिमुकल्या जिवांची किती ही पंखपीट!

मुंबईहून माझे पुन्हा स्थलांतर झाले, ते परतीच्या प्रवासरेषेत. मुंबई, पुणे, बेळगाव असे. आता बेळगावी ध्रुवपद मिळालेले. कधी निमित्ताने मुंबई-पुण्याला गेले तर तिथे आता माझी मुंबई, माझे पुणे नसते. काळाने त्यांना किती बदलून टाकलेले असते. मुंबईचा महासागर केविलवाणा दिसतो. माझे ते रस्ते आता ओळखतही नाहीत आणि सुखासीन ट्रामऐवजी इतक्या प्रकारची वाहने कर्कश

आवाज करून रस्त्यातून धावतात की बघून घुसमटायला होते. पुण्यातील बाभूळबन गेले. जंगलीमहाराजाचा महारस्ता झाला. हौद गेले, वाडे गेले. उंच-उंच इमारती आल्या... पर्वतीच्या टेकडीवरही मोहळासारखी झोपडपट्टी धरलेली बघून खिन्न वाटते. द्वंद्व युद्धात पराभव होऊन निसर्ग मागे-मागे जातो आहे, असे वाटते. ही ती 'माझी गावे' नव्हेतच, पण बेळगाव तरी कुठे 'ते' बेळगाव आहे? लाल माती कुठे आहे, कुणाला ठाऊक! तो वृक्षशोभित खानापूर रस्ता. माल भरलेले ट्रक आता त्याचा आस्वाद घेत आहेत... चालणेच मुश्कील. वर हिरव्या कमानीकडे पाहात रमले तर गाडीचे चक्र क्षमा करणार नाही. तवंदीचे तर काय! कधी एकदा गेले तो आमच्या राहात्या वाड्याच्या उघड्या भिंती दिसल्या. अजून त्यांच्यावरील जळिताचे डाग गेले नाहीत. वाड्याच्या जमिनीवर शेणी थापल्या होत्या, उकिरडे केले होते आणि भिंती खणून माती नेल्याच्या खुणा दिसत होत्या. दरवाज्याची दगडी कमान दगडांनी बुजवून टाकली होती. माझ्या सर्व स्वप्नभूमींची रणभूमी झाली होती की काय, असे वाटते.

पण अधूनमधून या गावातून जाऊन यावे, असे वाटते. 'गावे आपली उरली नसतील, पण जी माणसे, जो निसर्ग स्नेहभावाने आपल्याशी बांधला गेला, त्यांच्यासाठी तरी जायला हवे. आता ताई नाहीतरी पुण्याला जायला हवे. पोहोर्चमध्ये अजून झोपाळा आहे. सदाफुलीसारखी हसतमुख रेखा आहे. ती मला कोकणचे पदार्थ करून वाढण्यास उत्सुक आहे. शालिनीबाई आहेत. जिवाभावाच्या, साहित्याच्या आठवणींच्या तासन्तास त्यांच्याशी गप्पा करायच्या आहेत. त्यांच्यासाठी नको जायला?

मुंबईच्या रणक्षेत्रातही केव्हातरी उतरायला हवे. तिथे केव्हापासून 'माझ्याकडे राहायला या' म्हणून आग्रह करणारी प्रेमळ वासंती आहे. श्री. पु. आणि विमलाताई यांचे खडे निमंत्रण आहे. सौ. माई आणि वा. ल. यांच्याकडे तर माहेरी बोलावल्यासारखे आमंत्रण आहे. या सर्वांच्या सहवासात किती आनंद होणार आहे! खरेच एकदा मुंबईला जायला हवे. हरवलेला 'तो' निसर्ग आज तेव्हाच्या भावना दाखवू शकत नाही, पण आपल्याला त्याच्याबद्दल वाटते ना, तर आपण का त्याच्यापाशी जाऊ नये? मुंबईचे गढूळ आभाळ, पुण्याच्या फर्ग्युसन कॉलेजचा परिसर, बेळगावचे ते आरगन तळे आणि घुमटमाळाचा मारुती, तवंदीचा हिरवा-जांभळा डोंगर यांच्यापाशीदेखील जावे, असे वाटते.

काळाप्रमाणे सर्व बदलत गेले तरी त्याला बुजायचे, टाळायचे काय कारण? आपले भावबंध आणि आपली निसर्गाची ओढ काही त्यामुळे नाहीशी होत नाही. त्या ओढीचा सन्मान करायला हवा... या गावांना... या स्वप्नभूमीला एकदा जाऊन यायलाच हवे.

■

।११।

खिडकी

आजवर मला निरनिराळ्या प्रकारच्या घरांतून राहाण्याचा योग आला. तवंदीचा तो मोठा वाडा. दोन हात रुंद भिंतींचा आणि दारापुढे उंच कट्टे असलेला. बेळगावचे या गल्लीपासून त्या गल्लीपर्यंत पोहोचणारे बोळकंडीसारखे लांबलचक घर. त्याच्या पुढच्या पायरीवर उभे राहिले की मागीलदाराच्या डोणीवर धुणे चाललेले स्पष्ट दिसत असे. मुंबईच्या चाळीतील खोल्या. तिथे एकूण घरापेक्षा खोल्यांचाच हिशेब. आमच्या दोन खोल्या चाळीतल्या. दोन-तीन जिने चढून गाठायच्या. मागे-पुढे चिंचोळी गॅलरी असलेल्या. पुण्याच्या नव्या वसाहतीतला ब्लॉक आणि शेवटी ठळकवाडीचे छोट्याशा चाळीतील दुमजली छोटेसे घर.सोयी

सगळ्या घरांत चांगल्या सोयी होत्याच. पण मला आवडली ती घरे सोयीसाठी नव्हे, तर त्या घरांना असलेल्या मनाजोगत्या खिडक्यांसाठी. घराला खिडकी नाही, ते घर कसले! खिडकीदेखील केवळ प्रकाशाला वेसण घालून आत ओढणारी नव्हे. प्रकाश काय, छपरातील काचेचे कौलही आणू शकते. पण मला खिडकी हे एक घराचे फार मोठे जिव्हाळ्याचे स्थान आहे, असे वाटते. दारासारखी ती 'आव जाव तुम्हारा घर' या मताची नसते. ती असते मोकळी, पण गजांनी बांधलेली असते. पण घरातील मोठ्यांना-लहानांना पोटाशी घेऊन ती राहिली की त्यांना बाहेरील विश्वाचे किती तऱ्हेचे भावबंध उलगडून दाखवते! अखंड आशीर्वादाचा वर्षाव करणारा निसर्ग किती चिमुकल्या रूपाने तिच्यातून आपल्याशी गप्पा मारायला येतो. अशा खिडक्या असलेली घरे माझ्या आठवणीतही घरे करून राहातात. त्या घरांच्या खिडक्यांत माझा जीव गुंतलेला असतो!

तवंदीच्या वाड्याच्या माडीवरील दोन-चार खिडक्यांपैकी एक उत्तर दिशेकडे

बघणारी लहानशीच आणि लाकडी गज असलेली होती. ही फक्त पावसाळ्यात उघडायची. ही उंचावरून बघणारी असल्याने ती दाखवायची डोंगरापलीकडचा विस्तीर्ण प्रदेश – अगदी क्षितिजापर्यंत. पाऊस सुरू झाला की, माझा मुक्काम या खिडकीत. हातात 'भारत गौरव ग्रंथमाले'ची कादंबरी, वाटीत तिखटमीठ-तेल लावलेले भरपूर शेंगदाणे मिसळलेले पोहे आणि बाहेरचा पाऊस... आळीपाळीने या सर्वांचा स्वाद घेताना वेळ थोडा वाटायचा. कोसळत्या धारांचे घनदाट जंगल दूरपर्यंत दिसत राहायचे. त्यात मधून कुठे सूर्याची किरणे घुसली की तेवढा पट्टा म्हणजे चांदीच्या तारांचा झगमगता खजिनाच. कधी पावसाची झिम्मड असायची. आभाळ गच्च असायचे आणि त्या पाऊसधारा म्हणजे गुहेतील काळोखात नृत्य करणाऱ्या जलदेवताच वाटायच्या. पाऊस थांबला की दूरवर लाल तुफानी पाण्याचा हलता गालिचा पसरलेला... त्यात काहीवेळा हिरण्यकेशी नदीचा पूरही दिसायचा.

दुसरी माडीवर एक खिडकी होती, ती मोठी होती. तिच्यावरून गावचे थोडेसे कौलार आणि मग एकदम पडदा उभा केल्यासारखा डोंगराचा आभाळापासून खाली पोहोचलेला उतार दिसायचा. मधूनमधून गुलाबी रंगाच्या घळी, झाडेझुडपे आणि संथपणे चरत चढणी-उतरणीला लागलेली गुरे हे असायचेच. पण मला आवडायचा तो त्या डोंगराच्या उतारावर असलेला कोपब्रह्म. आम्ही त्याला कोपब्रह्म म्हणत असू. एक मोठे झाड आणि त्याखाली हा भला मोठा शेंदराने थबथबलेला पाषाण – माथ्यावर थोडे उंच आणि त्या खाली चांदीचे उग्र डोळे असलेला देव या खिडकीतून किती कोमल दिसायचा. त्याची एक कथा आहे. डोंगराखालच्या ब्रह्माच्या देवळात एकदा चोर शिरले. देव रागावून माणसाच्या रूपाने त्यांच्या मागे धावला. पळून जात असता एका चोराने मागे वळून हातातील पहार त्या देवाच्या डोक्यात खिळा खुपसल्यासारखी खुपसली. चोर पळून गेले. तो तिथेच राहिला. रागावून खाली आला नाही. तो कोपब्रह्म. त्याच्या डोक्यातील पहार कुणी काढत का नाही, याचा मी विचार करत असे.

तिन्हीसांज होऊन अंधारले की, एक दिवा हेलकावे खात डोंगरावर चढताना दिसला की भीती वाटायची. गुरव दिवा लावण्यासाठी वर जातो आहे हे माहीत असूनही. रोज त्यानंतर मात्र मी खिडकी घट्ट बंद करून घेत असे. असे ऐकले होते की, रात्री बारा वाजता रोज तिथून मशाली घेऊन वेताळ निघतो आणि पद्मावतीच्या तळ्याशी येतो. अमावस्येच्या रात्री तर घंटांच्या नादात पालखी येते. गावात त्या घंटा ऐकूही येत. मला या अद्भुताच्या वाटेला जावे असे वाटायचे नाही. रोजच अमावस्या असणार असे वाटून मी कधी सूर्य वर आल्याखेरीज खिडकी उघडण्याचे धाडस केले नाही. पण दिवसाही ते वेताळ, ती पालखी,

त्या मशाली आणि घंटा मला डोंगर उतरताना दिसत... हे कल्पनेतील बघण्याची ओढ फार.

बेळगावच्या घरात दोन्ही बाजूला खिडक्या नव्हत्याच. पण पुढल्या खोलीत फक्त रस्ता दाखवणारी लहानशी खिडकी होती. या खिडकीशी उभे राहिलेले काकांना आवडत नसे. त्यासाठी मारही खाल्ला, पण उभे राहाण्याची ओढ गेली नाही. बघावे असे खूप दिसायचे. मधून-मधून आमच्या दारावरून एक घोडेस्वार जायचा. घोड्याच्या ठुमकत चालीच्या टापा ऐकू येऊ लागल्या की, मी जेवणाच्या ताटावरून उठून तो बघायला जाई. केवढा मोठा पांढरा शुभ्र घोडा आणि उंच तरी किती! मला वरील स्वार काही खिडकीतून दिसायचा नाही. त्याचे रिकिबीतले पंप-शू घातलेले चिमटलेल्या विजारीच्या काठाखालचे पाय तेवढे दिसायचे. एकदा दार उघडे असताना स्वारही पाठमोरा पाहिला. लोकरीचा कोट, डोक्यावर तांबूस रंगाची मोठी फर कॅप... आम्हा त्या गल्लीतील सगळ्याच मुलांना त्याचे आकर्षण होते. गटाराशी उभे राहून सगळी टकाटका बघत. मला मात्र खिडकीतूनही बघता यायचे नाही! अशाच वेळी एकदा पायावर सपकन छडी बसली होती.

पुण्या-मुंबईकडे तर खिडकीचे सुख नाहीच. गॅलरीच्या कठड्यावरून ओणवायचे. लांबलचक बिनगजांची खिडकीच, पण मला न आवडणारी. त्यातून दिसायची ती समोर कौलारू घरातील वर्दळ आणि खाली बघावे, तो माणसांचा पूर, गाड्यांचा महापूर. मला असले काही बघायला आवडत नसे. मुंबईला एकदा यांच्या मित्राच्या घरी गेलो होतो. असा उंची सजावटीचा दिवाणखाना मी पाहिला नव्हता. आणि खिडक्या केवढ्या मोठ्या. नाजूक निळसर झालरीसारख्या पडद्यांना बाजूला करून पाहिले तो काय! असा हाताशी असल्यासारखा अथांग चमचमणारा समुद्र आणि त्या लयीत येऊन काठाशी फेसळणाऱ्या लाटा. अगदी क्षितिजाशी, चित्रात काढतात तसे चतुराच्या पंखाच्या रंगाचे शिडाचे जहाज. खिडकीतून सागराचे दृश्य मी प्रथमच पाहिले आणि वेडावून गेले. वैनींनी हाताला धरून मला कोचावर बसवले. पुन्हा पडदा झुलायला लागला आणि समुद्राची मंद गाज तेवढी कानात साठून राहिली. मला पुन्हा उठून त्या खिडकीशी जायचे होते. पण मी काय आता लहान होते?

खिडकीचे खरे सुख अनुभवले ते ठळकवाडीतील त्या लहानशा घरात. त्या घराच्या माडीला एकूण पाच खिडक्या. पूर्व-पश्चिमेच्या भिंतीला दोन-दोन लांबट पण मुलांना बसता येईल असा कट्टा असलेल्या. आणि उत्तरेच्या बाजूला मोठी. त्या दोन लहान खिडक्यांतून भाताची शेते, नानावाडीला जायचा शेतवाडीतील बांध आणि दूरवर लक्ष्मीटेक दिसे. मावळते तारे-ग्रह आमचा या खिडकीतूनच निरोप घेत, पण मुलांच्या या अधिक आवडत्या. काही खायला दिले की ते घेऊन

या खिडकीत बसून बाहेर बघत थोडे-थोडे तोंडात टाकत हे 'खिडकी पिकनिक' चालायचे. चंदू जरा उंच, पण तोही खिडकीशी उभा राहून खाणे संपवी. मुलांना तशी सवयच लागून गेली! मुलांना सुखाच्या प्रसंगी अगदी एवढ्याशा जागेत निवांत बसायला आवडत असावे. इथे तर बाहेरील गंमत आणि बसण्याची आतली बैठक हे सुख मिळायचे. लहान मुलांसाठी अशा बसून खाण्याच्या, बाहेरची गंमत बघण्याच्या खिडक्या प्रत्येक घराला असाव्यात असे मला राहून-राहून वाटत असते.

उत्तरेच्या भिंतीला खिडकी होती, ती खास माझी. माझी पुस्तके सांभाळणारी. विद्यार्थिनींनी आणून दिलेल्या नागचाफ्याच्या, सुरंगीच्या फुलांचा आस्वाद घेणारी. या खिडकीतून बाहेरचा फक्त शेजारच्या अंगणातील पपनसाचा मोठा विस्तार दिसायचा. चांदण्याच्या दिवसांत तर ती पाने काळीशार होत चमचम झुलत असायची. वाऱ्यावरून त्याच्या बहाराचे, सुगंधाचे गार झोत खिडकीतून येऊ लागत. ही खिडकी मला इतकी मौल्यवान वाटायची. हिने माझे नेहमीच अतिशय प्रेमाने स्वागत केले. सुखी मनाला हिने चांदण-वाऱ्याने न्हाऊ घातले. ताप-त्रयांनी पोळलेल्या मनाला हिने गजांचा गारवा पोहोचवला. इथे बसले की मनाचे सारे ताण, विवंचना, दुःख हळूहळू विरघळत जाई. पैशांच्या काळज्या, दूर राहिलेल्या मुलांच्या काळज्या, माझ्या स्वतःच्या दुखण्याच्या काळज्या हिनेच हलक्या केल्या. बाहेरील काळोखाचे, चांदण्याचे माझ्याशी चाललेले हितगूज हिने मला माझ्या भाषेत सांगितले. माझी आणि आभाळाची जिव्हाळ्याची ओळख याच खिडकीत झाली. त्यानेच मला शक्ती दिली. कवितेची प्रेरणा दिली. अशी ही त्या घराची खिडकी. माझी जिवलग, एकुलती एक मैत्रीण झालेली. म्हणून कुठेही कुणाच्या घरी गेले की माझे प्रथम खिडकीकडे लक्ष जाते ते यामुळेच!

■

१२।
घर कौलारू

मला माझ्या एका मैत्रिणीकडे जायचे होते. रमाही बरोबर होती. ती प्रथमच त्या घरी येत होती. घर म्हणजे दगडी आणि जंबोरी विटांच्या घडणीचा जुन्या पद्धतीचा पन्नास-साठ वर्षांपूर्वीचा बंगला. मैत्रीण चहा करत होती, तोवर मी रमाला घर दाखवले. पंखा नसतानाही त्या उन्हाच्या वेळेला घरात थंडगार वाटत होते.

निघताना रमा म्हणाली, "आक्का, हे घर मला फार आवडले."

"खरंच?" मी आश्चर्याने विचारले.

"वर बघा की" – भिंतीवरून आढ्यापर्यंत आणि तिथून दुसऱ्या भिंतीपर्यंत सावकाश नजर फिरवत ती म्हणाली,

"किती छान आहे!"

घरावर लाल-जांभळट-काळ्या रंगांच्या खापऱ्यांचे कौलार होते. ते तिला फार आवडले होते. त्यातून प्रकाशरेखाही दिसत होत्या. इतक्या लहानपणी, तिच्यातील हा गावरान सौंदर्य टिपण्याचा रसिकपणा बघून मी मनात कुठेतरी फार-फार सुखावून गेले. माझे कौलारू घराचे स्वप्न तिच्या चेहऱ्यावर मला दिसू लागले.

घर म्हणजे काय, घराचा आकार म्हणजे काय, याची मला जाण आली, त्या वेळी आम्ही गदगला राहात होतो. रस्त्याचे नाव वगैरे आता आठवत नाही, पण घरासमोर एक मोठी दगडी बांधणीची विहीर होती, हे मात्र आठवते. रस्ता सोडून या विहिरीच्या बाजूने आत आले की प्रशस्त दगडी चार-पाच पायऱ्या, दोन्ही बाजूला जोते. ते घर मोठे होते. पडव्या, चार-सहा खोल्या, मोठा सोपा, मोठे स्वयंपाकघर, न्हाणीघर आणि परसात थोडे अंगण, असे. वर जायला जिना होता. चढून वर जावे तो लहानशा दारातून बाहेर पडले की मातीचा धाबा.

तळाशी लाकडी कडीपाट आणि वर छपराच्याऐवजी गच्चीसारखी मातीची घट्ट बसलेल्या थराची हातभर उंचीची उखीर-वाखीर जमीन. कडेने थोड्या उंचीचा मातीचा कट्टा बांधलेला – हे आमचे घर असे धाब्याचे होते.

मला हा धाबा फार आवडायचा. संध्याकाळी वर खेळायला मजा वाटायची. त्यावरून गदग शहरातील भोवतालचे धाबेच धाबे दिसायचे. आणि त्यावरची रंगीबेरंगी वाळवणे – पिवळ्या डाळीची, पांढऱ्या शाळूची, लालभडक मिरच्यांची, शेवाळी मुगाची. आमच्या धाब्यावर वाळवण नाही, कधी तरी गाद्या, पांघरुणे पसरली जायची. त्यावर मी लोळायची आणि रात्रीदेखील वरच झोपायचा हट्ट करायची. पण मला हवे तेव्हा धाब्यावर जाता येत नसे कारण जिना चांगला नव्हता. कुणाचा तरी हात धरून चढावा लागे. पाऊस येऊन गेला की, त्या धाब्याच्या कडेने असलेल्या बांधावर गवताचे छान-छान तुरे येत. ते तोडून आणण्यासाठी मी धाब्यावर जाण्याची नेहमी संधी बघत असे. वाळून गेले तरी ते तुरे छान दिसत.

आता कधी प्रवासात धाब्याची छोटी-मोठी घरे दिसतात. मला ही घरे म्हणजे धरणीची बाळेच वाटतात. दगड-मातीच्या भिंती, खाली सारवलेली भुई, असे ते धरणीच्या एका हाताच्या तळव्यावर उभे घर आणि मस्तकावर तिचाच आशीर्वादाचा हात ठेवलेला. या आशीर्वादानेच तर त्या वास्तूत किती थंड, तृप्त वाटते... बाहेर रणरणते ऊन आणि घरात विलक्षण सुखद असा गारवा.

आम्ही तवंदीला गेलो आणि पुन्हा नवे कौलार दिसले. तवंदीचा वाडा फारसा मोठा नव्हता. पण वर दोन प्रशस्त माड्या होत्या आणि धाब्याऐवजी घरावर मोठे-मोठे पत्रे घातलेले होते. लोखंडी पट्ट्यांनी ते घट्ट आवळून बसवलेले असत. गाव डोंगरावर असल्याने सारखा भणभण वारा असायचा. पण वर पत्रे असल्याने वरच्या उन्हाच्या झळा घराला उकडहंडीचे रूप द्यायच्या. या उंच उतरत्या पत्र्यावर मी कधी चढले नाही. भीती वाटायची. पाय निसटला तर काय होईल, असे वाटायचे. हिरण्यकेशी नदीला पूर आला की सर्व जण माडीच्या आढ्याच्या पत्र्यावर जाऊन बघायला उभी राहायची. पण मी कधी गेले नाही.

शिवरात्रीचे किंवा अडोळ्या पावसाचे वारे सुटले की घराघरावरील पत्रे घणघण वाजत. जणू छपरावरून मारुतीच भूपकार करत उड्डाण करतो आहे. आभाळात गडगडायला लागले की तो आवाजही पत्र्यातून घुमून दुप्पट अकराळ-विकराळ व्हायचा. असे आभाळ कडाडले की आम्ही चटकन कुणालातरी घट्ट धरून बसत असू. फार भय वाटायचे. आणि पाऊस कोसळायला लागला की, पत्र्यावर असा ताड-ताड आवाज व्हायचा. तो घरात भरला की मोठ्याने बोललेलेदेखील ऐकू यायचे नाही.

अशाच एका दुपारी पत्रे थोडे वाजत होते. भीतीने मी व ताई आमच्या

भागूबाईजवळ स्वयंपाकघरात घोंगड्यावर आडव्या झालो होतो. तोंडावरून गच्च असा तिचा पदर ओढून घेतला होता. इतक्यात प्रचंड आवाजाने कानठळ्याच बसल्या. दाण-दाणा-दाण एखादा राक्षसच जणू उडत गेला. आणि वाघाने झडप घालावी तशी बोटाएवढ्या पाऊसधारांनी आणि झोंबऱ्या वाऱ्याने आमच्यावर झडप घातली. वर काळेकुट्ट आभाळ आणि त्यात विजांचा भीषण नाच. भागूबाईने मोठा गळा काढला – तोंडावर हात घेतला – मग आमची काय कथा!

घरावरचे पत्रे उडून गेले होते. घर उघडे पडले होते. पाऊस हवा तिथे कोसळत होता. काका धावत आले आणि आम्हा दोघींना उचलून त्यांनी शेजारच्या घरी नेऊन ठेवले. जेवण करून आम्ही तिथेच झोपलो! सकाळी उठल्यावर कोरड्या उन्हात त्या उघड्या, भुंड्या घराकडे बघून मला रडू कोसळले. पत्रे उडत जाऊन पठाणाच्या मळ्याच्या बाजूला निपाणीच्या वाटेवर पडले होते. ते उचलून आणायला पंचवीस माणसे खपत होती. असे हे घरावरचे पत्रे! पण निपाणीच्या रस्त्यावरून डोंगराकडे पाहिले की आमचा वाडा तेवढा उन्हात चकाकताना दिसायचा, तेव्हा या पत्र्यांचा केवढा अभिमान वाटायचा. आमचे घर तेवढे पत्र्याचे होते. बाकी सर्व खापऱ्यांच्या छपराची.

सत्याप्पाच्या घरी मी नेहमी जात असे. त्याच्या घरावर काळी कौले होती. पावसात ती काही उडून जायची नाहीत. फक्त घरात कौलातून गळायचे. मग पाटलीणबाई घरातील लहान-मोठी भांडी, मडकी गळतीखाली ठेवत. त्या पावसावर रागवत नसत. म्हणायच्या, ''घरात यावंसं झालं नव्हं? ये, माझ्या लेका!''

सत्याप्पाच्या परड्यातून पाहिले की आमचे घर असे असावे वाटे. काळ्या-जांभळ्या खापऱ्यांचे छप्पर असलेले. वर सुपातून कायबाय वाळवणे ठेवलेली. दिवाळीत घडवलेले शेणाचे पांडव सुक्या-ताज्या झेंडूसकट एका बाजूला राखण करत बसलेले. एका बाजूला भोपळ्याच्या वेलाचा विस्तार पसरलेला. पाने पिवळी पडलेली, पण इथे-तिथे हे एवढे मोठे भोपळे. भटजीसारखे मंत्रजागराला बसलेले! परड्यातून हे सर्व बघायचे आणि 'अत्तीबाई' अशी हाक घालत दारातून शिरायचे.

आता तर काय त्याहून गंमत. हिरव्यागार सारवणावर छपराने आपण गोळा केलेल्या उन्हाच्या टिकल्या सोडलेल्या. त्या टिकल्या पोहोचवणाऱ्या धुक्याच्या कांड्या आणि त्यातील ते सतत हलत असलेले बारीक कण बघत उभे राहावे, असे वाटे. त्या वेळी मी रमाएवढीच होते. मला वाटले होते – पत्र्यापेक्षा असे कौलांनी शाकारलेले आपले घर हवे. आणि तिच्यासारखीच वरच्या त्या काळपट छपराकडे बघत म्हणत होते, ''किती छान आहे हे छप्पर आणि हे घर!''

पुढे, पुण्याहून बेळगावी आल्यावर अशा कौलारू घरात राहाण्याचा योग आला. ठळकवाडीत आम्ही ज्या सुबक छोट्या घरात राहिलो, त्या घरावर

मंगळुरी कौले होती. रस्त्यापासून पायरीपर्यंत खूप मोठे अंगण, मग हे घर. घर अगदी नवे होते. त्याची मंगळुरी लाल-भगव्या रंगाची नक्षीदार कौले फारच दिमाखात असायची. काळ्या खापरांसारखी याला आधाराला बांबूची चिपाडे नव्हती, तर पिवळट रंगाच्या लाकडी रिपांचे चौकोन बांधलेले होते.

पुण्या-मुंबईला सिमेंटच्या चौकोनी, लांबट ठोकळ्यांना बघून कंटाळलेल्या मला ही एक पर्वणीच वाटली.

आता बाहेरून येताना वळणावरून आधी घराचे कौलार दिसायचे आणि मन एकदम अनावर होऊन जायचे. केळीची पुढे आलेली पाने सावरत आत जाऊन बसले की, त्या मंगळुरी कौलातून वारा कसा फवाऱ्यासारखा अंगाभोवती फिरायचा. आणि शांत, तृप्त वाटायचे. कुठे कौलाला छिद्र असले की, पडल्या-पडल्या त्यातून बघण्यात किती वेळ जायचा! त्यातून दिसणारे अंगठीतल्या खड्याएवढे आभाळ, त्यावरून हळू तरंगत जाणारा ढग, कधी कोंदणात बसवावी तशी त्यातून लुकलुकणारी चांदणी, कधी चांदण्याची नाजूक धार आणि पहाटेच्या वेळी तर हे कौलार वेगळेच काही होऊन जायचे. पहाटे डोळे उघडावे आणि छपरावर नजर लावून राहावे. जसे-जसे बाहेर उजळत जायचे तसे-तसे त्या कौलारातून सोनेरी लाल प्रकाशाचे जरीकाम भरत जायचे. आणि पहाटे उठलेल्या आईने पाळण्यात उघड्या झोपलेल्या बाळावर हळूच पांघरूण घालावे तसे या छोट्या घरकुलावर कुणी हे पांघरूण तर पसरले नाही ना, असे वाटायचे.

कौलाराचे हे नाजूक देखणे सुख जेवढे मनोहारी तितकाच त्या कौलारावर माकडांनी घातलेला धिंगाणाही कौतुकाचा आणि मनोरंजक. शेजारच्या फणसा-पेरूच्या, पपईच्या झाडावर डोळा ठेवून दहा-पंधरा माकडे यायची आणि बाजूच्या छपरा-झाडांवर आसमंत न्याहाळत बसायची. कुणाच्या तोंडाला पाला, तर कुणाच्या कच्ची पपई. सरदार तेवढे थेट आढ्यावर दोन्ही गुडघ्यांवर हात सोडून मजेत बसलेले. मुलांनी ही टोळी पाहिली की खालून डबे वाजवायचे, ओरडायचे 'आणि काय कटकट ही' करत माकडे धाडधाड उड्या टाकत निघून जायची. त्या धाडीत आणि धडाडीत आमच्या कौलारांचे जे काय व्हायचे ते व्हायचे!

आता आमच्या बेळगावच्या या नव्या घराला कौले नाहीत – पण कौलारू घराचा भास देणारे सिमेंटचे उतरते छप्पर आहे! एखादी रूपमती प्रसाधनात आधुनिकता आणतेच, तसे या इमारतीचे वाटते. अवकाशातील या तिरप्या रेषा तिला वेगळाच डौल आणि दिमाख देतात. पण किती केले तरी तो भासच.

म्हणूनच कधी कौलारू घर दिसले की रमासारखी मीही सुखावून जाते.

।१३।

मनोमनीच्या पाऊलवाटा

आमच्या घरासमोर अलीकडे दोन घरांची बांधकामे सुरू आहेत. आत्तापर्यंत हे घर कसे माळावर, मोकळ्यावर होते. आत्ता ती घरे पुरी झाली की हे आमचे घर गल्लीत बसणार. ही कल्पनाच कशी चमत्कारिक वाटते. पण मी विचार करते, तो माळ तरी कुठे राहिला आहे आता?

ठळकवाडीच्या सीमेवर, खानापूर रस्त्याच्या पलीकडे दोन वृक्षांच्या कमानीतून हा वडगावचा रस्ता सुरू होतो. फार पूर्वी हा रस्ता खाचखळग्यांचा, दगडगोट्यांचा आणि निर्जन असा होता. या रस्त्याच्या डाव्या बाजूला घुमटमाळ पसरलेला होता. रस्त्यावरून उजव्या बाजूला चढतीवर अनगोळमाळ आणि उतरतीवर वडगावच्या नागरी रस्त्यापर्यंत वडगावमाळ पसरलेला आणि मधून हा रस्ता, रांगत जाणारा. वडगावमाळ लागला की, एक लहानशी पाऊलवाट या रस्त्याला येऊन टेकायची. रस्त्यावरून उतरून त्या पाऊलवाटेवरून जाणे हे माझे नित्याचे, कित्येक वर्षीचे.

ही माळावरून गेलेली पाऊलवाट माझी अतिशय आवडती. लालट मातीची एक सुरेख रेषा. निसर्गाचीदेखील हिच्यावर फार माया. हिवाळ्यात रस्त्यापेक्षा या वाटेवर धुके अधिक दाटायचे. दुरून तर माळाला मच्छरदाणी लावली आहे, असे वाटायचे. या धुक्यातून जायला मला फार आवडायचे. पावसाळ्यात या पाऊलवाटेला नाचणी-वरीच्या शेताच्या बांधाचे रूप यायचे. या बांधावरून चालताना मी चपला काढून हातात घेत असे कारण वाटेवर ओल्यागार गवताचा तो लुसलुशीत स्पर्श पावलांना हवाहवासा वाटे.

पाऊलवाटेचे मला नेहमी आकर्षण वाटते. ती आपोआप निसर्गनियमाने

घडलेली असते. भूमिकन्याच ती. या पाऊलवाटा फक्त माणसांच्याच नसतात. माणूस नव्हता तेव्हापासून प्राण्यांच्या, पाखरांच्या वेळेपासून या वाटा असणार. पाऊलवाट म्हणजे प्राण्याच्या संदर्भात जवळची वाट. घनदाट अरण्यातून, विमुक्त माळावरून, राहत्या जागेपासून पाणोठ्यापर्यंत जाणारी. पाखरांची घरटी जवळ करणारी. तशीच माणसांचीही. या पाऊलवाटांना 'आदिवाटा' असेच म्हणतात.

ही पाऊलवाट निसर्गाचाच एक भाग असल्याने त्याचेच गुणधर्म तिला मिळाले आहेत. तीही तशीच आत्ममग्न, तशीच गूढ आणि तशीच मनस्वी असते. या पाऊलवाटेवरून मी चालू लागले की आपोआपच मी आत्ममग्न होते. दु:खाने, काळजीने नव्हे, तर एका अवर्णनीय सुखाने, निसर्गातील आपले आपलेपण गवसल्याने, भोवतालच्या उन्हा-वाऱ्यात आपणच सामावून जातो. पावसात बुडतो आणि धुक्यात त्या वाटेबरोबर आपणही हरवून जातो... एक चालती समाधीच असते ती.

या पाऊलवाटांचे गूढपण मला आगगाडीतून प्रवास करताना दिसते. खिडकीशी बसावे आणि फक्त पाऊलवाटा बघाव्यात. कुठे-कुठे जातात आणि पुढे दिसत नाहीशा होतात. माळावरच्या पाऊलवाटेने माळणी बाजाराला निघालेल्या असतात. डोंगरावरील दूरच्या पाऊलवाटेवरून गुरांची ओळ उतरता-चढताना दिसते. अरण्यातील वाटांवर कुणीच नसते. एकाकी गूढ अशा त्या अरण्यातूनच दिसत पुढे त्या नाहीशा होतात. आणि त्या पाऊलवाटांचे रंग तरी किती! पिवळ्या, लाल, पांढऱ्या, राखी सावलीने झाकळलेल्या, उन्हाने रसरसलेल्या आणि गंमत ही की या वाटा आगगाडीशी समांतर अशा नसतात. काटकोनात धावत असतात. या वाटा पाहाण्यासाठी तरी आगगाडीतून प्रवास करावा, असे मला अजून वाटते.

ज्याचे बाळपण खेड्यात रमले आहे, खेड्याशी एकरूप झाले आहे, तो पुढील आयुष्यात पाऊलवाट विसरत नाही. अमेरिकेचे नागरिकत्व मिळूनही, जेव्हा त्याच्या पायाखाली न्यू यॉर्कजवळील पाऊलवाट येईल, तेव्हा तो नक्कीच आनंदाने उचंबळून येईल. खडक फोडून झरा वर यावा तसा हा आनंद, त्याची विद्वत्ता, त्याचे बहुमान, त्याचे उच्चभ्रूपण आणि त्याची नागरनीती या सर्वांतून वाट काढून वर येईल. ही पाऊलवाट त्याच्या बालपणाच्या पाऊलवाटांना कडकडून भेटेल.

तवंदी हे तर पाऊलवाटांचेच खेडे. मोटारीतून रस्त्यावर उतरून डोंगरावरील पाऊलवाटेनेच वर चढून जायचे. गावातील रस्ते तर बैलगाडीने जाऊन-येऊन घडवलेले! शेतावर जायचे पाऊलवाटेने. शेतातून जायचे बांधावरील पाऊलवाटने. बर्ह्मिाच्या देवळाला उतरायचे डोंगरावरील पाऊलवाटेने. समोरच्या डोंगरावरील कोपबर्ह्मिाला जायचे ते दुरून लाल-गुलाबी दिसणाऱ्या डोंगरी पाऊलवाटेनेच.

मी लहानपणी या सगळ्या पाऊलवाटांचा आनंद मनसोक्त लुटला.

मला घोलात (दरीत) जाणारी पाऊलवाट फार आवडायची. रहस्यमय वाटायची. सोबती-सोबतीने गेलो तरी गर्द झाडीत वाट जरा आडोशाला केली की मनात काहूर उठायचे. थांबावे, परतावे वाटायचे. भरीला सगळीकडे चिडिचूप शांतता. पालवीची गाज येईल तेवढीच. पण मध्येच एखादे माकड चीत्कारले की, मग वाटही एकदम 'हूप हूऽऽप' होऊन जायची. पण ते वाट हरवून किंचित जाणवलेले एकाकीपण मन भरून राहायचे. त्यातही एक गोड साहस असायचे.

पण आता ते माळही राहिले नाहीत. त्यांच्यावर देखण्या वसाहती उभ्या राहिल्या. तो बाळबोध रस्ता आता आधुनिक झाला आहे. आणि माझी ती भूमिकन्या. तिला धरणीमातेने कधीच पोटात घेतले आहे! तवंदीच्या वाटाही तशाच नाहीशा झाल्या असतील, कारण या खेड्यालाही नागरीरूप येऊ लागल्याचे मी वाचते.

पण या सगळ्या पाऊलवाटा आता माझ्या मनोमनीच्या पाऊलवाटा झाल्या आहेत. अशीच एक न पाहिलेली पाऊलवाटही माझ्या मनात ठासून राहिली आहे. गोवा सीमेच्या नजीकच्या कुएशी या खेड्याजवळील घनदाट अरण्यातील ती पाऊलवाट. ही श्वापदांची पाऊलवाट. राहत्या जागेपासून पाणवठ्यापर्यंत पोहोचणारी. इकडून-तिकडून, एकमेकीला मिळत. पाण्यापर्यंत पोहोचणाऱ्या त्या पाऊलवाटा.

त्या अरण्यात लांडगे, तरस तर होतेच, पण बिबळे, वाघही होते, अशी बोलवा होती. अस्वले तर होतीच होती. पण आता या जागेवर मानवाने आक्रमण केलेले. इथे नायकांची मँगनीजची खाण आली. मजूर आले. त्यांचे झोपड्या आणि पाले यांतून तळ पडले. साहेबांच्यासाठी पत्र्याची सुसज्ज अशी झोपडी झाली. भूस्तरशास्त्र घेऊन एमएस्सी झाल्यानंतर एक वर्ष खाणीचा अनुभव घ्यावा म्हणून आमचा चंदू इथे साहेब म्हणून आला होता.

दर आठ-दहा दिवसांनी जीपने तो घरी येई. अवतार बघण्यासारखा असे. हात, पाय, चेहरा, कपडे लाल-तेलकट धुळीने नखशिखांत माखलेले असायचे. एक दिवस राहून पुन्हा जायचा. तर या मुक्कामात त्याने त्या पाऊलवाटांच्या चित्रकथा मला सांगितलेल्या.

सर्व श्वापदांच्या पाण्यावर यायच्या वेळा ठरलेल्या असत. वाघालाही पायवाटच हवी असे. त्याच्या पायाचे तळवे अगदी सुकुमार. करवंदी रानजाई, घाणेरी यांच्या जाळ्यांतून तो घुसायचा नाही. दगड-गोट्यांवर पाय ठेवायचा नाही. काट्या-कुट्यांतून चालायचा नाही. मऊ-मऊ पाऊलवाटेने, अगदी भाराने चालत असायचा. पण वाटसरूला वाटे कुठल्या वाटेने स्वारी येईल, कुणाला ठाऊक. नवीन

माणसे या पाऊलवाटांवरून दबकूनच असत.

पण वाघाची नाही एवढी त्यांना अस्वलाची भीती वाटे. अस्वलाची पाण्यासाठीच फेरी नसायची, ते केव्हाही दिसे. कधी मोहाच्या झाडावरील मधाची पोळी शोधण्यासाठी, कधी जांभळीखाली पडलेल्या जांभळांचा फलाहार करण्यासाठी. पाण्यावर तर ते केव्हाही जाई. दोन-तीन पाषाणखंड जोडून त्याचे गुहाघर झालेले असे. भोवताली घाणेरीची गच्च जाळी असे. पिल्ले असली की, अस्वलीण गुहेतच असे. नव्या माणसाला दिसणाऱ्या जाळीपलीकडे अस्वलाचे घर नसेलच अशी खातरी नसे. जर का माणूस वाटेवर वा घरापाशी त्याच्या दृष्टीस पडला, तर त्याने तो फाडलाच. अस्वलासमोर फाडण्याशिवाय दुसरा पर्याय नसतो. अशा या भयावह पाऊलवाटा आणि त्या जिथे एकमेकीला भेटतात तिथे तर नवीनाचे काळीज लकलकायला लागायचे. आता यातील कोणत्या वाटेने जाऊ, असे काहूर माजायचे.

हे सगळे चंदूने सांगितलेले ऐकताना डोळे विस्फारून ऐकलेले, पण तो पुन्हा कामावर गेला की, मनात काहूर उठायचे. त्याला पहिल्यापासूनच प्राण्या-पाखरांची, वृक्षांची ओळख करून घेण्याचा छंद. या छंदाच्या मागे लागून तो एकटाच कुठल्या पाऊलवाटेने गेला तर! हा घोर लागून राहायचा. एकटी असले की, कितीदा मी या वाटेने जाऊन बघायची. घाणेरीच्या बोगद्याशी जीव मुठीत घेऊन उभी राहायची. पण जीपमधून तो धुळवड खेळून आल्यासारखा उतरताना दिसला की, जीव भांड्यात पडायचा. त्याच्या पाऊलवाटांच्या नव्या चित्रकथा ऐकत सगळा घोर विसरून जायची.

आता या प्राणी-पाऊलवाटाही नाहीशा झाल्या असतील. खाण तेजीत असेल. माणसांची वर्दळ वाढली असेल. बिचारे ते आदिवासी! प्राणी मारले गेले असतील किंवा आक्रमणाला भिऊन परागंदा झाले असतील. त्या पाऊलवाटांवरून आता जीपगाड्या धावत असतील!

आता एकच पाऊलवाट उरली आहे की, जिथे माणूस फारसा पोहोचला नाही. ती पाखरांची आभाळातील पाऊलवाट! ती आपल्याला दिसत नाहीतरी पाखरांची घरट्याला जवळची वाट म्हणून असतेच. स्थलांतराला थवेच्या थवे येतात, ते महामार्गाने. पाखरांची पंचके, अष्टके पुढे एक, मग तीन अशी रांग धरून आभाळातून येतात, त्या वेळी सूर्य मावळत असतो. ती रांग घरच्या पाऊलवाटेला लागलेली असते. ती ओढ त्यांच्या पंखांतून स्पष्ट दिसते. पाखरांची जोडीही अशीच पाऊलवाटेने परतत असते. पण कातरवेळी जेव्हा एकटेच पाखरू आभाळात भिरभिरताना दिसते तेव्हा वाटते, अरण्यातील वाटांच्या गुंत्यासारखा तर तिथे गुंता नसेल ना? त्याचे ते काहूर इथून कळते की, ‘आता कुठली वाट

धरू!' या वाटा दिसत नाहीत म्हणूनच यांना मी 'काल्पनिक' असे म्हणते. बाकी त्या असतातच.

अशाच एका काल्पनिक पाऊलवाटेवरनं मी चालते आहे. जीवनाचा नेहमी पथच असतो. पथ ते महामार्ग असे त्यांचे प्रकार असतात. माझा केवळ पथ. मला गतीचे वेड नाही. पण गतिमानता अतिशय प्रिय आहे आणि पथ हा गतीसाठी असूनही गती अडवण्याची त्यात भरपूर व्यवस्था आहे, ही एक गतच वाटते मला. माझा हा 'पथ' ठायी-ठायी पाट्यांनी अडवलेला. 'सावधपणे चला', 'सावकाश चला', थांबा, बघा आणि चला', 'घाट सुरू झाला', 'धोक्याचे वळण', 'रस्ता बंद-आडवळणाने चला', 'अपघाताचे क्षेत्र.' कसल्या-कसल्या नि किती प्रकारच्या या पाट्या! आणि जोडीला वाटेवर गतिरोधक आडवे पसरलेले असतातच.

'तो 'पथ' सोडून या पाऊलवाटेला लागले आणि मला हायसे झाले. 'सुटले एकदा,' असे वाटले. आता या पाऊलवाटेवर आवतीभोवती निसर्गच निसर्ग. जे-जे आनंदाचे आणि रमणीयतेचे क्षण आजवर साठवले ते सगळे वाऱ्यात मिसळून बिलगत राहातात. जीवनात जे प्रेम, जो जिव्हाळा, जो स्नेह लाभतो आहे, त्यांचा 'महुवा' मनोमनी घमघमत राहत आहे. हरणांच्या काळजीने धरणी माझी पावले जपते आहे. पुढे-पुढे तर कसे स्तिमित करणारे धुकेच दाटलेले आहे. याहून आणखी काय हवे?

।१४।

'अरसिक किती हा शेला'

वादळासकट गारांचा पहिला वळीव कोसळून जावा. मग त्याच्या दुसऱ्या दिवशी सृष्टीने जो नजराणा पुढे केलेला असतो, तो बघत राहावा. दर वर्षीच मी त्या दिवसाची वाट पाहात असते. त्या दिवसाचा सूर्य उगवतो तोच किती निराळा! सूर्य चांगला वर आलेला असतो तरी तो लाल-पिवळा असा, उगवत्या पूर्ण चंद्रासारखा आभाळात स्निग्धपणे तरंगत असतो. सभोवती लालसर धुक्याचे वलय असणारा आणि चांगले उजाडल्यावरही असा प्रसन्न रंगमूर्ती दिसणारा सूर्य त्याच दिवशी पाहायला मिळतो.

दूर आकाशाला टेकलेला यल्लूरगडही जमिनीसरशी तिरपे पंख पसरून पाठमोऱ्या बसलेल्या राखी पक्ष्यासारखा दिसतो आणि त्याच्या पायथ्याशी जी झाडांची लांबलचक पसरलेली गर्दी असते, तीत शुभ्र अशा सावरीच्या कापसासारखे धुके घनदाट भरून असते. धुक्याचा तो शुभ्र लांबलचक पट्टा आणि त्यात मान-कपाळ यापर्यंत बुडून गेलेली झाडे, पलीकडे मधूनच चमकणारा विजेच्या तारांचा जुडगा... ध्यानीमनी नसताच नकळत एक ओवी ओठांवर येते :

भरली चंद्रभागा,
झाडं बुडाली लहान-थोर
सव्वा लाखाचा पीतांबर,
जनी धुईते पायावर....

जनी दिसत नव्हती, पण चंद्रभागा दिसत होती, बुडालेली झाडेझुडे दिसत होती. आणि त्या बहुमोल पितांबरातील जर चमचमत होती. मग विटेवर उभे राहून जनीची निर्व्याज भक्ती बघणारा तो विठू, म्हणजे इथे आकाशात कोमलाहून

कोमल होऊन ते नवल पाहात राहिलेला हा सूर्य तर नसेल?

पण या मनोहारी चित्रापेक्षाही, वातावरणातील झिरमिरी धुक्याला किती बघावे असे मला झाले. माझ्या श्वासाला जाणवणारे आणि खिडकीपासून त्या चंद्रभागेपर्यंत जे धुके लहरत होते, त्याची शोभा कशी वर्णन करणार? समोरच्या इमारती माळावरून जाणारी माणसे, शेळ्या, शेतातील कुणी चालवत असलेली कुरी, शिवारातील झोपडे... या सर्वांवर जाळीदार मोहिनी पसरणारे तरळ, विरळ धुके हाच या दिवसाचा सृष्टीने पुढे केलेला नाजूक नजराणा होता. हे धुके कसले? झिरझिरीत अशी अतितलम ओढणीच. आणि मनात आले, सकाळी-सकाळी शेजघरातून बाहेर येऊन वावरणारी नववधू जशी पापण्या खाली वळवून, नणंदा-जावांच्या रोखलेल्या गमतीदार नजरा टाळते आणि ओठावरची लाली आणि डोळ्यांतील चमक दिसू नये म्हणून घुंघट पुढे ओढून लगबगीने फिरते... तशी ही सृष्टी, अवगुंठनवती.

महावस्त्राचा एक पदर बोटांनी धरून उचलून घडी उलगडावी तसे आता होते. समोर हे जाळीदार मनोहारी दृश्य दिसत असताना, मनात निराळेच धुके दिसू लागते, आमच्या घुमटमाळावरील रस्त्यावर मी हिवाळाभर बघत असलेले. वाहत्या नदीत शुभ्र वस्त्र पसरावे आणि ते प्रवाहाबरोबर पसरत असताना त्यावर वलयांच्या चुण्या उमटत याव्यात तसे समोरून, आजूबाजूंनी पायाशी रांगत, लहरत लाटालाटांनी येणारे धुके. शेजारच्या शेतावरून फेनिल लहरींसारखे वाऱ्यावर झुलत येणारे धुके. ते दुरून येऊन एकदा पायांवरून जाईपर्यंत पाऊलच पुढे उचलता येत नाही. वाटते थोडे मुठीत धरून ठेवावे, पण मिळत नाही.

धुक्यांचे असंख्य लडिवाळ विभ्रम बघावे, ते महाबळेश्वरला. आप्पा (ना. सी. फडके.) आजारातून उठून हिंडू-फिरू लागले, तेव्हा त्यांचा आम्हा दोघींना आग्रह सुरू झाला. ''किती वाईट दिवस गेले तुमचे. आता चार दिवस महाबळेश्वरला जाऊन आराम करून विश्रांती घेऊन या!'' असे ते ताईला सारखे आग्रह करू लागले. मी त्यांच्या आजारात ताईसाठी रजा काढून आले होते. मलाही तिथून घरी परतायचे होते. ताईने किती नकार दिला, तरी त्यांनी ऑफिसमध्ये बसल्या-बसल्याच हॉटेलची व्यवस्था, गाडीची व्यवस्था केली.

आणि आम्हा दोघींना निघण्याशिवाय गत्यंतर राहिले नाही. संध्याकाळी महाबळेश्वरला पोहोचलो. रात्रभर विश्रांती घेतली. जरा उशिराच उठून दोघी बाहेर व्हरांड्यात आलो तो काय... मी तर महाबळेश्वर प्रथमच पाहात होते. हॉटेल उंचावर होते. भोवती उतारावर प्रचंड वृक्षांचे बन आणि तळाशी मधूनमधून दिसणारे लाल मातीचे रस्ते... आणि ते धुके! कुठून लांबून मोठ्या-मोठ्या पुंजक्यांनी येणारा एक धुक्याचा लोट आला की, ती लाल-पिवळ्या मोहराने

लदबदलेली झाडे गुडूप व्हावी. त्यांच्याबरोबर कठड्याशी उभ्या आम्हीही. बिचकल्यासारखे होऊन कठडा घट्ट धरावा. डोळ्यांवरून धुके गेले की बघावे, तो वृक्षावरली रंगपंचमी अधिकच झळाळून दिसणारी. सारखा हा खेळ धुके खेळत होते. डोळ्यांवर वस्त्र ओढून, पुन्हा चटकन काढून 'कूऽ कूऽ' हा खेळ चालला होता. आम्ही विस्मित होत होतो. त्या एकाच दृश्याने आमची आजवरची जागरणे, काळजी, मनाचा ताण सगळे नाहीसे झाले. आप्पांची समजूत म्हणून आलो होतो. ताई त्यांना सोडून राहाणे शक्यच नव्हते. तो सर्व दिवस हा खेळ आठवत झोपून काढला आणि दुसऱ्या दिवशी महाबळेश्वर सोडले.

या धुक्याला बागुलबुवाही होता येते, हे मी पणजीच्या प्रवासात पाहिले. वृंदाच्या लग्नाला मी, शालिनीबाई, बाबूदादा असे घरच्या गाडीतून निघालो होतो. लोंढा ओलांडला आणि अनमोडच्या घाटाला लागलो, तो काय चमत्कार! गाडीच्या पुढे, बाजूंनी, खालून, वरून – सर्व बाजूंनी एकदम कापसाच्या प्रचंड ढिगात बुडालो. डोंगराचे कडे, एका बाजूची दरी, दूरचे हिरवे-गर्द डोंगर, समोरचा रस्ता... काही म्हणजे काही दिसेना. असे थप्प धुके दाटलेले. समोरच्या येणाऱ्या गाडीचे दिवे तर मधूनमधून उदबत्तीसारखे क्षीण दिसू लागले. काय घाबरले! म्हटले, या धुक्यात आता दोनच गोष्टी होणार. गाडी आपटणार, नाहीतर धुक्यात कोसळणार. वळसेदार घाट आणि डोळ्यांत बोट घातले, तर कळायचे नाही इतके धुके – मग दुसरे काय होणार? ड्रायव्हर त्या शुभ्र घनदाटीतून सावकाश मार्ग काढत होता आणि इतका वेळ सारख्या वटवट करणाऱ्या आम्ही दोघी ओठ घट्ट मिटून भीती गिळत बसलो होतो. जाता-जाता एकाएकी तो बागुलबुवा नाहीसा झाला. झाडांचे बहर झळकू लागले. बाजूंनी नाजूक कुळागारे झुलताना दिसू लागली व उन्हे हवेत तरंगायला लागली. थोडा वेळ आमची भीतीने गाळण उडवून देऊन बागुलबुवा पसार झाला होता आणि आम्ही लहान मुलांसारख्या खदाखदा हसत होतो – 'कसे भ्यालो तरी!' या अनुभवावर.

समोर ते विरळ जाळीदार धुके अजून तरंगत आहे आणि त्याच धुक्याच्या या चुण्या माझ्या मनात मी उलगडत आहे. सृष्टीचे जणू ते एक महावस्त्रच. खरेच, तिचा शेलाच तो – पण तो ती असा का उचलते आहे? कुस्करते आहे? डोळ्यांशी धरते आहे? निसर्गाच्या या भव्य मंचावर हा एक प्रवेशच चालला आहे की काय?

मला समोर दिसतो आहे, अरण्याचा रंगमंच. त्यावर बाजूला जमिनीवर शेला पडला आहे. सुभद्रा तो विस्मित मुद्रेने उचलून न्याहाळते आहे. संगीताचे सूर हार्मोनियमवर निघतात आणि हातात शेला घेतलेली ती सुभद्रा गाते आहे...

"अरसिक किती हा शेला...."

गाता-गाता किती लाडिक विभ्रम करते आहे. तिच्या प्राणपतीला सोडून तो रानभरी झाला आहे. हा दोष तिच्या प्राणेश्वराचा नाही, शेल्याचाच आहे. कारण त्या सुंदर तनूला तो सोडून आला आहे. क्षणात त्याला निरखून बघते, खांद्यावर पसरून बघते, कुस्करून डोळ्याला लावते, घट्ट हृदयाशी धरते – किती विभ्रम करत ती सुभद्रा गात आहे! की ही सृष्टीच सुभद्रा आहे?....

आता मला हेच कळेनासे झाले आहे की, हा प्रवेश समोर चालला आहे की माझ्या मनात चालला आहे? सौंदर्यदर्शनाने वर्तमान-भूत याचा विसर पडतो आहे, म्हणतात ते काही खोटे नाही.

डोळ्यांसमोर तो परमेश्वराला शोभेल असाच बहुमोल शेला पसरला आहे आणि गाणे ऐकू येत आहे.

"अरसिक किती हा शेला...."

■

। १५ ।

बांधावरून...

सूर्याचा कलक्ष क्षितिजाशी पालथा झालेला असावा. खारा वारा अंगावरून भरभरत असावा आणि लाटांच्या ओठांनी ओलसर झालेल्या किनाऱ्याची रेघ धरून फिरायला निघावे. डोंगरावर चढताना वाऱ्याच्या झिळमिळीशी वस्त्राला लहरू द्यावे; एक हृदयाचा ठोका आणि एक पाऊल या तालात चढतीची पावले टाकावी. माळरानातील पाऊलवाटांनी त्या नेतील तिकडे आपण निघावे... या फिरण्यात आनंद खराच, पण शेतावरील बांधा-बांधावरून फिरतानाचा आनंद काही वेगळाच.

वेळ कोणतीही. गावाची वेस ओलांडावी आणि शेतातील बांधावरून पावले टाकत निघावे. दोन्ही बाजूला हिरव्या पिकांनी गजबजलेले काळेभोर वावर आणि मधूनमधून हिरव्या-पिवळ्या गवताने माखलेला हातभर उंचीचा बांध. शेतांची सीमा रेखणारा. या बांधावरून दोन्ही बाजूला पाहिले की, बुद्धिबळाचा पटच दिसायचा. प्रत्येक चौकोनाचा रंगढंग वेगळा. कुठे मिरचीची रोपे तरतरीतपणे उभी, कुठे शेंगांचे वेल आरामात पसरलेले, कुठे जोंधळ्याचे पीक वाऱ्यावर झुलत असलेले. सर्वांत श्रीमंत असे तंबाखूचे वावर. वाटे, राजकुमारच कवायतीला उभे आहेत.

असे दोन्ही बाजूला बघत-बघत पुढे सरकायचे. जपून चालायचे. बांधावरील मातीचा हेंडा निसटायचा आणि कलंडायला व्हायचे! कलंडून काही फारसे लागायचे नाही, पण कोवळी ताटे मोडायची, पाने मुडपायची, वेली-बिली उपटल्या जायच्या. हे नको वाटे. बांधावर आलेले वेलींचे तणावे आणि पाती हलक्या हाताने शेतात सावरून द्यायची. बांधावरून चालताना हे हिरव्याचे प्रेम

नकळतच मनात भिनले. त्यासाठी आवर्जून काही नियम पाळावे लागले. एकदम शेतात घुसायचे नाही; धाटे मोडतात. रोपावर-वेलीवर पाय द्यायचा नाही. कोवळी फळे दाखवायची झाल्यास तर्जनी मुडपून तिने दाखवायची, सरळ बोट करून दाखवायची नाहीत. बांधाकडेचा दगड शेतात कोसळलेला दिसला, तर तो उचलून बांधावर ठेवायचा. कुणाचेही शेत असो, त्यात हा आचारधर्म पाळायचा. बांधच तो पाळायला लावे. तसा तो फारच प्रेमळ वाटे.

चालता-चालता असे बघत, काम करत उभे राहिले की, त्या पिकातून मध्येच पाटलीणबाई हाक द्यायची, 'आक्कासाब, दिवाणसाब,' अशी हाक आली की, पाटलीण कागल-कोल्हापूरची आहे आणि आईच्या मैत्रिणीची सून आहे, हे लगेच ओळखायचे. हसताना तिचे दात मक्याच्या कणसातील दाण्यासारखे सुरेख दिसायचे. माझ्याकडे येत बांधाजवळच्या कोवळ्या भेंड्या, वांगी ओणवून खुडून घेऊन मला द्यायची. 'घ्या म्हनं सा' म्हणत माथ्यावर नीट पदर घेत चार शब्द बोलायची. एरवी मी विहिरीच्या रस्त्यावर किंवा घरात दिसले, तर ती मुळीच लक्ष देत नसे. पण मी आता बांधावर होते ना. बहुतेक बांधानेच तिला सांगितले असणार, "पाटलिणी, दे ग तिला खायला थोडे!

असे चालत भेंडी-वांगे दाताखाली ठेवत आपल्या शेतावर यायचे. जिच्याबरोबर मी निघाले ती भागूबाई केव्हाच तिथे पोहोचलेली असायची. माळवे तोडत असायची. आमच्या शेताच्या बांधावर एक लहान-खुरे चिंचेचे झाड होते. सत्यप्पाने त्याच्या मुळाशी एक पोते अंथरलेले असायचे आणि झाडाला दोन काळीबाळी लहान कोकरे बांधलेली असायची. ती कोकरे बेंऽबें असा नाजूक आवाज काढत. कोकरे उड्या घेत खेळायची. जसा काही बांधच चिवचिवतो आहे, असे वाटायचे. भागू माळव्याची बुट्टी डोक्यावर घेऊन बांधाला लागली, तरी मला निघू वाटायचे नाही. शेवटी ती दंडाला धरून उचलायची. ती घरात तेव्हा मी वेशीत असायची. बांधावरून चालताना कर्तव्यतप्तर चालणे, मला कधी जमले नाही.

शिक्षणासाठी तवंदी सुटली आणि बांधावरचे फिरणे संपले. सुट्टीत परत आल्यावर कधीकधी बांधावरून चालले, तर ते घरच्या मंडळींबरोबर. पावलामागून पावले टाकत. बांधाचे माझे नाते तुटले तसे ते त्या पिकाचे, वेलींचेही माझ्याशी नाते उरले नाही. निसर्गाला अशी तडजोड मान्य नसते. बांधाची जिव्हाळ्याची संगतसोबत दुरावली ती दुरावलीच. पण बांधावरच्या गवताचा स्पर्श मात्र पायाशी उरला.

पुन्हा कित्येक वर्षांनी पुनर्जन्म घेऊन भेटायला आल्यासारखा हा बांध भेटला, तो नोकरीच्या वाटेवर. वडगावच्या माळावर. हा माळ दगड-गोट्यांचा, रेती-मुरूम यांचा होता. पण पावसाच्या वावटळी घुमायला लागल्या की, कुठलीशी माणसे त्या माळावर यायची, हलकीशी मशागत करायची, हातभर उंच बांध

घालायची आणि पहिला पाऊस कोसळला की वरी, नाचणी असल्या धान्याची पेरणी करायची.

चार-सहा दिवसांत चमत्कार व्हायचा. त्या ओसाड माळावर हिरवट-पिवळे ठसठशीत असे रांगोळीचे ठिपके दिसू लागायचे आणि बांधावर हिरवे लुसलुशीत जावळ धरायचे. मग नंतर सहा महिने मी या बांधावरून चालत जाई... हा बांध हा माझ्या जीवनाचाच एक भाग होऊन बसला आणि एक समजले –

बाळपणीच्या त्या बांधाने मला माळवे दिले. हिरव्यावर प्रेम करायला शिकवले, त्याबरोबरच 'हे जपून ठेव' म्हणून आणखी काही दिले असावे. त्याची मला तेव्हा जाण नव्हती. ती जाण आता आली आणि हा बांध मला वेगळाच दिसू लागला. वाटले, हा बांध म्हणजे गौरीची पावले तर नव्हेत ना!

आमची आई काही व्रतवैकल्ये करत नसे. पण तवंदीच्या शेजारच्या काकू गौरीचे व्रत करत. त्या दिवशी गौर आणायला त्या मला बरोबर घेऊन जात. ताम्हण व तांब्या घेऊन आम्ही दोघी विहिरीच्या मागच्या बाळ-झऱ्याकडे जात असू. त्या झऱ्याला पानाचे दुमडते गायमुख लावून मी तो तांब्या भरून घ्यायचे. तो ताम्हणात ठेवून झऱ्याखालच्या स्वच्छ पाण्याच्या खळगीतून पाच खडे घेऊन ते तांब्यात घालायचे. काकू फुले, हळद, कुंकू वाहून मला पुढे घालून निघायची. मी गौरी हातात असेपर्यंत मागे वळून बघायचे नाही, बोलायचे नाही. गौर आणायची म्हणून काकूने घर सारवलेले असायचे, दारात सडा घातलेला असायचा आणि अंगणापासून आत येणारी आणि घरातील प्रत्येक दालनाकडे वळणारी अशी अंतरा-अंतराने हळदीने पावले रेखलेली असायची. त्या हिरव्या सारवणावर ती किती गोड दिसायची. अंगणात आले की, आत जाताना प्रत्येक दाराकडे त्या पावलावरून पावले टाकीत मी काकूला विचारायचे, "इथे काय आहे?" आणि काकू भावूकपणे सांगायच्या "इथे सभा बसली आहे." "इथे पुरणा-वरणाचा स्वयंपाक शिजतो आहे." "इथे गोधन नांदते आहे." आणि अशी प्रश्नोत्तरे करत-करत शेवटी देवघरात येऊन त्या गौरीची स्थापना करायची. ती गौरीची पावले, मनात कुतूहलाचा भरलेला कुंभ, त्यात सृजनाच्या खड्याच्या गौरी आणि त्यांच्या आविष्काराची ही पावले! असेच काही हा बांध चालताना मला वाटे. माझ्या कित्येक कवितांच्या ओळी या पावलांवरून लहरल्या आहेत! त्या बांधाने जे दिले, ते या बांधाने झेलून घेतले. मला आणि निसर्गाला भावविश्वात जोडणारे हे दोन बांध!

हा बांध जिव्हाळ्याने निसर्गाला जवळचा, म्हणून नागरशिष्टाचाराला दूरचा. एकदा मी या बांधावरून घरी निघताना मागून एक चार-पाच वर्षांचे मूल येत होते. माळावर डोंबाऱ्याची पाले होती. त्यामुळे त्यातले ते असावे. एकटेच

चालता-चालता कलंडले, तसे मी चटकन दंडाला धरून उचलले. पण मग चालताना त्याने माझा हात सोडला नाही. आपल्या बचकुलाने त्याने माझे मनगट घट्ट धरून ठेवले. जसा काही असा आधार आणि अशी माया त्याला प्रथमच मिळते आहे! किती शेंबडे घाणेरडे होते ते. त्याचे पाल येईपर्यंत ते असे बिलगून चालले आणि मग हसत-हसत ते नागडे-शेबंडे धष्टपुष्ट पोर असे काही पळाले... मी घरी आले, पण हात धुण्याचा विचार मनात आला नाही. ही माया त्या बांधाने तर शिकवली नसेल? नाहीतर एरवी मी 'दुरून चाल रे!' म्हणून त्याला फटकायला कमी केले नसते – आणि त्याला रस्त्यावरून आणताना कोण काय म्हणेल, हाही विचार मनात आला नाही.

त्या बांधाची एक आठवण माझ्या मनावरच आपली पावले उमटून गेली आहे. विख्यात गायक संगमेश्वर गुरव वडगावला राहातात. उन्हाळा जवळ आला की, वडगावचे पाणी आटते. मग संगमेश्वरबुवा टिळकवाडीला वडिलांच्या घरी स्नानासाठी येतात. त्यांची परतायची वेळ आणि माझी नोकरीवर जाण्याची वेळ पुष्कळदा एक येते. ते पुढे दिसले की, सावकाशपणे चालत त्यांच्या मागे राहाण्याचे बघते. रस्त्यावरून ते बांधावर उतरतात आणि त्यांची हाताची बोटे लयीची वलये रेखायला लागतात. वाऱ्याचा झोत त्यांचे गुणगुणणे माझ्यापर्यंत आणून पोहोचवतो. ते गुंजन ऐकण्यात मी मग्न होऊन जाते. गायनापेक्षा कधीकधी गुणगुणणे मनाला मुग्ध करते, त्याचा अनुभव घेत राहाते. वडगावचा रस्ता आला की ते मूक होतात. एकदा त्यांनी मला बघून म्हटले, "काय ताई आज उशीर केला?"

मी अजून बांधावर होते. मी बोलून गेले, "उशिराचं काय मोठं, किती सुंदर गुणगुणत होतात... पायाखालची वाट किती हलकी होऊन गेली!"

"काय ताई, काय स्तुती करता माझी!" असे म्हणत, ते नम्रपणे हसले.

मनात विचार आला... इतके मोकळेपणे, सहज बोलणे मला बांधावर होते म्हणूनच जमले. पण किती बरे वाटले. मी रस्त्यावर असते, तर त्या ऐकण्याच्या आनंदाचा उल्लेखही न करता – "झाला जरा उशीर!" असे म्हणून कृतघ्नासारखे पुढे सटकले असते! या स्वरांच्या शिंपण्याने माझा हा मनातला बांध पूर्ण स्वरूपाला आला. त्या बाळपणीच्या बांधासारखा. त्याच्यावर कोकरांचे कोमल सूर होते. या माळावर हिरवे गवत, तांबडी-पिवळी तृणफुले, बाजूला पाच कणसांची पुडे शिरावर घेऊन भारावलेल्या नाचणी, भातुकलीतल्या भेंड्या हे सर्वकाही होते. पण नव्हता एक स्वर. या गुणगुणण्यातून तो मिळाला आणि माळावरच्या शेतातील बांध मनात पूर्णपणे आकारला. त्याला गौरीच्या पावलांचे रूप आले!

■

।१६।

तरुमंडळांची मांदियाळी

पुष्पाकडे जालन्याला गेले की, आमचा एक रोजचा आवडता कार्यक्रम असतो – रोज संध्याकाळी फिरायला निघायचे. मी व पुष्पा मिळून गौरीच्या मिशनस्कूलच्या रस्त्याला जायचो. गौरीच्या शाळेचा रस्ता म्हणून नव्हे, तर त्या रस्त्यावर एक सुंदर समारंभ दिसायचा, तो बघायच्या ओढीने.

त्या रस्त्याला मध्येच एक लहानसा पूल होता आणि त्या पुलाच्या कठ्ड्याखालच्या भागापासून बरेच मोठे बाभूळबन पसरलेले होते. फिरत-फिरत त्या पुलापर्यंत यायचे आणि त्या पुलावर बसून तो बनातील हळदी-कुंकू समारंभ बघत राहायचे.

बाभूळ हीच मुळी अजिंठ्यातील काळ्या राणीसारखी लावण्यवती. तिच्या खोडाचा, फांद्यांचा गडद काजळी रंग डोळ्यात भरेल असा. हिरव्या, लांबट टिकल्यांची झालर अशी तिची पानांची डहाळी, जितकी नाजूक तितकीच रंगदार आणि पांढऱ्याशुभ्र लाजऱ्या काट्यांचा अंगावरचा साज-शेला पांघरल्यासारखा. आणि त्या हिरव्या-पांढऱ्या श्रीमंतीतून लगडून राहिलेले ते पिवळेजर्द सुकुमार असे लक्ष-लक्ष गोंडे. कुठे-कुठे हिरव्या-पांढरट नक्षीदार, कोवळ्या शेंगा लोंबत असलेल्या... आणि हे सर्व अपुरे म्हणूनच काय, हवेत भरून राहिलेला देवबाभळीच्या फुलांचा तो मधुर घमघमाट. या इथे आहेत ह्या बाभळी आहेत की हळदी-कुंकवाच्या समारंभाला जमलेल्या रूपसुंदरी सुवासिनी आहेत, असा भास न झाला तरच नवल!

डोळे भरून ते सौंदर्य साठवून घ्यावे, तितके थोडे. पोपटांचे थवे दंगा करत बाभळीवर उतरायला लागले की भान यायचे. "चला. त्यांची पोरे आली!" म्हणत आम्ही उठून घरच्या वाटेला परतायचो. सोबतीला तो देखणा आनंद असायचा. आणि घरी आल्यावरही येताना बरोबर आणलेले एखादे फूल त्या

आनंदात मला पुन:पुन्हा बुचकळून काढायचे! मग अंथरुणावर पडेपर्यंत बोलायला विषय तोच.

वृक्षांच्या संगतीत असा बोलका आनंदच मिळतो असे नाही; त्या आनंदाचे मौनस्वरूपातील दर्शनही तितकेच न विसरण्याजोगे. फर्ग्युसन कॉलेजमध्ये मी असताना मी आणि संत मधूनमधून फिरायला जात असू. नेहमीच्या टेकडीपेक्षाही एक वेगळी जागा आम्हाला सापडली होती. टेकडीच्या मागच्या बाजूने बरेच अंतर चालून गेले की, एक राखीव असे वन लागे. रखवालदार म्हणाला, ''ही उदाची झाडं हाईती.'' म्हणजे उदाचे वन होते. ही झाडे कधी न पाहिलेली. दीड-पुरुष उंचीची असतील नसतील. पाने राठ आणि आंब्याच्या पानाहून जरा मोठी. पाना-फांद्यांचा विस्तार मोकळा-ढाकळा. आभाळाची उन्हे खुशाल अंगावरून वावरू देणारा. फांद्या मात्र जमिनीला समांतर अशा पसरलेल्या. पहिल्याच फांदीला पाठ टेकून उभे राहावे किंवा कुठल्याही फांदीवर दंड टेकवून हात मुडपून गालाशी घेऊन उभे राहावे.

नुकताच पाऊस पडून जाऊन उन्हे उतरत असायची. या पानावरून त्या पानावर टपटप उड्या घेत पाण्याचे थेंब तळच्या साचलेल्या पाण्यात बाहुल्या उभ्या करायचे. उन्हे, वारा आणि तुषार यांचा गमतीशीर खेळ त्या मोकळ्या फांद्यांतून सुरू व्हायचा. कधी थेंबांचा सपकारा मारून फांदी आमची चेष्टा करायची आणि आम्ही निरनिराळ्या झाडांशी उभे राहून ती मनोहारी दृश्ये मनभरून साठवायची. अभ्यासाच्या वगैरे गोष्टी सोडाच, पण एकमेकांच्या कौतुकाचे दोन शब्दही ओठांतून यायचे नाहीत. सगळीकडेच स्तब्धता. आवाज फक्त वाऱ्याचा, एखाद्या पाखराच्या स्वराचा, टपटप थेंबांचा आणि आसपास गवत कापणाऱ्या बायकांच्या खुरप्यांचा. जणू त्या वातावरणाला मानवी शब्दांचे वावडेच होते. त्या झाडांना उदाचा गंध नव्हता, पण त्या न येणाऱ्या गंधाच्या धुपाने आमची मने भारून गेल्यासारखी व्हायची. शब्दांचा इतका प्रसन्न दुरावा मी कधी अनुभवला नव्हता. मला वसतिगृहाच्या फाटकाशी सोडून निघताना संत तोंडातून पहिला शब्द काढायचे – ''अच्छा!''

असेच एका तरुमंडळाने मला कल्पनेच्या विश्वात नेले होते. काश्मीरमधील 'दाल' सरोवरातील त्या चार चिनार वृक्षांनी. दैवी संपत्ती लाभलेले ते वृक्ष. दाल सरोवराच्या अलीकडच्या काठाशी उभे राहिले की, दूरवर निळ्या-हिरव्या चमकदार अशा पाण्याच्या लहरींनी वेढलेले एक लहानसे बेट दिसते. त्या बेटावरील हे चार चिनार वृक्ष. ''जितका भव्य तितका नाजूक, जितका शक्तिमान तितका कोमल, जितका सरळ तितका वळणदार असा कोण?'' असा जर काश्मिरी मुलांना उखाणा घातला तर ती लगेच सांगतील –

“अहो, आमचा चिनार!”

हिमालयाच्या पायथ्याला शोभणारी त्याची उंची, हत्तीच्या पायासारख्या त्याच्या फांद्यांचा अफाट विस्तार, त्याच्या मोठाल्या हिरव्यागार पानांचा नक्षीदार कातरकाम केलेला आकार, त्याची फुले, त्याची खाली गळलेली केशरी फळे... वृक्ष-वृक्ष म्हणतात तो हाच, असे त्याला म्हणावे. त्याचे हे मर्दानी, खानदानी सौंदर्य बघून वाटले – हे चिनार या बेटावर काय म्हणून उभे असतील आणि उशीर झाला म्हणून त्यांना या चिनार वृक्षाच्या रूपाने इथेच थांबायची शिक्षा तर मिळाली नसेल? आणि त्या शिक्षेची मुदत तरी काय असेल? छे! चिनार हे तर प्रसन्नतेचे भव्य रूप आहे. शिक्षा असती, तर हे रूप कसे त्यांना मिळाले असते? मग एकदम प्रकाश पडल्यासारखे झाले... असेच असावे...

...कैलासपर्वतावर शंकर-पार्वती सारीपाट खेळले असतील, त्या खेळात गमतीने दोघेही मोठमोठ्याने हसले असतील. आणि त्या पार्वती-परमेश्वररूप हास्याच्या प्रतिध्वनीने इथे हे चिनाररूप धारण केले असेल... त्या बेटाजवळ जाताना मी या कल्पनेने इतकी भारावून गेले की, तिथून निघताना चिनारांची चार पिवळी पाने मी उचलून घेतली. अजून ती कुठल्यातरी पुस्तकात सापडतील.

पण याहून अत्यंत तरल आणि मनोज्ञ असा मनोभाव मी अनुभवला तो बोर्डीच्या समुद्र किनाऱ्यावरील सुरूंच्या बनात!

जीवनशिक्षण याच्या अभ्यासासाठी मी एक वर्ष बोर्डीला होते, तेव्हाची गोष्ट. थोर समाजसेवक आचार्य भिसे यांच्या शिक्षणसंस्थेत काही कार्यक्रमासाठी आमचा वर्ग गेला होता. कार्यक्रम संपून परतीच्या वाटेवर म्हणून आम्ही समोरील किनाऱ्याशी आलो. संध्याकाळ होत आली होती. समुद्राच्या लाटा उसळत-उसळत किनाऱ्याशी पसरत होत्या. आणि त्या ओल्या रेतींपासून जरा दूर आयताकृती सुरूचे बन दिसले. सूचिपर्ण सुरूचे बन! सर्वांच्या मनात एकदम आले, आता इथेच, या वनात प्रार्थना घ्यावी. आम्ही वनात जाऊन बैठक मारली.

दूर समुद्राची गाज, तशी या बनालाही एक नाजूक गाज होती, तरफेच्या नाजूक तारेसारखी. प्रार्थना सुरू झाली, पण माझे मन प्रार्थनेत नव्हते. आम्ही खाली वाळलेल्या चकचकीत पानसुयांच्या गालिच्यावर बसलो होतो. वरून सुरूच्या हिरवट काळपट चवऱ्या ‘अशी लवे, तशी लवे’ करून झुलत होत्या. दूर समुद्राच्या कडेला सूर्याचा सुवर्णकलश पालथा झाला होता आणि तिथून लाल, पिवळे, केशरी, सोनेरी रंगाचे ओहोळ लाटांवरून येऊन ओल्या रेतीत चमकत होते. सुरूच्या पानसुया सोनेरी रंगाने झळाळत होत्या. कोमट वाऱ्याबरोबर वळसेदार अशा लवत होत्या. आमच्या अंगावरून त्यांच्या सावल्या तशाच लहरत होत्या. माझ्या मनात एकदम मंगळागौर जागी झाली. दोन्ही हात पसरून

चुटक्या वाजवत करायचा मुलींचा नाजूक, चालता नाच दिसू लागला. गाणेच आठवले :

"साळुंकी साळुंकी, तुझी-माझी पालखी,
रामाची जानकी....
गेले होते बना, विसरले भाना –
पगडाफूऽ..."

या आता सुरूच्या चवऱ्या म्हणू की सावल्या म्हणू की साळुंक्या म्हणू... पंख पसरून उडत चालीत मागे-पुढे फिरणाऱ्या... मागे गंभीर असा गाजेचा षड्ज होता. सुरूच्या सोनेरी झावळ्या साळुंक्या झाल्या होत्या आणि प्रार्थनेत कुणीतरी गोड गळ्याने मीराबाईचे भजन आळवत होते.... "ए मै तो, प्रेम दिवानी।" मी त्या सुराने भानावर आले. त्या गाण्याने आता त्या स्वप्नभूमीच्या वातावरणाला एक वेगळीच निर्मळ व्याकुळता लाभली. कुणी वाजवत होते, त्या टाळालादेखील आपला उपरेपणा जाणवला आणि तो मूक झाला.

प्रार्थना संपली. पण माझ्या मनात एक प्रार्थना उमलली, न समजणारी, पण मनोमनाला कमळ-गंधाप्रमाणे जाणवून जाणारी.

■

।१७।

प्रार्थनेतील रंगतरंग

'प्रार्थना' शब्द काही मला नवा नव्हता. तो रामायण-महाभारताच्या मला समजलेल्या वाचनात बरेचदा येऊन गेला होता. एक अगदी ठळक अशी मनापुढची आठवण म्हणजे... पृथ्वीवर अनाचार माजतो, इतका की तो तिला असह्य होतो. मग ती गोमातेचे रूप घेऊन भगवान विष्णूकडे येते. ते आपले सुखासीन असे शेषावर पहुडलेले; लक्ष्मीदेवी त्यांचे पाय चुरत बसलेली. आणि गोमाता डोळ्यांतून अश्रू गाळत विनवत असलेली –

"हे देवाधिदेवा, माझे रक्षण कर!"

ही प्रार्थना. पण तो शब्द पुस्तकातच राहिला.

पण ध्यानीमनी नसताना, 'प्रार्थना' हा शब्द रोजच्या बोलण्यात आला, तो मी प्राथमिक शाळेत गेल्यावर. रोज पहिली घंटा झाली की, प्रथम प्रार्थना. मुलांनी आपापल्या वर्गात जाऊन उभे राहायचे आणि एका सुरात प्रार्थना म्हणायची –

"भो पंचमजॉर्ज भूवरा
विबुध मान्य, सार्वभौम भूवरा
नय धुरंधरा, बहुत काळ
तूचि पाळ ही वसुधंरा।"

मुख्याध्यापकांच्या वर्गात शिरताच समोर भिंतीवर लावलेल्या राजा-राणीच्या रंगीत फोटोला उद्देशून ही प्रार्थना असायची. या फोटोतील राणी मला फार आवडायची. गोरीपान, उंच, निळ्या डोळ्यांची. तिचा सुंदर झगा मन ओढून घेणारा आणि तिच्या कुरळ्या केसांवरील नाजूक मुकुट मला फार आवडणारा. हे तर त्या भूपाचे स्त्रोत्र. ही प्रार्थना कशी काय?

मी सकाळी भूपाळ्या, मनाचे श्लोक म्हणत होते. संध्याकाळी शुभंकरोती, रामरक्षा, गणपती स्त्रोत्र म्हणत असे. पण आम्ही, 'चला आता प्रार्थना म्हणायला', असे काही बोलत नव्हतो. रामरक्षा वगैरे म्हणताना देवासमोर बसायचे. उदबत्तीचा दरवळ असायचा, पितळेच्या समईत मंद नंदादीप तेवत असायचा. आम्ही म्हणत असू त्या स्तोत्रात आणि समोरच्या या दृश्यात काहीतरी सुसंवाद साधलेला असायचा. मनात थोडाफार भक्तीचा रंग उमटलेला असायचा. पण या शाळेतील प्रार्थनेत तसे काहीच वाटत नव्हते. ओरडायचे मात्र कचकचून आणि प्रार्थना पुरी करायची! प्रार्थना कसली, एक रूक्ष, भावशून्य, ओसाड, करडा आवाज मात्र!

त्यानंतर प्रार्थनेला मी 'प्रेअर' म्हणू लागले, ते मिशन स्कूलमध्ये आणि वनिता विद्यालयात. या प्रार्थनेला आम्ही मुली व शिक्षक रांगेने गुपचूप मोठ्या प्रेअर हॉलमध्ये जात असू. एक शब्द बोलायचे नाही. शांत बसून वा उभे राहून डोळे मिटायचे आणि मंद, गंभीर स्वरात प्रार्थना म्हणायची. ती प्रार्थना अगदी टिपेच्या स्वरात, तर ही अगदी खर्जात.

"हे आमच्या स्वर्गातील पित्या, तुझे नाव पवित्र मानले जावो. तुझे राज्य येवो. जसे स्वर्गात तसे पृथ्वीवर तुझ्या इच्छेप्रमाणे होवो. आमची रोजची भाकरी आज आम्हाला दे आणि आमच्या पापांची क्षमा कर," असे सामुदायिक बोलून मग 'आमेन' म्हणून प्रार्थना संपवून, तितक्याच शांततेने आणि रांगेने आपापल्या वर्गात जायचे. या एकूण प्रार्थनेवर, गोऱ्या अमेरिकन प्रिन्सिपलबाईंचे कडक शिस्तीचे सावट पसरलेले असे. आणि जाताना मनात यायचे, देवाकडेच मागायचे तर भाकरीच का मागायची दळिद्र्यासारखी? ती कृत्रिम शांतता, ती गद्य, रूक्ष प्रार्थना हे अगदी नको वाटायचे. त्यापेक्षा आमचे बायबल शिकवणारे मास्तर आमच्याकडून 'येशू, प्रिय मेंढपाळा, पाळी आम्हा कोकरा' हे गाणे म्हणून घ्यायचे, फार आवडायचे.

मग शाळांतील या प्रार्थना सुटल्या. घरची रामरक्षा सुटली. देवाची पूजा-उपासनाही नव्हती. पण नोकरी करायला सुरुवात केली आणि एक निराळ्याच प्रकारची प्रार्थना माझ्या पुढ्यात उभी राहिली. जीवनशिक्षण याच्या अभ्यासासाठी मी आठ महिने बोर्डीला होते. तिथे रोज दोनदा प्रार्थना घेतली जात असे. सकाळी घंटा झाली की पंधरा मिनिटे मौन-कताई असे. नंतर प्रार्थना. या प्रार्थनेत हिंदू, मुस्लिम, ख्रिश्चन या धर्मांतील भजने, पदे म्हणायची असत. गांधीजींच्या सेवाग्रामातील प्रार्थनेप्रमाणे ही जीवनशिक्षण पद्धतीतील प्रार्थना होती. संध्याकाळी मात्र मौन-कताई नसे. पण प्रार्थना सकाळप्रमाणेच असे. ती चुकवण्याकडे माझा फार कल. बंगल्याच्या पुढच्या बाजूच्या आवारात आम्ही प्रार्थनेला गोलाकार बसत असू. त्याच वेळी बंगल्याच्या मागच्या बाजूच्या व्हरांड्यापुढे निळा-काळा समुद्र क्षितिजापर्यंत चमचम करत असे आणि नाजूक असे सूर्यबिंब पाण्याच्या लहरींना भेटायला उतरत असे. हा रंगांचा उत्सव सोडून त्या

बेसूर भजनांना बसायचे माझ्या जिवावर येई. कुलपती कविवर्य ग. ह. पाटील राग धरत, पण मी दुर्लक्ष करत असे. इकडे प्रार्थनेचा टाळ ऐकू येई आणि मी तिकडे व्हरांड्याच्या कठ्ठ्यावर बसून तो दर्यावरचा सूर्यास्त बघण्याचा आनंद लुटत असे.

जीवनशिक्षण पद्धतीची जी जन्मभूमी सेवाग्राम, तिथेही आम्ही चार-सहा दिवस 'स्टडी टूर' म्हणून राहून आलो. तिथे तर सूर्योदयापूर्वी अंधार असताना प्रार्थना सुरू होई. मोठ्या पटांगणात चौकोन आखलेले असत. आपापल्या चौकोनात चरखा – पेळू घेऊन बसायचे. प्रार्थना जे घ्यायचे, त्यांच्यापुढे असलेला कंदील बारीक करत मौन-कताई आणि नंतर सर्वधर्मीय प्रार्थना. या प्रार्थना घेतल्याने सर्वधर्मसमभाव निर्माण होणार नाही, ही माझी खातरी झाली होती. प्रत्येक धर्माच्या प्रार्थनेचे हे गाळे मला पटत नव्हते. पण या पहाटेच्या प्रार्थनेत चरख्यावरील सूत सारखे तुटायचे कारण माझे लक्ष आभाळात पसरलेल्या तारांगणाकडे असायचे आणि या प्रार्थनेची सक्ती असल्याने रसही आटून गेला होता.

मग माझ्या हातात जेव्हा ही जीवनशिक्षण पद्धती शिक्षणात आणण्याची पाळी आली तेव्हा त्या प्राथनेतील धर्मांचे थोतांड मी काढून टाकले. पहिल्या टर्मला 'तेथे कर माझे जुळती', 'खरा तो एकची धर्म', 'प्रभू माझी जीवनबाग फुलवा', 'सृष्टी तुला वाहूनी धन्यमाते', 'ताटी उघडा ज्ञानेश्वरा', 'जे का रंजले गांजले' अशा तऱ्हेच्या काव्यमय प्रार्थना निवडून देत असे. आणि दुसऱ्या टर्मला रोज गीताईचा एक भाग. एका वर्षात विद्यार्थ्याला गीता म्हणजे काय, याची जाणीव तरी होत असे आणि एक चांगल्या काव्याची वही त्याच्या संग्रही असे. प्रार्थना म्हणून हे मी करत असे ते योग्य होते की नाही, कुणाला ठाऊक! पण त्या ढोंगाच्या थोतांडातून आणि जोखडाखालून निसटण्याचा मी प्रयत्न करून पाहिला, हे मात्र नक्की.

मी सर्व संतवाङ्मय माझ्या कुवतीप्रमाणे वाचून काढले आहे. माणूस हा पाप करणारा प्राणी आहे. ही केलेली पापे धुऊन काढण्यासाठी परमेश्वराला विनवणे म्हणजे प्रार्थना. तो कनवाळू आहे. आपण त्याचे पाडस आहोत. आपण केलेली पापे धुण्याचा त्याचा हक्कच आहे. हा श्रद्धेचा प्रभाव. त्यामुळे एकूण सर्व प्रार्थना 'माझे दुःख', 'माझे दारिद्र्य', 'माझे अपराध' अशा मी आणि माझे या नको असलेल्या रंगाने रंगलेल्या आहेत. मी एकदा 'व्यंकटेश स्तोत्र' वाचले. त्यात तर तो व्यंकटेश सौदा करायलाच असा काही बसला आहे. देवदासाने शेवटी स्तोत्र पठणाचे दरच दिले आहेत.

"पुत्रार्थियाने तीन मास,
धनार्थियाने एकवीस दिवस,
कन्यार्थियाने षण्मास,
ग्रंथ आदरे वाचावा"

देवाजवळ सुख मागायचे असेल तर माझ्या मते प्रार्थना एकच – ज्ञानेश्वरांची.

ग्रंथ लिहून पुरा झाल्यावर त्या देवाधिदेवाला विनवणारा – पसायदानाची.

"दुरितांचे तिमिर जावो,
विश्व स्वधर्म सूर्ये पाहो
जो जे वांछिल तो, ते लाहो,
प्राणिजात"

ही, 'प्रार्थना' तिला पवित्र मंगल रूप देते. ती आदिशक्ती आणि तिच्याजवळ या दैवी पुरुषाचे हे मागणे, हा एक मणिकांचन संयोग असतो. या प्रार्थनेत 'मी' एकटाच नव्हे, अवघे विश्वच मंगलमय व्हावे, ही विनंती आहे.

एकचित्त मौन हीदेखील एक प्रकारची प्रार्थना आहे. या प्रार्थनेला त्या आदिशक्तीकडे काही याचना करायची नसते. त्या निर्गुण निराकारात तद्रूप होण्याची ती एक लय असते. ही लय मी कन्याकुमारीजवळील विवेकानंद स्मारकाच्या ध्यानमंदिरात पाहिली. आमच्यासारख्या संसारबंद्यांनीदेखील तिथे पंधरा मिनिटे नुसते बसून राहिले तरी किती प्रसन्न वाटते. मंदिरात शिरतानाच तनमनात मौन शिरायला लागते आणि बाहेर आल्यावर उजळून गेल्यासारखे वाटते.

एकदा कोल्हापूरचे दत्ताबाळ यांचे आमच्या कॉलेजात व्याख्यान होते. प्रार्थना या विषयावर ते तासभर सुंदर बोलले.

व्याख्यान संपल्यावर ऑफिसमध्ये ते मला म्हणाले, "बाई, तुम्ही घरी देवपूजा, ध्यान, जप वगैरे काही करता का ?"

"छे, काऽही करत नाही. पण असं का विचारलंत?" मी विचारले.

"आत्ता तुम्ही प्रार्थनाच करत होतात."

"म्हणजे?" मी आश्चर्याने विचारले.

ते म्हणाले, "मी तुमच्या प्राध्यापकांशी बोलत होतो तेव्हा तुम्ही त्या सागवानाकडे बघत रमला होतात ना?"

खरेच की! प्राध्यापकांना त्यांच्याशी बोलू द्यावे म्हणून मी चर्चेत भाग न घेता उजव्या बाजूच्या खिडकीतून बाहेर बघत बसले होते. ती माझी सवयच होती. तिथे तो मोठा सागवृक्ष तुऱ्यांनी बहरलेला होता. जरा वारा आला की त्याची मोठाली पाने हत्तीच्या कानासारखी फडफडत होती – आणि त्याच लयीत ते मोठाले, पांढरे, नाजूक तुरे डुलत होते. बघण्यात रंगले होते खरेच. ती काय प्रार्थना होती?

मी तसे म्हणताच त्यांनी एक विचार सांगितला, "सृष्टीरूपाने प्रकट झालेल्या परमेश्वराच्या स्वरूपाशी इतके आवडीने एकरूप होणे म्हणजेच प्रार्थनाच. निर्व्याज प्रार्थना!"

पुन्हा माझे सहज त्या सागाच्या बहराकडे लक्ष गेले... छे! दत्ताबाळनी मला ही प्रार्थनेची जाणीव द्यायला नको होती, असे वाटून गेले.

■

।१८।

तांब्याचा एक पैसा आणि बायबल

दाराशी अंधार आला की उठायचे, देवापुढची समई लावायची. एक बत्ती लावून ठेवायची आणि आम्ही दोघी बहिणींनी मांडी घालून, हात जोडून देवापुढे बसायचे. रामरक्षा, गणपती स्तोत्र, नवग्रहांचे, मारुतीचे अशी पाच-सात स्तोत्रे म्हणायची. मग उदबत्तीचा अंगारा कपाळावर टेकवून, सोप्यावर येऊन कंदिलाच्या दोन बाजूंना दोघींनी अभ्यासाला बसायचे.

असेच एकदा मी वाचत असताना, काका एकदम वाकून म्हणाले, "काय वाचतेस ग?"

मी पुस्तक दाखवत म्हटले, "बायबल. नवा करार."

काकांनी हातातून पुस्तक हिसकावून घेतले आणि ते बाहेर फेकत म्हटले, "पुन्हा असलं पुस्तक तुझ्या हातात दिसलं तर शाळा बंद."

ते पुस्तक बाहेर वाऱ्यावर फडफडत होते आणि इकडे माझे काय चुकले ते मला कळत नव्हते. काकांचे स्वत:शीच बोलणे चालले होते, ते एका पुस्तकात तोंड खुपसून बसलेल्या मला ऐकू येत होते... कावेबाज मिशनरी – पुस्तके फुकट वाटतात... बाटवायला बघतात. आपल्या धर्माचा प्रचार करतात इत्यादी... इत्यादी. मला धर्म, बाटवणे, कावेबाजपणा हे सर्व अज्ञात होते. माझ्या डोळ्यांत सारखे पाणी येत होते, पुस्तक बाहेर फेकले म्हणून.

त्या वेळी मी बेळगावच्या मिशन स्कूलमध्ये पहिलीत होते. आम्हाला आठवड्यातून एक तास बायबलचा असायचा. शेवटच्या त्या तासाला आम्ही दोघीच विद्यार्थिनी अगदी खूश असू. मोकळे-मोकळे वाटे. अजगर्णीमास्तर आमच्याशी बोलत, आल्याबरोबर प्रथम आम्हाला 'गुड इव्हिनिंग गर्ल्स' करून, मग मुलांना

अभिवादन करून टेबलावर बसून शिकवत. वयस्कर होते, पण वर्गात फार खेळीमेळीने वागत. शिकवायची पद्धतही निराळी.

सुरुवात करताना म्हणायचे, "वासरांनो, मी सांगतो ते म्हणा –"

'शोधा म्हणजे सापडेल', 'ठोका म्हणजे उघडेल', 'मागा म्हणजे मिळेल', त्यांनी अभिनयासकट सांगायचे आणि आम्ही म्हणायचे. दोन-तीनदा म्हटले की मग प्रत्येक गोष्टीचे स्पष्टीकरण –

"आपल्याला पेन्सिल पाहिजे, मग शोधायला हवी. आपल्याला दार उघडून हवे तर ते ठोठवायला हवे. आपल्याला भूक लागली, तर आईकडे मागायला हवे. स्वस्थ बसून काय होणार नाही. खटपट करायला हवी. जे हवे त्याच्या असे मागे लागायला हवे."

निरनिराळ्या उदाहरणांनी असे पटवून देऊन पुन्हा त्या घोषणा म्हणून घ्यायचे. आणि शेवटी, 'देवाचा पुत्र तो येशू, त्याने अजाण लोकांना असा उपदेश केला आहे.' असे म्हणून तास संपवायचे.

पुढचा तास येईपर्यंत मनात त्या घोषणा घोळत राहायच्या. बहिणीला पाटी सापडत नाहिशी झाली की 'शोधा म्हणजे सापडेल', व्यवहारी अपूर्णांकांचे निरनिराळ्या कंसात चक्रव्यूहाचे गणित पाटीवर मांडून घ्यायचे आणि त्यावर पेन्सिल ठोकत म्हणायचे, "ठोठवा म्हणजे उघडेल" आणि खरेच तीन-चारदा करून – म्हणजे ठोठवून पाहिले की मग 'एक' या उत्तराने दार उघडायचे.

असेच एकदा त्यांनी 'शेजाऱ्यावर प्रेम करा,' हे इतके सुरेख समजावून दिले. प्रथम घोषणा म्हणून घेतली, मग म्हणाले, "शेजारी म्हणजे ज्याचा आपला काही संबंध नाही असा. निकटवर्ती. समजा, तुमच्या पायरीशी कुत्र्याचे पिलू येऊन बसले तर ते तुमचा शेजारी. त्याच्याशी प्रेमानं बोला, त्याची चौकशी करा, त्याला समजून घ्या, त्याची गरज ओळखा, त्याच्या अडचणीला सहकार्य द्या. त्याच्यावर प्रेम करा. तुमच्या शेजारी जो जीव असेल, त्याला सुरक्षित वाटू द्या."

आणखी एकदा, मुलाकडून त्यांनी म्हणून घेतले, "जे तुमच्याजवळ अधिक आहे ते नेहमी दुसऱ्यासाठी आहे."

तुमच्याजवळ दोन पेन्सिली असतील तर त्यातील एक पेन्सिल, ज्याच्याजवळ पेन्सिल नाही, त्याच्यासाठी आहे हे लक्षात ठेवा. निरनिराळ्या उदाहरणांनी समजावून देऊन शेवटी घोषणा घेऊन ते म्हणाले,

"देवाचा पुत्र जो येशू त्याने जनसमुदायाला हा उपदेश केला."

एकदा वर्गात येताच त्यांनी सांगितले,

"एक गरीब मुलगा आहे, त्याला एकटी आईच आहे. ती गावाला गेली आहे. त्या मुलाला एका परीक्षेसाठी पैसे भरायचे आहेत, तर ते आपण भरू या.

आई आली की आपले पैसे परत मिळतील. तर ज्यांना द्यायचा असेल, त्यांनी उद्या एक पैसा आणायचा.''

मी आईकडे पैसा मागितला. तिच्याकडे पैसे नसत. पण माझे रडवे तोंड बघून, हुडकून-हुडकून तिने देवापुढच्या पंचपाळ्यातील कुंकवाच्या तळाचा एक लाल- निळा किटलेला असा पैसा काढून दिला. तो मी चिंच-मीठ लावून घासून लख्ख केला. दुसऱ्या दिवशी मास्तरांना दिला. त्यांनी पैसा वर्गात दाखवून म्हटले,

''बघा रे, तुमच्या बहिणीनं किती लखलखीत तांब्याचा पैसा दिला आहे. जे दुसऱ्याला द्याल ते नेहमी चांगले द्यावे.''

लगेच मुले एकसुरात ओरडली,

''असे जो देवाचा पुत्र...''

मास्तरांनी काठी उगारून मुलांना गप्प केले.

''नाही, नाही वासरांनो, हे मी तुम्हाला सांगतो आहे.''

काही दिवसांनी आमचे पैसे परत मिळाले. पुन्हा कधी असाच उपयोगी पडेल म्हणून कपाटाच्या सांदीत मी तो पैसा ठेवला आणि नंतर विसरूनही गेले.

तर अशा या पुस्तकात फेकण्यासारखे काय होते, हेच मला समजेना. तो येशूचा धर्म, मग माझा कोणता? मी रोज देवाला नमस्कार करत होते. भूपाळ्या, स्तोत्रे, विष्णुसहस्रनाम म्हणत होते; आषाढी, कार्तिकी, शिवरात्र हे उपास तर मी तिसऱ्या वर्षापासून करत होते. महाभारत समजेल तितके वाचले होते. आप्पा साधले (काशी मावशीचे पतिराज.) यांनी त्यातील खूप गोष्टीही सांगितल्या होत्या. माझ्या लक्षात होते, ते महाभारतातील शाप – 'भस्म हो', 'निपुत्रिक हो' – असले. भीती दाखवणारे. आप्पांनी 'आदर्श शिष्य एकलव्य' ही गोष्ट सांगितली, तर त्यातील द्रोणांचा मला राग आला होता. जयद्रथ-अर्जुन यांच्या युद्धात कृष्णासारख्या देवाने सूर्य झाकला, हे मला चांगले वाटले नव्हते. आप्पा आम्हाला कविता शिकवत. त्यात अशा काही होत्या –

''काळ चोर घिरट्या बहु घाली,
पामरा तुज कशी निज आली''

आणि

''मरे एक त्याचा दुजा शोक वाहे,
अकस्मात तोही पुढे जात आहे''

संध्याकाळी अशा कविता म्हटल्या की, रात्री अंथरुणावर पडल्यावर डोळ्यांपुढे काहीतरी वाईट दिसायचे. घराभोवती कुणी लपतछपत फिरत आहे, असे वाटायचे आणि किती वेळ झोप यायची नाही.

आणखी एक भयंकर अनुभव आठवतो. एकदा ताई वाटेतून उठेना म्हणून मी पायाने तिला ढकलली. ती रडायला लागली. आतून कुणीसे म्हणाले,

"असे लहानाला लाथाळू नये. पायात किडे पडतात."

त्याच संध्याकाळी दारापुढे खेळताना अंगठ्याजवळच्या बोटाला ठेच लागली. खूप रक्त गेले. रात्री खूप ठणकले. दोन दिवस बोट सुजले, दुखले आणि त्यातच पू झाला. ते बघताच माझ्या अंगाचा भयाने थरकाप झाला. आता किडे पडणार. लंगडत-लंगडत गोठ्यात जाऊन सत्याप्पाला विचारले,

"किडे कसे रे पडतात?"

तो म्हणाला, "पयला पू होतोया. मग तिथं भोक होतंया अन् या भोकांतून बुळू-बुळू किडं भाईर येत्याती, न्हवं काय!"

कुठेतरी जाऊन रडावेसे वाटले. त्याला बोट दाखवून मी विचारले,

"यात किडे आहेत का, बघ रे?"

तो बघत असतानाच मला तिथे वळवळणाऱ्या आळ्या दिसू लागल्या आणि हुंदका फुटला... "गपा गपा आक्कासाब –" म्हणत त्याने पू काढला. दगडीपाल्याचा रस जखमेवर पिळला. चोथ्याचा लेप दिला आणि म्हणाला,

"पळा आता. किडं-बिडं कायबी न्हायी."

पण खपली पडेपर्यंत जिवात जीव नव्हता.

पाप करण्याचे तरी किती भय आणि माझ्याकडून सतत ते केले जायचे. कळ्या तोडल्या, देवाला शिवले, समई तोंडाने फुंकली, पानात अन्न टाकले, पुस्तकाला पाय लागला... असे पापांचे ढीगच ढीग. पाप फार केले की नरकात जावे लागते. तिथे आपल्याला तापत्या तव्यावर उभे करतात. उकळत्या तेलात तळून काढतात. आप्पा या नरकवासाचे काय भयंकर वर्णन करायचे, हीच तर धर्माची शिकवण नसेल? आमच्या धर्माची मुलांना मिळणारी शिकवण हीच होती काय? माझ्या मुलांवर संस्कार करण्याची जबाबदारी जेव्हा माझ्यावर आली तेव्हा वाटले की, या 'नये, नये'च्या नकारणात्मक भयंकर दहशतीच्या शिकवणीपासून मुलांना कसे दूर ठेवावे? त्यांना असल्या संस्कारापासून कसे वाचवावे? त्यासाठी कोणते आधार शोधावे? कसे समजावून द्यावे? अशा विचाराने मन व्यग्र झाले की का कुणास ठाऊक, मला डोळ्यासमोर दिसू लागायचा तो तांब्याचा लखलखीत एक पैसा आणि ते वाऱ्यावर फडफडणारे बायबल!

■

।१९।
न आकळणारे काही

शिकायला म्हणून बेळगावी होते, तोपर्यंत दरवर्षी एक कार्यक्रम सट्टीत असायचा. तवंदीला जायचे आणि तिथून सवडीने बैलगाडीने सर्वांनी नरसोबाच्या वाडीला जायचे. वडिलांची प्रथा आईनेही पुढे चालू ठेवली होती. कृष्णाबाईचे स्नान, दत्ताचे दर्शन, पालखी यात सात-आठ दिवस कसे गेले कळायचे नाही. मला तर पालखीची ओढ फार. सर्व अवकाश काळोखाने भरलेले असायचे. अंधारातून अंधूक दिसणाऱ्या घाटाच्या बऱ्याच पायऱ्या, खाली दिसणारे काळेशार कृष्णाबाईचे पात्र, त्यात प्रतिबिंबित झालेले, रेघ धरून तळापर्यंत पोहोचलेले पैलथडीचे दिवे, पाण्यावर लावलेल्या स्तब्ध अशा वृक्षांची कडा, सगळे कसे भयाण दिसायचे.

आणि इकडे देवळाशी गॅसबत्तीच्या प्रखर उजेडात पालखीची प्रदक्षिणा सुरू असायची. मागे-पुढे भक्तगण, ती मनापर्यंत पोहोचणाऱ्या चालीवरती म्हटली जाणारी गाणी आणि त्याच वेळी एखादी समोरच्या खांबाला विळखा घालून आक्रोश करणारी बाई... 'सोड दत्ताऽ सोड रेऽ' या तिच्या विव्हळण्याने त्या गाण्यांच्या सुरात एक वेगळाच सूर मिळत असे. त्याच वेळी पालखीमागे एक सतरा ते वीस वर्षांचा पांढरा फटक अशक्त मुलगा – लाळ गाळणारा, डोळे फिरवणारा, गळे काढणारा, आप्तांनी सावरले तरी हिसडे मारणारा; आणि प्रदक्षिणेच्या वाटेवर ओवरीशी उभा असलेला तो गोसावी. पालखीचा छायाप्रकाश त्याच्या अंगावरून चढत-उतरत असायचा. लंगोटी लावलेला उघडाबंब असा तो गोसावी. अंगभर ओढलेले भस्माचे पट्टे, दाढी-मिशांचे जंजाळ, केवढ्या मोठ्या जटा आणि लालभडक डोळे, इंगळासारखे. तो कुठे बघतो आहे हे कळायचे

नाही; मागून, पुढून, बाजूंनी, वरून. असे ते भक्तांचे आणि भीतीचे वातावरण, त्यात घुसमटून गेले तरी तिथेच उभे राहावे असे वाटे. भय वाटले तरी घरी पळावे वाटत नसे.

निघण्याच्या दिवशीची गोष्ट. रात्री चंद्र उगवला की गाडी जुंपायची असे ठरलेले. आई, काकू, सामान आवरू लागल्या, भाकऱ्या-झुणका तयार करायला गेल्या आणि आम्ही झोपून गेलो. तीन-साडेतीनचा सुमार असेल... मी झोपेतून ओरडतच उठून बसले. अंग कापत होते... रडे थांबत नव्हते. "भ्याली की काय!" करत काकू, आई धावून आल्या... जरा धीर येऊन मी म्हटले, "दारात कोण उभं आहे, बघ!"

"स्वप्नात भ्याली वाटतं," म्हणत आईने मला जवळ घेतले. "दार बंद आहे बाळा... कुणी नाही कुठं!" म्हणत आईने मला शांत केले. खरेच, मला स्वप्न पडले होते. तवंदीच्या वाड्याच्या सोप्यात मी एकटी सोंगट्या घेऊन खेळत होते. घरात कुणीच नव्हते. खेळताना सहज वर बघितले, तर दाराशी केवढा मोठा गोसावी उभा... भगवी कफनी घातलेला, हातात कमंडलू घेतलेला, भल्या मोठ्या दाढीचा. मी घाबरलेच. आता हा आत येणार, असे काही मनात आले... अजुनी अंगाचा कापरा कमी झाला नव्हता.

आई खाली जाऊन गुरुजींना घेऊन वर आली. दर वर्षीच्या पाहुणपणामुळे गुरुजी घरच्यासारखेच होते. त्यांनी माझे स्वप्न ऐकले. चिमटीने डोळे मिटून थोडा वेळ ते गप्प राहिले. मग म्हणाले,

"वैनीसाहेब, या वेळी आपल्या हातून महापूजा घडली नाही. त्याची आठवण दिली तुम्हाला."

आईने बोटांनी दोन्ही गाल शिवून अपराधीपणाची जाणीव करून घेतली. गुरुजींनी तोड काढली,

"मी आजच महापूजेचं बघतो. तुम्हला निघायला हरकत नाही."

प्रवासभर आई अस्वस्थ होती. गाडीवानाला सारखे, "जपून रे बाबा," म्हणत होती. घरी पोहोचल्यावर येणाऱ्या-जाणाऱ्याला सांगत होती,

"आक्काच्या स्वप्नात दत्तगुरू आले."

मग कितीतरी दिवस मला मी काहीतरी वेगळीच आहे, असे वाटत होते.

दिवस जात गेले तसे शिक्षण, नागरी संस्कार, वाचन, चर्चा यांच्या परिणामाने देव स्वप्नात आला, हा फुगा फुटला. ओवरीतला गोसावी त्याच वर्षी का आला आणि निघायच्या दिवशीच स्वप्नात का आला, याचे उत्तर काय मिळणार? खरा गोसावी आणि स्वप्नातला गोसावी यांच्या रूपातही फरक होताच की! एकूण काय...आयुष्यातील अनुभव गणिताच्या पद्धतीने सुटत नसतात.

असाच एक अनाकलनीय अनुभव आम्हा दोघांना आला. माझ्या आजाराच्या निमित्ताने पुण्याला आलो तेव्हाचा. त्याच वेळेला योगायोगाने ह्यांचे मोठे मामा पुण्याला बदलून आले होते. त्यांनीच घर पाहिले आणि त्यातील दोन खोल्या आम्हाला ठेवल्या. घर शनिवारपेठेत होते. नीट आठवत नाही, पण शेजारी माडीवर ह्यांचे मित्र नाटककार आणि चित्रकार बाबूराव गोखले राहात होते. संध्याकाळी पाचच्या सुमाराला मुंबईहून या घरी आलो. खाली मामींच्याकडे चहा घेऊन वर आमच्या जागेत आलो. घर पेशवाई पद्धतीचे आणि जुनाट असे होते. आमच्या खोलीपुढे चिंचोळी लाकडी नक्षीकामाची गॅलरी आणि लाकडी महिरपीचे अवगुंठन घेतलेल्या चार उभ्या खिडक्या होत्या. दालन उंच-सखल अशा दोन पातळ्यांवरील जमिनीचे होते. मागे दार आणि दारातला लहानसा चौक ओलांडून दुसरी खोली होती. चौकातून खाली जाणारा दगडमातीच्या पायऱ्यांचा, कठडा नसलेला जिना होता. खोलीत आले, पण प्रसन्न वाटले नाही. अंधार यात झिरमिरत येत होता. त्याने उदासवाणी कळा उतरली होती. घर जुनाट होते त्यामुळे असे वाटले असेल. पण संध्याकाळ उतरली की आम्हाला त्या खोलीत बसू नये असे वाटे. दोन कंदील लावले तरी मन अस्वस्थच राहायचे. चंदू खाली मामांच्या मुलात रमलेला. हे बाहेर गेले की मी मामींकडे येई. रात्री 'बादशाही'तून आलेला डबा आम्ही बहुतेक मामांच्याकडे अंगतपंगत करून संपवत असू. झोपायला तेवढे वर.

एकदा रात्रीचे दीड-दोन झाले असतील. ह्यांनी मला हलवून उठवले आणि 'दाराशी कोण बघ!' या अर्थी दाराकडे बोट केले. मलाही कुणी निघून गेल्याची जाणीव झाली आणि ताडकन उठून बसले. बराच वेळ सर्व गुडूप होते. ह्यांच्या कपाळाला सहज हात लावून पाहिला, तर घामाने भिजले होते. हे घाबरले की काय, या विचाराने मी कासावीस झाले. एकूण अवधान दाराकडे लावून बसले. थोड्या वेळाने काकणांची घळणारी अशी बारीक किणकिण ऐकू आली आणि त्या मागोमाग दारावर चार बोटांनी दिलेल्या हलक्या अशा चार थापा आणि एक जुनाट उदबत्तीचा यावा, असा सूक्ष्म गंध. कोण असेल, या विचाराने मन थिजायला लागले. दिवा लावावा म्हणून काड्याची पेटी काढली. तो सर्रकन् कुणी दारापुढून गेल्याची चाहूल लागली आणि मग एकदम सर्व गुडूप. मला न कळतच मी फुटलेल्या आवाजात ओरडले, "मामा, मामी, तात्या...."

पाच मिनिटांत दाराच्या फटीतून कंदिलाचा प्रकाश दिसला. मामांचा, तात्यांचा आवाज स्पष्ट ऐकू आला, "नथू, इंदू दार काढा. आम्ही आलो आहोत."

ह्यांनी धडपडत उठून दार उघडले आणि तिथेच आडवे झाले. अंगातील त्राण गेल्यासारखे झाले. चंदूला गच्च धरून मी उभी राहिले. मामांनी आम्हाला

खाली नेले. दुसऱ्या दिवशी मामांनी कुठून मंतरलेला दोरा आणला आणि यांच्या गळ्यात बांधला. डॉक्टरही येऊन गेले.

आम्ही पुन्हा वर गेलो नाही. पण दोन दिवसांनी चंदूने वेगळेच वागणे सुरू केले. कुठून तरी 'आलो', 'आलो' करत धावत यायचा आणि जिन्यावर चढताना पायरीगणीक मान वर करून 'आलो' म्हणायचा. एक-दोनदा उगाच खेळ मुलाचा म्हणून त्याला उतरून घेतले, पण मग मामींनी शंका काढली, ''अगं हा असा कुणीतरी बोलावल्यासारखं का करतो...?''

या बोलण्याने घरदारच थिजल्यासारखे झाले. दोन दिवसांत आम्ही सर्वांनीच ते घर सोडले. मग कळले होते, आम्ही घाबरलो ती त्या घरातील आमची पहिली अमावस्या होती. त्या खोल्या बाधित होत्या.

खेड्यातील अडाणीपण सुटले, तशा या स्वप्न, शकुन, अपशकुन, बाधा या कल्पनाही सुटल्या. यांच्यावर विश्वास ठेवणे वेडेपणाचे वाटू लागले. विचार ठीक आहे, पण आयुष्यातील अनुभव विचारबरहुकूम असतातच असे नाही. आपल्याला वाटते की आपली प्रगती झाली आहे, आपल्याला खूपच कळते आहे. पण तसे नसते. जे कळते ते अगदी थोडेसेच असते. कळत नाही असे खूपच उरलेले असते. त्यातलेच हे काहीसे. न आकळणारे, पण अनुभवलेले. ∎

।२०।
मनावरची ओझी

बेळगावच्या आमच्या घराच्या बाजूला जो मळा आहे, त्यावरून एक तिरपी अशी पायवाट पश्चिमेच्या दिशेने गेली आहे. ही पायवाट जिथे एका मोठ्या डांबरी रस्त्याला मिळते तो रस्ता अनगोळला जातो. आणि जिथे तो अनगोळच्या मुख्य रस्त्याला मिळतो तिथेच सुप्रसिद्ध 'हरिमंदिर' आहे. झाडांनी आणि फुलझाडांनी वेढलेल्या आवारात ही वास्तू उभी आहे. अंगणातून स्वच्छ फरसबंदी रस्ता, बाजूने लहान-लहान इमारती आणि चार पायऱ्या चढून गेले की भले प्रशस्त आणि अतिशय स्वच्छ असे दालन. समोर एक खोली रिकामी पण फोटो असलेली. ते पूजास्थान. या हरिमंदिरामध्ये केव्हाही जा, कुणी-कुणी नेमून दिलेली सेवा मनोभावाने करण्यात मग्न असतात. सकाळ-संध्याकाळ ठरावीक पदांची भजनेही असतात.

आमच्या दारावरून रोज पहाटे पाचपासून या मंदिराकडे जाणाऱ्या माणसांची चाहूल लागते. सुट्टीत तर रीघच लागते. स्वच्छ कपडे केलेली मुले, मुली, कॉलेजचे विद्यार्थी, तरुण, वयस्कर असे सर्व थरांतील लोक कधी एकदा तिथे पोहोचू अशा लगबग चालीत माळ ओलांडत असतात. तिथे जायचे, नेमून दिलेली सेवा करायची, भजने, आरती इत्यादीत सहभाग घ्यायचा, ध्यानधारणा करायची आणि परतायचे.

माझ्या ओळखीचे एक शिक्षक बायका-मुलांसह रोज सकाळ-संध्याकाळ हरिमंदिरात जात असतात. मी एकदा त्यांना म्हटले,

"तुम्ही दोघं जाता ते ठीक आहे. पण मुलांना का नेता? त्यांना आवडतं का?"

ते म्हणाले, "बाई, आम्ही किती अडचणीत होतो, गांजलो होतो हे तुम्हाला माहीतच आहे. आईच्या सेवेला लागलो आणि सगळं सुधारत गेलं. तोच त्यांचा आशीर्वाद. मुलांना तो मिळावा म्हणून बरोबर नेतो. तीही फार हौसेनं येतात."

त्यांचे खरे होते. मी जी मुले-मुली जाताना पाहात होते ती सर्व मोठ्या हौसेने जात असताना दिसत होती. हरिमंदिरातील सेवेचा ध्यास घेतल्यासारखी दिसत होती. हे समाजाच्या वैज्ञानिक प्रगतीच्या दृष्टीने बरे का वाईट, हे मी कोण ठरवणार? आणि त्या शिक्षकांचे अडचणीचे दिवस मी पाहिले होते... त्या उपासनेपासून त्यांच्या कुटुंबाला उभारी आली होती, हे त्या दोघांच्या चेहऱ्यावरून दिसत होते. लगालगा पुढे जाणाऱ्या त्या कुटुंबाकडे मी पाहिले आणि त्या वेळी तरी मला वाटले, अशा असंख्य कुटुंबांना मनाची उभारी आणि शांती देणाऱ्या त्या हरिमंदिरामागील शक्तीचे, कलावतीबाईंचे आपण ऋणी असले पाहिजे.

आणि पुण्यात विजयानगर कॉलनीत राहाणारे, अध्यात्माचा आणि पराशक्तीचा ध्यास घेतलेले पूज्य धुंडिराजशास्त्री विनोद यांची मला आठवण झाली. एकदा माझ्या ओळखीच्या बाईंच्या बरोबर मी त्यांच्याकडे गेले होते. कमला फडके यांची बहीण म्हणून ते मला ओळखत होते. त्या बाईंना काही काळजी होती. त्या विनोदांना भेटल्या आणि जाताना हातात एक वाळकी, दीड वीत फांदी आणि एक कागद त्यांच्याकडून घेऊन गेल्या. काम आटपून धुंडिराजशास्त्री बाहेर आले. मी काही वाचत बसले होते. बोलता-बोलता मी म्हटले,

"अशा उपासनांनी, मंत्रांनी खरंच का गुण येतो? का आपली ही एक श्रद्धा असते?"

ते म्हणाले, "मी जे काही त्यांना सांगतो त्यामागे एकच हेतू असतो. माझ्याकडे जे येतात ते सर्व प्रयत्नांनंतर हतबल होऊन माझ्यावर श्रद्धा ठेवून येतात. आता या बाईंच मन काही कारणांनी हतबल झालं आहे. नशिबावर हवाला टाकून स्वस्थ राहाण्यापेक्षा काही प्रयत्न करून पाहावा, अशी त्यांची क्षीण भावना आहे. ती क्षीणता घालवण्यासाठी आणि त्यांचं मन घट्ट व प्रसन्न करण्यासाठी मी त्यांना उपासना सांगतो. तिच्यामुळे त्यांचा आत्मविश्वास वाढतो. मनाला धीर येतो. मन त्या काळजीच्या क्षेत्राबाहेर पडतं आणि त्यांना प्रसन्न वाटू लागतं. अशक्त म्हणून जिना चढताना कठड्याचा आधार घेतो ना, तसा मी त्यांना आधार पुरवतो."

खरेच की, तीन वर्षांपूर्वी गुडघा दुखतो म्हणून मी डॉक्टरांच्याकडे गेले तेव्हा त्यांनी अशाच तऱ्हेचे काही सांगितले होते.

"हाडांची झीज झालेली भरून येत नसते. तेव्हा वेदना जाणवू नयेत यासाठी त्या सांध्याभोवतालचे स्नायू विशिष्ट व्यायामाने तो सांधा सांभाळण्यासाठी सक्षम

करायचे. यावर औषधयोजना नाही.''

आणि व्यायाम केल्यावर दोन महिन्यांनी मी गुडघ्यात चमका न येता चालू लागले होते. म्हणूनच वैफल्याने ग्रस्त झालेल्या, काळजीने खचलेल्या मनावर उपासना, सेवा, मंत्र इत्यादी उपाययोजना आहेत असे मी समजते. या गोष्टींची मी कधी हेटाळणी करत नाही. माझ्या स्वत:साठी असली उपाययोजना मी मुळीच करणार नाही; पण माझ्या दुखण्यातून बरे व्हावे म्हणून मी ही स्वीकारली होती.

रवी लहान असताना त्याला एक प्रकारचा ब्रॉंकायटिस (पोट उडण्याचे दुखणे.) बरेच दिवस त्रास देत होता. दर पंधरा दिवसांनी ताप आणि श्वास यांनी तो बेजार व्हायचा. त्याला चोवीस तास खांद्यावर पालथे झोपवून ठेवावे लागे. डॉक्टरांची औषधे, सुयाटोचणी सर्व सुरू होते. पण गुण येत नव्हता. त्या वेळी एका ज्योतिषाने सांगितले,

''याला वाईट ग्रहयोग आहे. तुम्ही हा उपाय करून बघा. एका सुपात एक-एक मूठ असं सात तऱ्हेचं कडधान्य घ्यायचं. ते सूप बाळाला दाखवून नंतर गायीपुढे ठेवायचं. असा दर सोमवारी गोग्रास द्या. सात सोमवार फक्त हे करायचं. गुण आल्याशिवाय राहाणार नाही.''

मुलाच्या प्रकृतीसाठी काहीही करायची माझी तयारी होती. डॉक्टरांचे निरनिराळे औषध चालू होतेच. दोन-चार महिन्यांनी दुखणे हळूहळू कमी होत गेले. त्या गोग्रासाचा परिणाम मला धीर देण्यावर झाला की मुलाच्या प्रकृतीवर झाला, हे कसे सांगू? या निसर्गातील अनेक प्रकारचे चमत्कार आणि अनेक प्रकारच्या शक्ती असतीलच की. पतीच्या दुखण्यामुळे चिंताग्रस्त अशी एक साध्वी, औदुंबर वृक्षाला रोज अकराशे प्रदक्षिणा घालताना मी औदुंबरला पाहिले आहे आणि मुलाचे वेड जावे म्हणून पंचवीस मैलांवरून दंडवत घालत दरवर्षी पंढरीच्या पांडुरंगाच्या पायापर्यंत पोहोचणारी एक माता-माउलीही मी पाहिली आहे. या अभागी जिवांना या श्रद्धा त्या अज्ञात शक्तीकडून तर मिळत नसतील?

पण हरिमंदिराच्या वाटेवरील शाळकरी आणि कॉलेजच्या मुला-मुलींना बघून माझ्या मनात एक निराळाच विचार येतो. वाटते, या हसऱ्या फुलांना कोणत्या वैफल्याची कीड लागली आहे? मुंबईच्या सिद्धिविनायकासमोरील जी लांबलचक रांग असते, तिच्यातील तरुण-तरुणींना बघूनही हीच काळजी माझ्या मनात निर्माण झाली होती. आपल्या मनावरचे लहान-मोठे ओझे असेल ते कुठेतरी टांगून ठेवून आपण निश्चिंत, मोकळे व्हायचे, ही प्रवृत्ती तर बळावत चालली नसेल ना? की काही करून बघण्याची, कशात तरी मन गुंतवण्याची इच्छाच नसल्याने हे रिकाम्या वेळेचे ओझे त्यांच्या मनाला पेलत नसेल आणि ते जरा वेळ इथे ठेवून मोकळे होण्याची तर ही भावना नसेल? आणि असे जर

असेल, तर त्या अज्ञानातून निर्माण झालेल्या आणि अगतिकतेतून बाहेर पडू बघणाऱ्या अंधश्रद्धेपेक्षा ही परिस्थिती अधिक भयानक आहे, असे मला वाटते.

आज नव्या वास्तुशास्त्रात खुंट्या हा प्रकार नाही. आमच्या घराला खुंट्या नाहीत. त्यामुळे भिंती कशा छान आणि प्रशस्त दिसतात. या भिंती 'भिंती'च असतात. मला अतिशय आवडतात. पण जुन्या जमान्यातील घरांना प्रत्येक भिंतीत चार हातांवर एक रंगीत खुंटी असायचीच, म्हणजे प्रत्येक खणाला दोन खुंट्या. उंबरा ओलांडून घरात शिरले की देहावरचे, हातावरचे जे-जे नको व झेपत नाही, ते-ते खुंटीवर टांगून हलके व्हायचे. म्हणजे त्या भिंतींना त्या लोंबकळणाऱ्या वस्तूंनी नंदीबैलाची कळा यायची. याचप्रमाणे मनावरचे ओझे दूर करण्यासाठी, ते काढून ठेवून निश्चिंत होण्यासाठी, मनावरदेखील खुंट्या असणार. ही देवदर्शने, उपासना, मंत्र या एक प्रकारच्या खुंट्याच.

आजचे युग हे विज्ञानाचे... यंत्राचे. या युगाने माणसांना जीवनात अनेक सुविधा दिल्या, त्याचबरोबर एक शापही दिला – स्पर्धेचा. स्पर्धा हीच जीवनाला विळखा घालून राहाते आहे. या स्पर्धेने माणसातला आत्मविश्वास कमी होतो. त्याला अस्थिर आणि असुरक्षित वाटते. आणि या सर्वांतून क्षणाक्षणाला निर्माण होऊन व्यापून टाकणारे भयही आले. भय तरी या कोवळ्या जिवांना किती प्रकारचे? अभ्यासाचे, परीक्षेचे, मिळालेल्या गुणांच्या शेकडेवारीचे, नवशिक्षणातील प्रवेशाच्या स्पर्धेचे आणि शिक्षण पुरे झाल्यावर त्या स्पर्धेच्या जगड्व्याळ चक्रात सापडण्याचे. हे सगळे क्षणभर तरी दूर ठेवण्यासाठी खुंट्या हव्यातच. अज्ञानाने जितक्या खुंट्या जवळ केल्या त्यापेक्षा कितीतरी पटींनी अधिक खुंट्या या विज्ञानाने दिल्या; म्हणूनच जे पाय ज्ञानमंदिराकडे, वाचनालयाकडे, प्रयोगशाळेकडे, कलांच्या खजिन्याकडे वा निसर्ग निरीक्षणाकडे उत्साहाने आणि उत्सुकतेने वळायचे ते हरिमंदिराच्या आणि साईबाबा, सिद्धिविनायकाच्या वाटा चालू लागले. रांगा लावून तिष्ठत उभे राहू लागले. केवळ त्या खुंट्यांवर आपल्या मनावरची ओझी टांगण्यासाठी माझ्या डोळ्यांसमोर या भयग्रस्त आयुष्याच्या टांगून घेतलेल्या रांगाच रांगा दिसू लागतात आणि मन सुन्न होऊन जाते, कारण या रांगा निष्क्रिय जीवनाच्या असतात.

■

।२१।

अंगार तुच्छतेचा

'यत्र यत्र धूम: तत्र तत्र वन्हि:' हे सूक्त मी इंटरमध्ये असताना तर्कशास्त्राच्या तासाला शिकले. त्या वेळी आम्हाला प्रो. दामले हा विषय शिकवत. खरे म्हणजे हा विषय अतिशय मनोवेधक, विचाराचे शास्त्र ते. पण वर्गात फार कंटाळवाणे होत असे. विद्यार्थी बेधडक वर्गातून निघून जात. मुलीही तास चुकवत. पण आम्हाला ते जमत नव्हते, कारण आम्ही वसतिगृहात राहात होतो आणि प्रो. दामले आमच्या वसतिगृहाचे रेक्टर होते. केवळ रूक्ष शास्त्राची ती कडू गोळी तासभर चघळत बसताना नको होऊन जाई. पण मध्ये-मध्ये असे काही छान मिळाले की, आम्ही ते जपून ठेवत असू. वाटेल तिथे त्या सूक्ताचा वापर करून करमणूक करून घेत असू. कधी असा संवाद होई –

"अगं, काल संध्याकाळी जिमखान्यावर मला ती ही भेटली."

"मग बरोबर...."

"करेक्ट! यत्र यत्र धूम: तत्र तत्र वन्हि:।"

कधी भरलेले वर्ग ओलांडून जात असताना आतील प्रोफेसरांचे शब्द ऐकू येत. "दॅट्स व्हाय" असे शब्द आले की म्हणायचे, "यत्र यत्र 'दॅटस व्हाय' शब्द, तत्र तत्र गोकाक महाभाग:"

पण आज जे हे सूक्त मनापुढे आहे, ते वेगळ्याच कारणासाठी. एका सामाजिक समस्येसाठी. आपल्या आवतीभोवती अनुभव असतात. त्यातून या समस्या आपल्याला जाणवतात. त्यासाठी आपण काही समाजशास्त्री असावे लागत नाही किंवा गणन करून निर्णय काढणारे संशोधकही असावे लागत नाही. भात शिजला की नाही, हे ठरवायला प्रत्येक शीत कुठे तपासून बघावे लागते?

त्याच न्यायाने.

एकदा सकाळी-सकाळी बागेला पाणी घालायला म्हणून एक मुलगा दाराशी आला. लांब चड्डी, फाटका बुशकोट, अनवाणी पायाचा असा शिवाजी. नऊ-दहा वर्षांचा वाटणारा तो पंधरा वर्षांचा होता. काळासावळा, पण तरतरीत होता. हौशी दिसला. लगेच अवजारे घेऊन आपल्या कामाला लागला. धुक्यातून थंडी किती जाणवत होती. पण त्याला सवय दिसली. सुधाने त्याला अनीचा स्वेटर, बुशकोट, चपला दिल्या. त्याने तो अतिशय खूश झाला. कढत चहा तोंडाला लावला की रिकामा करूनच खाली ठेवायचा. दिलेल्या पाव-बिस्किटातील लहानसा तुकडा कुत्रासाठी खिशात टाकायचा. माझी बागेत शतपावली घालण्याची वेळ आणि त्याची पाणी सोडण्याची वेळ एक होती. त्यामुळे आमच्या गोष्टी चालत. त्यातून समजले : हे सहा जणांचे कुटुंब. मराठवाड्यातील दुष्काळात सापडलेले, आपले खेडे सोडून इथे येऊन स्थायिक झाले. सगळे गाव उसाच्या मळ्यांनी वेढलेले. तिथेच सगळे शेतमजुरी करत. आतापर्यंत शिवाजी शेळ्या राखणीचे काम करे. नुकताच तोही शेतमजुरी करत होता. त्याला रोज सात रुपये मजुरी मिळत होती. म्हणजे चांगलीच होती.

एकदा मी म्हटले, "शिवाजी, तू खरं म्हणजे आता शाळेत असायचास. का नाही शिकलास?"

"शिकून काय करणार, अक्का! शिकायचं अन् धाव्वी झाली की नोकरी बगत हिंडायचं. आता बघा, मी रोज सात रुपये कमावतू. अन् तीन वर्सानी मला धा रुपये रोजी मिळतील न्हवं?"

वास्तवाच्या पायावर उभे राहून तो भविष्याचे वेध घेत होता. एकदा त्याने मोठ्या आनंदात मला सांगितले,

"मी माझा पगार बाईच्याकडेच ठेवनार. त्यातनं मी पह्यला तीन कपडाचे जोड घेणार, एक कुलूप-किल्लीची टरंक घेणार. फसक्लास रेडिओ घेणार. अन् साहेब घेत्यात तसली सबनम. तसंच फणी, तेल, चामड्याच्या चेपल्या...."

मला हा मुलगा आवडला. पैशांचा उपयोग कसा करावा, याची त्याला जाण होती. मी मुद्दामच विचारले, "आणि सिनेमा रे?"

त्याने लगेच सांगितले, 'न्हाईबा, दिसभर ढोरासारखं राबायचं अन् रातचं मुडद्यासारखं पडायचं. सिनेमा आमाला लागतच न्हाई. बाजाराच्या दिशी आई चार आनं देती. त्यात हाटेलात चा-भजी घेतो कवा-कवा."

पुन्हा चार महिन्यांनी गेले तेव्हा शिवाजी कामाला आला होता. पण त्या तरतरीत पोराचे अगदी चिपाड झाले होते. गाल बसून डोळे बटबटीत दिसत होते. बारीक पायांच्या गुडघ्यांच्या वाट्या ह्या मोठ्या दिसत होत्या. सुधा सांगत

होती... आईने त्याला आता विटांच्या भट्टीवर डोक्यावरून विटा वाहायच्या कामावर लावले होते. तो सकाळी एक वेळच पाणी घालायला येत होता. "तुमी गरम चा अन् पाव-बिस्कुट देता... त्यासाठी सकाळचं काम करतो," म्हणतो.

मला म्हणाला, "या भट्टीवरच्या कामानं माझं खिळं-मोळं झालं, अक्का. मान तर तुटाया आलंती. सारं अंग असं फुटतंया... झोप न्हाईच. रोज बाईंच्याकडून गोळी घेतो. दुक थांबायची."

आता तो बोलायला लागला की विडीचा उग्र कडू दर्प जाणवत होता. एकदा दोन दिवस आला नाही. तिसऱ्या दिवशी आल्या-आल्या मला म्हणाला,

"दोन दिवस झोपून होतो. ताप आलाता. काल दुपारी शिनीमा बघितला, 'शराबी.' झक्कास हाय."

"आईनं तू आजारी असताना पैसे दिले सिनेमाला?" मी आश्चर्याने विचारले.

"थूऽ" करत त्याने थुंकल्यासारखे केले...

"आई पैसे देणार – सकाळी आमी पाच-सहा पोर जुगाराला बसलो. रुपया घावला आन् काय? दुपारी शिनीमा-"

मी विषय बदलावा म्हणून म्हटले, "अरे शिवाजी, पगारातंनं काय कापडं घेतलीस? उद्या घालून ये की... आणि नवं काय घेऊन ये दाखवायला.

त्याचे तोंड एवढेसे झाले आणि डोळ्यांत पाणी तरारले. त्याने सांगितले होते, त्याच्या आईने बापाने सांगितले म्हणून चार पगारांची शेळी घेतली होती. पैसे मात्र बापाने दिले नाहीत. तो फक्त दारू घेतो आणि आईला रोज लाथांनी मारतो. आणि एक दिवस घरात भांडून शेळी विकून सगळे पैसे दारूत घालवून आला होता. आणि शेवटी निकराचा आवाज काढून म्हणाला,

"मला काय काऽय घ्यायला मिळायचं न्हाई आक्का... त्या जेलमधनं सुटल्याशिवाय काय खरं न्हवं बघा."

शर्टाच्या टोकाला त्याने डोळे पुसले. त्याचे सांत्वन करायला माझ्याकडे शब्द कुठे होते? पायावर वीट पडून दुखावलेल्या आणि फडक्याचे बँडेज बांधलेल्या पायाने त्याने पाणी घालणे सुरू केले.

आणि त्या पंच-पंच उषःकालाच्या प्रसन्न हवेत माझे मन मात्र अगदी मिटून गेले. आपल्या घराला तो 'जेल' म्हणाला होता... त्याच्या मनात आणि काय होते?

त्यानंतर तो कामाला आला तर आला; नाही तर नाही असे करत होता. मी इकडे परतल्यावर सुधाचे पत्र आले. त्यात होते :

"आमचा शिवाजी आपल्या घरातून आठ दिवसांपूर्वी निघून गेला, कुणाला पत्ता नाही. आम्हाला चुकल्यासारखे वाटते आहे."

हे वाचून मला भडभडून आले. बिचारे पोर; या जेलमधून सुटले खरे, पण कुठे गेले असेल? का गेले असेल? आता ते पोटासाठी काय करत असेल? जे-जे त्याला हवे होते त्यातले काही मी त्याला का दिले नाही? जी शक्य होती ती गोष्टही मी त्याच्यासाठी केली नाही, हे मला फार लागले.

हा एक शिवाजी. मला माहीत असलेला. मुळातील कोमल वृत्ती करपून जाऊन त्यातून भयावह वृत्ती निर्माण झालेला असा फिनिक्स. पण समाजाचा एक लहान घटकच. कोणत्याही साधनाने पैसे मिळवणे आणि ते मन मानेल तसे उधळणे. याला बऱ्या-वाईटाच्या विचाराचा स्पर्शच वर्ज्य. याने मनोभावाने जपली ती एक तीव्र 'तुच्छता' – घराविषयी, समाजाविषयी. एक असमाधानाने, अविचाराने, द्वेषाने धुमसत राहिलेले भंगार. हे इतरांशी नेहमीच द्वंद्वयुद्धाच्या भूमिकेत ठाकलेले असते. कोणत्याही दिवसाचे आणि कोणतेही वर्तमानपत्र आपण उघडले तर त्यांच्या पानापानांवर या धुमसणाऱ्या भंगारातून येणारे धुराचे लोट पसरलेले असतात. हे लोट बघूनच ते सूक्त मनावर येते –

'यत्र यत्र धूमः, तत्र तत्र वन्हिः'

म्हणजे हा धूर अवकाशात विरून जाणारा नाही. याने पोटाशी अंगार लपवलेला आहे. हा अंगार कसला आणि कशासाठी ? हा अंगार एक प्रकारचा सूड आहे. ही सूड घेण्याची प्रवृत्ती आहे. सोने अंगारात घालून शुद्ध करून घेतात, तो हा अंगार नव्हे. हा अंगार समाजाच्या शुद्धीकरणासाठी नाही; जी आजवर शिरोधार्य मानली गेली आणि जी समाजधारणेला कारण झाली ती शाश्वत मूल्ये भस्मसात करण्यासाठी हा अंगार टपून आहे.

असा अंगार पोटी धरणारा हा एकच शिवाजी मी पाहिला. पण असे असंख्य शिवाजी, असंख्य कारणांनी निर्माण होतात... त्यांच्या एकूण धुमसण्याने आकाश झाकोळून जाते. त्या धुराने डोळे चुरचुरतात, लाल होतात आणि त्या सुप्त अंगाराच्या कल्पनेनेच अंगावर भीतीचा काटा उभा राहातो. हे सगळे जाणवते, पण पुढे? पुढे काय, याचा शोध आजवर घेतला गेला आहे आणि पुढेही घेतला जाईलच. त्या धुराचे आणि त्या अंगाराचे अभ्यास होतील. निष्कर्ष काढले जातील. मुलाखती घेतल्या जातील. निरनिराळे ईझम्स त्याभोवती फेर धरून राहातील. पण इथेच सर्व संपेल. माझा तो चौदा वर्षांचा तरतरीत, हौशी, छान स्वप्ने बघणारा आणि मला सगळे मोकळेपणाने सांगणारा छोटा माळी – शिवाजी मला परत मिळेल का? मी त्याची शेवटपर्यंत वाट बघणार आहे. पण तो मिळणार नाही, हेही मला माहीत आहे.

■

। २२ ।

एका रुपयाची कहाणी

ती माझी अगदी जिवाभावाची बालमैत्रीण. त्या वेळी चार-पाच वर्षांची असेल. त्या दिवशी संध्याकाळी ती पुढच्या सोप्यात गुडारावर गजगे खुळखुळवत बसली होती. खरे म्हणजे तिच्या घरची अशी शिस्त की वडील घरात असले की मुलांनी आजूबाजूला बिलकूल फिरकायचे नाही. पण आज गजग्याच्या नादात ती विसरली होती. त्यांचे पायरीवर बूट वाजले, तशी तिने वर पाहिले. ते तिच्याकडे बघून हसले. मग ती तिथेच भिंतीला टेकून मांडी घालून बसली.

आपल्या वडिलांच्याकडे बघत राहिली. त्यांनी जांभळा जरीकाठी रुमाल डोक्यावरून उतरून खुंटीवर ठेवला. कोट काढला. तेवढ्यात आईने येऊन तो खुंटीवर टांगला आणि ते खुर्चीवर बसल्यावर ती बूट-मोजे काढू लागली. तेवढ्यात कोट्याप्पा स्वयंपाकी आतून हातात तांब्याचे घंगाळे आणि त्यात तरंगणारा चकचकीत तांब्या घेऊन आला. अंगणात फरशीजवळ घंगाळे ठेवून तो पाय-पुसणे, हात-पुसणे घेऊन उभा राहिला. तिच्या वडिलांनी हात, पाय, तोंड धुतले. पाय पुसले आणि पंच्याने कपाळ टिपत ते आत गादीवर येऊन तक्याला टेकून बसले. तोवर आई आतून मोठ्या कपबशीतून चहा घेऊन आली.

"पगार घे काढून," कप हातात घेत वडिलांनी सांगितले. तशी आईने कोटाच्या खिशातून रुमालाची पुरचुंडी काढली आणि बैठकीवर ओतली. चकचकीत रुपयांचा केवढा मोठा ढीग झाला. भिंतीला टेकून सगळे गमतीने बघत बसलेली, ती लगेच पुढे आली. राशीला लावण्यासाठी तिने हात पुढे केला. आईने तिच्याकडे रोखून बघत तो मागे सारला. आई आता सारखे ढीग रचू लागली. कितीतरी ढीग. मग एक अर्धा आणि मग एकच एक रुपया असा आईने तो ढीग

मांडला. आणि आई कपबशी घेऊन आत गेली. तेवढ्यात तिने दोन-तीन ढिगांवर पाच बोटांची टोपणे घालून पाहिली. त्यांचा तो गोल नक्षीचा स्पर्श बोटांना फार सुखद वाटला आणि ती खुदकन हसली. एक रुपया हातात घेऊन त्याच्या कडांवर बोट फिरवू लागली. तीही एक गंमतच. तेवढ्यात आई आतून चांदीचा डबा घेऊन आली. त्यात तिने ते ढीग भरले आणि झाकण बंद करत ती आत निघून गेली. आता थोडा वेळ तरी तो रुपया तिचा झाला होता. तिने तो मुठीत दाबून धरला आणि मैत्रिणींची हाक आली म्हणून ती दाराशी गेली.

"दुकानात माझ्याबरोबर येतेस?" मैत्रिणीने तिला विचारले, तशी ती निघाली. मैत्रिणीने दुकानदाराच्या हातावर अधेली ठेवली आणि पुडा हातात घेतला, परतायचे तो तिच्या हातातला रुपया चुळबुळू लागला. रुपया पुढे करत ती म्हणाली,

"मला पण चुरमुरे-फुटाणे दे."

तो दुकानदार रुपया हातात घेऊन तिच्याकडे बघतच राहिला. आणि कुणा रस्त्यावरच्या जाणाऱ्याला त्याने हाक घातली, "भीमरावरी, स्वल्प इल्ले बर्री नोडरी!"

भीमराव दुकानाशी आले. ते तिच्या वडिलांचे कारकून. 'घरचे कागद काम' काखेत घेऊन तिच्याच घरी निघालेले. दुकानदाराने त्याच्याकडे बघत रुपया दिला. पसाभर चिरमुरे-फुटाणे तिच्या परकराच्या ओच्यात घातले आणि म्हणाला,

"ईग होगरी, आक्काबायरू."

आपल्या दारात मैत्रिणीला पसाभर चिरमुरे देऊन ती आरामात बोकणा भरत होती तो आईची हाक आली. ती चिरमुरे टाकून पळतच गेली. आणि जे बघितले, त्याने घाबरली, दारातच थांबली. टेबलावर तो रुपया होता आणि वडील मोठ्या डोळ्याने तिच्याकडे बघत होते. आईने तिला ओढतच त्यांच्यापाशी नेले.

त्यांनी विचारले, "हा रुपया तुला कुणी दिला?"

"कुणी नाही." तिच्या ओठातून शब्दच फुटेना.

"का घेतलास? चोरून घेऊन दुकानात गेलीस? का चोरी केलीस?"

प्रश्नावर प्रश्न. तिचे तोंड रडवे. डोळ्यांत पाणी. नजर एकटक प्रश्न विचारणाऱ्याकडे!

"बोलणार की नाही?" पुन्हा प्रश्न. आणि तिचे मोठे-मोठे हुंदके. मग पायावर एक वेताची छडी चपकन बसली. आणि नुसते ओरडणे. तिला बोलताच येईनासे झाले. असेच हंबरत तिने दोन छड्या खाल्ल्या. आईकडे बघावे, आई गप्प. चेहरा लाल. आणि दाराशी कोट्याप्पा उभा, पुटपुटत.

ती बोलेना तसे ते दंडाला धरून तिला न्हाणीघरात घेऊन गेले. "चोरलास रुपया? बोल?" तिचे उत्तर नाही. ती भयाने थरथरायला लागली. समोर पाण्याचे भरलेले पिंप होते. तिचे मिटलेले ओठ बघताच त्यांनी बखोट्याला धरून तिला पिंपात सोडले. पिंपाचा काठ तिने दोन्ही हातांनी घट्ट धरला आणि "आई" करून किंकाळी फोडली. गळाभर पाणी आणि पाय अधांतरी. तिने डोळे फिरवले, तशी धडपडत पुढे होऊन कोट्याप्पाने तिला बाहेर काढली; तिच्या एक कानफडात देऊन वडील निघून गेले. ती ओलीचिंब, हुंदकेही न फोडता येणारी अशी कोट्याप्पाने घट्ट धरून ठेवलेली, शुद्ध नसलेली.

केव्हा, कुणाला ठाऊक... तिने डोळे उघडले तेव्हा ती पांघरूण घेऊन झोपली होती. आई शेजारी बसून तिच्या डोक्यावरून बर्फाची पिशवी फिरवत होती. आणि कानातून मनस्वी कळा येत होत्या. तिने आईचा हात ढकलून दिला. मोठ्याने कोट्याप्पाला हाक मारली. "मला पाणी... माझा कान..." असे काही विव्हळत तिने पुन्हा डोळे मिटले.

या दुखण्यातून चांगले बरे व्हायला तिला महिना लागला. तेवढ्यात बरेचसे विसरली आणि बरेचसे मनात रुतले. पण मग ती पूर्वीप्रमाणे हसती-खेळती राहिली नाही. वडिलांची चाहूल लागली की, आपोआपच तिचे डोळे खाली वळून रडू-रडू होत. त्यांच्या वाऱ्यालाही ती उभी राहिना. आईलाही टाळू लागली. जे हवे असेल, ते कोट्याप्पाकडे मागावे. कोट्याप्पाच्या आवतीभोवती राहावे. तिला घराची भीतीच बसली.

मी पुढे दिसामाशी वाढले. नव्या वाटा चोखाळल्या. संसाराच्या पाळण्यात बसून नक्षत्र मंडळापासून हिरवळीपर्यंत फेरे घेताना त्या बालमैत्रिणीला विसरलेच आणि कित्येक वर्षांनी एक दिवस असा आला –

आम्ही त्या वेळी पुण्यात माडीवाले कॉलनीत राहात होतो. शेजारीच गोपीनाथ तळवलकर राहात असत. आमचा चंदू त्या वेळी चार-पाच वर्षांचा असेल. तो नेहमी नानासाहेब आणि मावशी यांच्यात गुंतलेला असायचा. दिसायला गोड, थोडा हूड, खोडकर, थोडा विनोदी आणि लाघवी. अशा या चंदूवर त्या दोघांचा भारी जीव. आमच्या दोघींच्या स्वयंपाकघराला मध्ये दार होते. ते बंद असले तरी आम्हाला छान गप्पा मारता यायच्या. भाजी चिरताना, पोळ्या करताना गप्पा चालायच्या.

त्या दिवशी मी इकडे भाकरीचे पीठ मळत होते नि मावशींचे बोलणे ऐकू येत होते. 'कमळा, हा रुपया घे गं आणि बटाटे आणून दे बघ!' पण जिथे रुपया होता म्हणून त्यांनी हात घातला तिथे तो नव्हता. "आत्ताच ठेवला तर – आणि कुठे गेला! काय तरी बाई चमत्कार!" असे म्हणत त्या भांडे उचल, ते बाजूला

कर, असे करत रुपया शोधत होत्या. ''अहो तुम्ही उचलला का?'' असे नानांना विचारत होत्या. तितक्यात फुगलेल्या गालावर ओंजळ झाकून हसू दाबत चंदू धावतच माझ्यापाशी आला, पण काही सांगायचे ते न सांगताच पुन्हा मावशीकडे गेला. त्यांची शोधाशोध चालूच होती. आणि एकदम चंदूचे खदाखदा हसणे व ओरडणे मी ऐकले.

''नाहीच सापडायचा मावशी.''

''का रे?''

''हरलो म्हणा मावशी!''

त्यांनी 'हरले' म्हणताच क्षणी चंदूने चड्डीच्या खिश्यातून रुपया काढून त्यांच्याकडे देत म्हटले,

''कसा सापडणार? आम्ही चोरला होता ना तो!''

नाना आणि मावशी खो-खो हसत राहिले. मावशी हसे आवरत म्हणाल्या, ''चंदूराव, 'चोरला' नाही म्हणायचं. 'घेतला' म्हणायचं.''

त्या असे सांगत होत्या आणि इकडे मला भाकरीवरून पाणी फिरवताना तव्याच्या काठाचा चटका बसला होता. बघते तो समोर भरलेले पिंप, त्या पिंपाचे काठ धरून उभी राहिलेली ती बालमैत्रीण. डोळे फिरवलेले. ओठ घट्ट मिटलेले. तिचा तो विलक्षण भ्यालेला चेहरा. ते बालरूप दिसले व एकदम सुरी फिरवल्यासारखे ढवळून आले. काळीजच गळ्याशी येऊन अडकले.

म्हणजे मी अजून तिला विसरले नव्हते तर! कोवळेपणीच जे ओरबाडले गेले होते त्याची जखम, न दिसणाऱ्या व्रणाखाली किती ताजी होती हो! लुटले जाऊन मी रिकामी झाले होते आणि पुन्हा ते मिळणार नव्हते. मी शांतपणे तोंडावर पाणी मारून नाक, डोळे पुसून विलक्षण शिणलेल्या मनाने त्या भीषणातून बाहेर आले आणि पुन्हा भाकरीला लागले. पीठ मळताना वर पाहिले तो मावशी दारातून येत होत्या. चंदू त्यांच्या ओच्याला धरून एका हाताने बदाम खाण्यात दंग होता.

''ऐकलीत ना चंदूरावाची गंमत! म्हणे, 'सापडायचा नाही.' का? तर म्हणे 'आम्ही चोरला तो.' आहे की नाही? पण इंदिराबाई, मी मुद्दाम सांगायला आले की त्याला आता रागवू नका.''

तो माझ्याकडे बघत होता. डोळे झाकोळलेले. मी तटकन उठले आणि पिठाच्या हातांनीच त्याला घट्ट घेतला. त्याला काय वाटत होते... कुणाला ठाऊक. पण मलाच किती निश्चिंत वाटले! निश्चिंत आणि सुखावणारेही!

■

।२३।
मूलोद्योगाची कहाणी

मी नोकरीसाठी ट्रेनिंग कॉलेजमध्ये रुजू झाले. विद्यार्थी संसारी असल्याने समजूतदार होते. मला त्यांना शिकवायला आवडायचे. एकदा चहाच्या वेळी प्रिन्सिपल आम्हाला उद्देशून म्हणाले, ''लक्षात घ्या सर्व मंडळी, आपल्या बाळासाहेब खेरांनी एक नवं पिल्लू सोडलं आहे. आता प्राथमिक शाळांतून बेसिक एज्युकेशन सुरू होणार आहे.''

शेवटी त्यांनी एक शेरा मारला, ''या रिकाम्या लोकांना उद्योग नाही. सगळं थोतांड हो!''

घरी येताना एकच विचार घेऊन आले. आता शिक्षणात एक नवी पद्धती येणार. म्हणजे आता माझी 'बीटी' ही पदवी नगण्य तर ठरणार नाही? तेव्हा गांधीजींचे एक निष्ठावान कार्यकर्ते पुंडलिकजी कातगडे रोज सकाळी आमच्या डॉ. याळगींच्याकडे येत. त्यांना मी भेटले. तेव्हा तर समजले – येणार कसली, ही पद्धत आली आहे. बेसिक एज्युकेशन बोर्ड स्थापन झाले आहे. ठिकठिकाणच्या शाळांतून ही पद्धती प्रयोगात यशस्वी झाल्याने प्रांताने स्वीकारली आहे. प्राथमिक शाळेतील शिक्षकांना तज्ज्ञ करण्यासाठी आता तुमच्या कॉलेजमधूनही या पद्धतीचे ज्ञान देणे सुरू झाले आहे. कोणतीही योजना लादल्याशिवाय स्वीकारली जात नाही संस्थेकडून. खासगी ना तुम्ही! असे बोलून नंतर त्यांनी घरून 'नई तालीम' वरचे जे साहित्य त्यांच्याकडे होते, ते वाचण्यासाठी माझ्याकडे पाठवून दिले.

'आईच्या मांडीवरून बाळाला मिळणारे शिक्षण' असे गांधीजींनी या शिक्षणाला म्हटले होते. ही शिक्षण पद्धती म्हणजे राष्ट्राला माझी एक देणगी आहे, असेही त्यांनी लिहिले होते. त्यांच्या सर्व आश्रमांतून याच पद्धतीचे शिक्षण दिले जात

होते आणि आता मुंबई प्रांताने हे शिक्षण प्राथमिक शाळांसाठी स्वीकारले होते.

या पद्धतीचे शिक्षण शिक्षकांना देण्यासाठी, कॉलेजमध्ये हीच पद्धती लागू करावी आणि एक शिक्षक बोर्डी इथे निघणाऱ्या बेसिक ट्रेनिंग सेंटरला पाठवावा, असे जेव्हा सक्तीचे हुकूम आले तेव्हा संस्थेने हालचाल सुरू केली. संसारी, मुलाबाळांचे प्राध्यापक, अपुरा पगार आणि पुढील काही पगारवाढीचे आकर्षण नाही त्यामुळे इतक्या लांब जाण्याला कुणी कबूल होईना.

शेवटी मी जाण्याचे ठरवले. काकू घरी होत्या. त्यामुळे शाळेचा चंदू इथे राहिला आणि धाकटी दोन कोल्हापूरला ताईने ठेवून घेण्याचे कबूल केले. मला गेल्या वर्षभराच्या व्यापा-तापाने मनाला इतका थकवा आला होता, एक जीवघेणे दुखणेही मागे लागले होते. त्याने वैतागून मी होकार दिला. जरा इथून दूर गेले तर बरे वाटेल, मनाला आणि शरीरालाही हा विचार. त्या शिक्षणात मला रस नव्हता.

स्वावलंबन, सहजीवन आणि सुसंस्कारित मन हे या शिक्षणाचे तीन गाभे होते. स्वावलंबन, मुलांना उद्योगाची सवय लावणे, एखादा उद्योग येणे यासाठी शेती, बागायत, भाजीपाला, सुतारकीचे ज्ञान किंवा कापूस सफाईपासून कापड विणण्यापर्यंतच्या प्रक्रिया असलेला विणकाम हा उद्योग हे तीन उद्योग होते. यांपैकी कोणत्याही मूलोद्योगात बाळांनी तज्ज्ञ व्हावे म्हणून शिक्षक-प्राध्यापकांना त्याचे ज्ञान कृतीसह आवश्यक होते. बोर्डीच्या सेंटरमध्ये सूतकाम, विणकाम हा उद्योग होता. संस्थेच्या प्रमुख होत्या सुलभा पाणंदीकर या बुद्धिमती शिक्षणाधिकारी व वसतिगृहाचे कुलपती होते, कवी ग. ह. पाटील. जळगावपासून बेळगावपर्यंतचे आणि पुण्यापासून रत्नागिरीपर्यंतचे सर्व सरकारी व खासगी ट्रेनिंग कॉलेजमधील प्राध्यापक या पहिल्या तुकडीत होते. चांगले रेकॉर्ड असलेले शिक्षक मुद्दाम निवडले गेले होते.

हे सर्व शिक्षक आस्थेने विचार करणारे होते, निर्भयपणे विचार मांडणारे होते. त्यामुळे खूप चर्चा होत. मूलोद्योगाच्या तासाला पॅन्ट वगैरे घालून आलेल्यांना फारच अडचणीचे गेले आणि मलाही हा बुद्धिमंत शिक्षकांचा जथा हातात कापूस घेऊन बोटांनी त्यातील कचरा काढत बसलेला, सरकीपाटावर सरकी लाटणारा वर्ग फारच केविलवाणा दिसला. असे काही बघायची सवय नव्हती. एकाने तर मनाची पूर्वतयारी म्हणून कापूस हातात घेण्यापूर्वी खांद्यावरचा टॉवेल माथ्यावर पदरासारखा घट्ट आवळून, एक गुडघा उभा, एक मांडी – अशी पोज घेऊन खसखस पिकवली. दोन दिवसांनी पाहावे तो मूलोद्योग तासाला सगळे लुंगी-पायजम्यात.

म्हणायचे, ''काय सांगू बाई, सूतकताई!'' आणि कपाळावर हात मारून

घ्यायचे. एकूण हे सर्व उद्योग प्रकरण हास्यास्पद होत चालले होते. त्याला कारण होते – ही योजना निवडणाऱ्यांनी सारासार विचार, वास्तवाचे भान दूर ठेवले होते. एक फॅशन म्हणून, देशभक्तीचा दिखाऊपणा म्हणून हे सर्व स्वीकारले होते. या बोर्डाला, यावरील अधिकाऱ्यांना खेड्यातील सुतारशाळेत, देवळात भरणाऱ्या शाळा दिसल्या नाहीत. शहरातील वा नगरातील मुलांना बसायला जागाही नसलेले वर्ग दिसले नाहीत. कापसाच्या देखभालीचे आणि लागणाऱ्या अवजारांचेही त्यांना ज्ञान नव्हते म्हणायचे. हे सर्व नोकरवर्गावर सोपवून, मंत्र्यांनी ही योजना स्वीकारून फक्त एक मोरपीस शेमल्यात खोचले होते.

या अभ्यासक्रमात आम्ही जीवनशिक्षण पद्धतीने चाललेल्या प्रयोगशाळाही पाहिल्या. तिथे आश्रमीय दिनक्रम होता. पण ज्ञान समवाय पद्धतीने दिले जात नव्हते. आणि दोन-तीन वर्षांत मुलांनी विणलेल्या कापडाचे गठ्ठेच्या गठ्ठे बोटभर धुळीखाली समाधी लावून बसले होते. ते विकत कोण घेणार? मुलांचे पालक तरी कशाला पैसे खर्चून घेणार? 'काय हा अविचारी खर्च,' असे आमच्या सर्वांच्या मनात चमकून गेले.

जीवनशिक्षण याची गंगोत्री जे सेवाग्राम तेही पाहिले. तिथे आशादेवी आणि आर्यनायकम हे जोडपे या शिक्षण पद्धतीचे गाढे पुरस्कर्ते होते. प्रथम शाळा पाहिल्या. सहजीवन, सुसंस्कार आणि अनुभवांतर्गत ज्ञानपीठ यात आम्हाला काही खटकले नाही. पण मूलोद्योग... नको वाटत होता. मुलांवर ही जबरी नको वाटत होती. तेथील सहा-आठ वर्षांची मुले तास-तास चरख्यावर बसलेली बघून माझे मन पिळवटून आले. सूत किती सुंदर निघत होते. पण ते मनाला काचत होते! शिक्षक आमच्याशी बोलायलाच तयार नव्हते. हा अहंकार होता की अज्ञान होते, तेच जाणे.

श्री. व सौ. आर्यनायकमबरोबर चर्चा ठेवली. तेव्हा त्यांनी 'अडचणी सांगा' म्हटल्याने एकेकाने उठून अडचणी मांडल्या, कितीतरी. कापूस महाग – परवडणार नाही. सर्व अवजारे ठेवायला व्यवस्था नाही. जागा नाही, मुलांना वर्गातच दाटीत बसावे लागते, चरखा घेऊन ती बसणार कशी? या उद्योगात वेळ फार जातो, इतर ज्ञानात मुले मागे पडतात – खेडे आणि शहर यांत विषारी दुरावा निर्माण होतो, शहरातील पालक आपल्या मुलांना इंग्रजी माध्यमात घालतील, पुढाऱ्यांची, मंत्र्यांची मुले या बेसिक शाळांची पायरीही चढणार नाहीत, खेड्यांतील मुलांना या शिक्षणाशिवाय पर्याय नाही, हा त्यांच्यावर अन्याय होतो... अशा कितीतरी!

अडचणीचे विचार ऐकताना आर्यनायकम लाल-लाल होत गेले. शेवटी त्यांनी दोन वाक्ये बोलून चर्चा थांबवली.

"तुमच्या प्रांतानं आपण होऊन ही पद्धत स्वीकारली आहे. आता हे तुमचे

प्रश्न म्हणजे लग्न केल्यानंतर बायकोवर अविश्वास दाखवण्यासारखं आहे.''

शिकत, खचत आम्ही बेसिक शिक्षणतज्ज्ञ होऊन परतलो! इथेही उजेडच. आमचे कॉलेज महिला विद्यालयात भरत होते. तिथे सव्वादहा झाले की, मुलींचा गलका. अवघे दोन वर्ग आमच्याकडे. खरे म्हणजे बैलहोंगल, सौंदत्ती येथून वर्षाचा कापूस एकदम खरेदी करणे चांगले. पण जो पैसा फायदा देणार नाही तो खर्च करायला कोणते मंडळ राजी असते? आणून तो ठेवायचा कुठे? तकल्या, चरखे, सरकीपाट, धनुकल्या, पेळूपाट हे साहित्य कुठे ठेवायचे? हे सगळे संस्थाचालक कशाला बघणार. मग तोपर्यंत मी आरोग्य, सहजीवन, सुसंस्कार या गाभ्यावरील समवाय पाठ प्राथमिक शाळेत नमुन्याचे म्हणून घेऊन दाखवू लागले.

मुलांना पाठात गंमत वाटावी म्हणून शेंगदाण्याचे लाडू हा पहिला पाठ घेतला... खर्चच फार... पन्नास-साठ मुलांना प्रत्येकी दोन लाडूप्रमाणे शेंगदाणे, गूळ. सहजीवनाच्या तत्त्वाला धरून गटाने काम करण्यासाठी खलबत्ते, वाट्या, हात धुण्यासाठी दोन पाणी भरलेल्या बादल्या, छोट्या लोट्या, टॉवेल. आणि हे सर्व वर्गात मांडताना मुले चेकाळून सामानालाच येऊन भिडली. आणि त्यांना कसेबसे शांत करून गटाला साहित्य वाटताना, मुलांनी मला-तुला करून एकमेकांवर बत्ते उगारले. शाळेतील शिक्षक आणि आमचे विद्यार्थी होते म्हणून सर्व व्यवस्थित पार पडले! त्यावर ज्ञान म्हणजे कृतीचे लेखन आणि अन्नाचे घटक! पुन्हा असल्या 'खाऊ पाठाच्या' वाट्याला गेले नाही. नखांची स्वच्छता असे पाठ घेतले. पण त्यातही नखे कापताना गटनायकाने दोन मुलांच्या बोटांतून रक्त काढले. एक कातरी लंपास झाली. तेवढ्यात सरकारी हुकमाने आमचे कॉलेज खेड्यात म्हणजे वडगाव येथील राजवाड्याच्या एका भागात आले. जीवनशिक्षणाची मूलोद्योग सोडून इतर अंगे इथे फार चांगली अंग धरून राहिली. मूलोद्योगाची अवजारे आली; पण दहा खेटे घालून, मिळतील त्या पैशांवर इथेच कापूस खरेदी करायचा, कपाटावर भरून ठेवायचा. पिंपे नव्हती. आणि एकदा कपाटाचे दार उघडले, तो मी चमकून कपाटावर पाहिले. तिथे काही 'उंदराणींचे प्रसूतिगृह अशी पाटी नव्हती; पण बाळ-बाळंतिणी साशंकपणे रोखून आमच्याकडे बघत राहिल्या आणि सरकीचा चक्काचूर करून कापूस तासून गेलेला दिसला. मग ठरावीक कापूस आणि अवजारे विद्यार्थ्यांच्या स्वाधीन करण्यात येत. मग तर गंमतच. खोल्यातून उंदरांना काय तोटा? पण बऱ्याच जणांकडे गुबगुबीत उशा तयार झाल्या आणि काहींनी जानवी, वाती व फुलवातीसाठी कापूस घरी पाठवून दिला. काहींनी पानतंबाखूच्या गरजेसाठी विकूनही टाकला. गुंड्या मात्र योग्य वेळी कपाटात जमा होत गेल्या.

नाहीतरी अमेरिकन साहेब फार चौकसबुद्धीचा. असाच एक साहेब या

शिक्षण पद्धतीच्या अभ्यासासाठी सगळी ट्रेनिंग कॉलेजे पालथी घालत आमच्यापर्यंत पोहोचला! 'दृष्टिक्षेपात जीवनशिक्षण' या आमच्या योजनेप्रमाणे दालना-दालनांतून प्रात्यक्षिके आम्ही मांडली. पण ती पाहून तो तृप्त झाला नाही. सुताच्या गुंड्या बघण्याची इच्छा त्याने दाखवली. प्रिन्सिपलसाहेबांनी गुंड्यांचे कपाट उघडले. हाताने गुंड्या उचकटत तो चष्म्यातून रोखून बघत म्हणाला,

"हे सूत नवशिक्यानं कातलेलं दिसत नाही."

"आणि असेच उचकटून त्याने एक तीस गुंड्यांचे बंडल बाहेर ओढले – आणि खेकसून म्हणाला, "हे, हे सूत तुम्ही इथे कातता?"

बघितले तो सर्वांना घाम फुटला. कृत्रिम रेशमाच्या जाडसर धाग्याचे ते बंडल होते! तो साहेब एवढे बोलून स्वस्थ राहिला नाही. त्याने धारवाडला वरिष्ठांकडे रिपोर्ट केला. अशा वेळी कोणती संस्था नोकराच्या बाजूने उभी राहाते? खूप पत्रव्यवहार, चौकशी झाली आणि त्या प्रिन्सिपलना आपल्या अधिकारवरून उतरावे लागले!

आमच्या जाणत्या संस्थेत जर असे तर प्राथमिक शाळांत काय चालत असेल, हे गणित मांडण्याचे धाडस मला झाले नाही. एकच वाटले, हा मूलोद्योग नसता तर जीवनशिक्षणाचे सोने झाले असते.

अशी या मूलोद्योगाशी विद्यार्थ्यांसह आम्ही टक्कर देत असताच बेळगाव कर्नाटकात आले. या राज्याचे पहिले संचालक वासुदेवय्या कॉलेजला भेट देण्यासाठी आले... चरखे, पेळू, गुंड्या बघून येऊन ते ऑफिसमध्ये मला म्हणाले, "व्हॉट नॉन्सेस! सुंदर रंगीत सूत आपल्या गिरण्यांतून निघतं. ते आणा. मुलांना सुंदर नॅपकिन्स, टॉवेल, शर्टिंग विणू द्या. काय हा विद्यार्थ्यांच्या एनर्जीचा अपव्यय! स्टॉप इट अॅटवन्स!"

हे त्यांचे बोलणे मला आकाशवाणीसारखे वाटले. आणि हळूहळू मूलोद्योग नाहीसा झाला!

■

।२४।

मला समजलेली देशभक्ती

गोठ्यापलीकडील मोकळ्या जागेत आमची खटारागाडी टेकलेली असे. त्या गाडीत बसून, मी, ताई, काशीमावशीची मुले, शेजारची काही अशी कवितेच्या भेंड्या लावण्यात, गाण्यात, भांडणात इतके गुंतून गेलो होतो! हातवारे करत, मोठ्याने करवादत सत्यप्पा गाडीशी केव्हा आला समजलेच नाही.

"तिच्या मारी, काय गलका का काय ह्यो? गपा की वाईच. बघा जावा सोप्यात काय चाललंया," असे म्हणत त्याने शेमल्याने नाक, डोळे पुसले. तो रडत होता. डोळे लालभडक झाले होते. बघून आम्ही चूप होऊन गेलो. गुराच्या पायातील चघळ, शेण ओढण्याचे फावडे त्याने आमच्यावर उगारले,

"जावा तिकडं!"

मी हळूच माजघराच्या दारात येऊन बघते तो काय, माणसांनी सोपा गच्च भरलेला! नेहमी दूर बेलाच्या झाडाशी उभा राहून सांगावा देणारा सात्या तराळ उंबऱ्याशी उभा राहून बोलत होता.

"आमी त्येंच्या भासणाला संकेसुरला गेलो होतो नव्हं... आख्खा गाव पायानं गाडीनं, लोटला तवा. तवा त्येन्ला पाह्यलं न्हवं – तांबडी चुटुक पगडी काय, डोळं काय... अगदी भैरोबा देवावाणी चेहरा!"

दुसरा म्हणाला, "आवाज तरी काय गा – गरजात होता नुसता – 'इंग्रजांच्या ताब्यात ऱ्हायचं न्हाय' म्हणत होता."

सगळ्या दाटल्या आवाजानं, डोळे पुसत बोलत होते. काशीमावशी मला म्हणाली, "टिळक गेले गं बाई!"

तंबाखूच्या कामाला गावात गेली ती माणसं धावतच परतली न् काय...

म्हणाले, ''टिळकमहाराज गेले. समदी लिफाणी रडतीया.''

काकांना इतके मलूल मी कधी पाहिले नव्हते. खुंटीवरील लहान, रंगीत अशा टिळकांच्या तसबिरीकडे पाहून बोलताना आवंढा गिळत होते. आठवणी सांगत होते.

मी हळूच स्वयंपाकघरात आले. सकाळी सारवलेली चूल तशीच होती. मग जिन्याखालच्या पोत्यातून ओट्यात शेंगा घेतल्या, डब्यातला गूळ घेतला आणि गोठ्यात येऊन बसले. एकमेकांत मिसळून बाहेरची बोलणी ऐकू येत होती. शेंगा फोडता-फोडता त्या अस्पष्ट कोलाहलामधून, तळ्यातून उमटावे तसे एक चित्र मनात उभे राहिले –

तिन्हीसांज होऊन गेलेली. गदगमधील मोठा रस्ता. त्यावरून एक लांब कोट करवतकाठी धोतर, डोक्याला पांढरा रुमाल, खांद्यावरून उपरणे असे गृहस्थ तरातरा निघाले आहेत. त्यांचा हात धरून, त्यांच्या चालीला जमवत एक सहा-सात वर्षांची मुलगी निघाली आहे. तिच्या हातात एक पिशवी आहे. ते गृहस्थ कुठे थांबत नाहीत. गर्दी दिसली की पिशवी आपल्या काखेत घेतात, उपरण्याने झाकतात. जणू ती एक मौल्यवान वस्तू आहे!

ते गृहस्थ म्हणजे आमच्या घराशेजारी राहणारे, वडिलांच्या हाताखालचे कारकून. चार-पाच दिवसांनी एकदा अंधार पसरला की, ते मला मुद्दाम बोलावून एका घरी जात. येताना पिशवी आणत. मला त्या घरच्या काकू फोडलेले बदाम देत. पिशवी घरी आणली की, ती तडक वडिलांच्या पलंगावरच्या गादीखाली ठेवायची, हे माझे काम. मी ते अगदी मोठ्या जबाबदारीने करत असे. एकदा हळूच पिशवीचे तोंड रुंद करून आत पाहिले तो एक वर्तमानपत्र, घडीवर मोठ्या अक्षरांत 'केसरी' असे लिहिलेले. आणि त्याखाली एकमेकांकडे तोंड करून शेपटी उंचावून उभे राहिलेले दोन सिंह. आणि सिंहांच्यामध्ये एक श्लोक –

गजालिश्रेष्ठा या
निबिडतरकांतारजठरी।
मदांधाक्षा मित्रा क्षणभरीहि
वास्तव्य न करा।।
नखग्रांनी जेथे गुरुतर
शिला भेदूनि करि।
भ्रमाने आहे रे गिरिकुहरि
हा निद्रित हरि।।

हा श्लोक रोज संध्याकाळी वडील आमच्याकडून प्रथम म्हणून घेत असत. म्हणजे मला काका सोप्यात 'केसरी' 'केसरी' म्हणत होते, तो 'केसरी' या

टिळकांचा तर, हे एक नवे ज्ञान झाले! आपला हिंदुस्थान इंग्रजांच्या गुलामगिरीत आहे. त्याला सोडवण्यासाठी टिळक 'केसरी'तून लिहितात, भाषणे करतात, शिक्षा भोगतात. ते देशभक्त आहेत. हे सर्व स्पष्ट समजले नाही. पण टिळकांच्या या मृत्यूने अवघी 'लिफाणी' रडली, याने मात्र मन भिऊ-भिऊ होऊन गेले. आता ह्या सोप्यातील फोटोकडे कधी लक्षही न देणारी मी... तो जाणीवपूर्वक पाहू लागे. केवढा मोठा देशभक्त!

बेळगावशी थोडी समरस झाले आणि पुन्हा देशभक्त, देशासाठी... या शब्दांचे धुके माझ्याभोवती जमू लागले. देशभक्त गंगाधरराव देशपांडे रस्त्यात दिसले की, मी मोठ्या आदराने त्यांच्याकडे पाहू लागले. कर्नाटकचे सिंह होते ते. तसेच उग्र आणि तशीच आवाजाची गर्जना. काँग्रेसचे अधिवेशन त्यातील नेते दुरूनच बिटी-बिटी पाहिले. गांधींना पाहिले. ते तर आमच्या नरसोबावाडीच्या गुरुजी आजोबांसारखे – वरून उघडे, कमरेला पंचा, बसणेही त्यांच्यासारखे ताठ. गंमत वाटली. काँग्रेस सोहळा संपला आणि आम्ही शाळकरी मुले उगाचाच इंग्रजांचा द्वेष करायला लागलो. आमचा पहिला हल्ला वर्गातील इतिहासावर. व्हिक्टोरिया राणीला मिशा काढायच्या, सर्व गव्हर्नरांचे, सेनापतींचे डोळे पेन्सिलने निकामी करायचे.

आणि मग त्यात चळवळ उभी राहिली. मुले सगळ्यात पुढे. ठळकवाडीला तर रोज प्रभातफेऱ्या निघत. हातात झेंडा आणि बरोबर पंधरा-वीस लहानमोठी मुले-मुली रस्त्यावरून गाणी गात. 'चरखा चला-चला के, लेंगे स्वराज्य लेंगे।' मध्येच 'गांधी महाराज की जय' व्हायचे. पोलिसाने अडवले की, तिथेच बसून पुन्हा गाणी, जयजयकार सुरू करायचा. कधी पोलीस अटक करायचा. माझ्या बरोबरच्या बहुतेक मुली यात गुंतल्या होत्या. सूत काढत होत्या. कधी दारूच्या दुकानावर पिकेटिंग करत, कधी चौकात विलायती कपड्यांची होळी करत. वरून आदेश यायचा आणि हिरिरीने या काम करायच्या. मुली नुसत्या भारून गेल्या होत्या. हे सर्व देशासाठी होते. पूर्वी टिळकांनी जे सुरू केले, तेच ते पुढे चालले होते. मलाही या लढ्यात भाग घ्यावा वाटे. पण काकांची सक्त मनाई होती.

ते ओरडत, "मुलांचा आणि चळवळीचा संबंधच काय मुळी! शिका आधी – हे भिकेचे डोहाळे कशाला?"

मला फार वाईट वाटायचे. राग यायचा. कुणीतरी त्यांना सांगावे असे फार वाटे. सुखदेवमास्तरांच्यावर माझा फार विश्वास. त्यांना प्रथम सांगायला गेले तर त्यांनी तोच सूर लावला,

"तुला या चळवळीत कशासाठी भाग घ्यायचा आहे?"

"देशाला स्वातंत्र्य मिळावं म्हणून ही चळवळ आहे. देशासाठी मलाही काही

करावंसं वाटतं.'' मी सांगितले.

मग ते म्हणाले, ''बरोबर आहे तुझं! पण अगोदर मॅट्रिक तर हो. मग चळवळीत पड. तोपर्यंत खूप वाच!''

दुसऱ्या दिवशी त्यांनी काकांच्याबरोबर मला शिवराम महादेव परांजपे यांच्या 'भाल्याच्या फेकी' वाचायला पाठवून दिल्या. रोज आमच्या दारावरून प्रभात फेरी जायची. इंदू गुणाजी मला 'ये' म्हणून हात करायची आणि मी आवंढा गिळून बघत राहायचे.

एकदा अहोबाईंनी सहज विचारले, ''तू बरी चळवळीत नाही पडलीस गुणाजीसारखी?''

''काकांची परवानगी नाही,'' मी म्हटले.

''बरोबर आहे त्यांचं. चळवळीतच का देशभक्ती आहे? अण्णासाहेब कर्व्यांनी स्त्री-शिक्षणासाठी किती कष्ट सोसले! केवढी मोठी चळवळ उभी केली. किती ठिकठिकाणी शाळा काढल्या. हेसुद्धा देशासाठीच की. तू शिकते आहेस हेही देशासाठीच बरं.''

पण माझे मन आपले तळमळत होते. आमच्या शाळेतील मुनशी मास्तरांना मी वर्गात एकदा म्हटले,

''सर, मला स्वातंत्र्याच्या चळवळीत भाग घ्यावा, असं फार वाटतं.''

''लूक हीयर, मिस दीक्षित!'' म्हणत त्यांनी वर्गातच मला सांगितले,

''या चळवळीत नुसते साहस आहे. तुम्हाला न पेलणारं. तुला जर खरं देशभक्त व्हायचं असेल, देशासाठी काही करावसं वाटत असेल तर तू डॉक्टर हो, वकील हो, मोठी अधिकारी हो आणि तुझ्या ज्ञानाचा, अधिकाराचा लाभ भोवतालच्या असंख्य गरीब, अडाणी बायकांना दे. जे-जे करशील त्या मागे 'हे देशासाठी' हे मूळ मनात धरून ठेव. म्हणजे तू मोठी देशभक्त होशील. म्हणजे तुझी तू, नेता म्हणून नव्हे.''

एकीकडे उकळीवर पाणी शिंपावे, तसे हे विचार माझ्या मनावर परिणाम करू लागले. मी अभ्यास केला. परीक्षा दिल्या आणि संसारालाही लागले. पण मिळेल तेव्हा आणि मिळेल तसे गांधींचे राष्ट्रहितासंबंधी विचार, त्यांचे चरित्र, त्यांच्या डायऱ्या, त्यांच्या आठवणी यातून अगदी मनापासून जात राहिले. चळवळीच्या निमित्ताने, त्यात भाग न घेता आल्याच्या खंतीने मला हा छंद लागला. गांधींच्या इतके सोपे, अनुभवी, अजाण माणसाला समजण्यासारखे सोपे दुसरे कुणी लिहिलेले नाही. मी त्या सर्व मंथनातून माझ्या मतीने काढले ते हे : गांधींचे राष्ट्रहिताचे एकूण चार विचार व्यक्ती मूळ धरून आहेत. व्यक्तीच्या दैनंदिन आचारांवर त्यांची श्रद्धा गुंतली आहे.

त्यांची एक आठवण आहे ना – ते आपल्या आश्रमात असताना, दोन-तीन गृहस्थ त्यांना भेटायला आले. गांधी त्या वेळी धान्य निवडत होते. काम संपवून ते बाहेर आले. त्या लोकांना देशासाठी काही करायचे होते. त्यासाठी ते मार्गदर्शन मागण्यासाठी आले होते. त्या तिघांनी पाणी पिऊन ठेवलेल्या तीन ग्लासांकडे बघत गांधीजी म्हणाले,

"तुमची देशसेवा इथून सुरू होते आहे. पाण्याची केवढी ही उधळपट्टी! किती पाणी फुकट घालवलंत... पाणी ही राष्ट्रीय संपत्ती असताना आणि तिची देशात टंचाई असताना!"

एकाने दाराच्या कोपऱ्यात पाणी फेकले होते. ती ओल दिसत होती आणि बाकीचे दोन्ही ग्लास पाऊण भरलेले असे, पण पाणी उष्टे झालेले होते.

माझ्या मनाची, त्या चळवळीच्या लाटेत भाग न घेतल्याची मनात खोल राहिलेली खंत पार निवळून गेली आणि देशभक्तीसंबंधीची कल्पनाही पार बदलून गेली. उकळी वर पाणी शिंपले गेले, त्याचाच हा लाभ!

■

।२५।
विनोदाचे करुणाष्टक

काही महिन्यांपूर्वी वर्तमानपत्रात माझ्या वाचनात आले की, डोंबिवलीला विनोदी साहित्य संमेलन साजरे झाले आणि तेही पहिलेच. वाचून मला एकदम खूप बरे वाटले. जे साहित्य आपल्याला आवडते, त्या साहित्यप्रकाराच्या लेखकांबद्दलही आपल्याला आदरभाव असतो, प्रेम असते. मग साहित्य आणि त्या साहित्यिकांचा गौरव झाला असे समजले की, मन किती सुखावते! माझे असेच झाले.

मी विनोदी लेखन करत नाही. पण मला बोलण्यात विनोद आवडतो. थोडाफार करताही येतो. विनोदी साहित्य वाचायला तर मला खूप आवडते आणि दुसऱ्यांनी केलेला विनोद समजतोही. स्त्रियांना विनोद कळत नाही, असे म्हणणाऱ्यांची एकदा मुलाखत घ्यावी, असे वाटते.

विनोदी साहित्य हे इतर साहित्यापेक्षा वेगळे असते. ते इतर साहित्यापेक्षा शिष्ट नसते. ते एकदम आपल्याशी खेळीमेळीच्या पातळीवर येते. आपलेसे होते इतकेच नव्हे, तर क्षणभर सर्व विसरून जायला लावून उल्लासाच्या गारेगार हिरव्यागार हिरवळीवर घेऊन जाते. विनोदी लेख वाचताना आपण हसत असतो. खदाखदा हसतो. हो; खदाखदाच, लहान मुलासारखे. खो-खो हसणे हे कृत्रिम असते. त्यात हसण्यापेक्षा 'मी' हसतो आहे, ही जाणीवच फार असते. विनोदाला ही 'मी'ची जाणीव मंजूर नसते आणि ही खदाखदा हसण्याची वावटळ शरीरात सुरू झाली की, सगळा साठवलेला पालापाचोळा उडून जाऊन मन कसे स्वच्छ, प्रसन्न होते.

पण असे निरामय साहित्य सर्व जगातच फार कमी प्रमाणात निर्माण होते.

कारण काय असावे, हे खरे म्हणजे शोधून काढायला हवे. आत माझ्या बासनात काय आहे, बघितले तर हे असे – जगातील विनोदी लेखक पी. जी. वूडहाउस आणि चार्ली चॅप्लिन. भारतातील मला माहीत नाही. आपल्याच घराची दालने आपल्याला माहीत नसावी तसे हे झाले. पण ते माझ्यापुरते खरे आहे. मराठीत पु. ल. देशपांडे, शकुंतला परांजपे आणि लोककथेत कुणी महाभागाने लिहिलेल्या जावयाच्या गोष्टी आणि बालांच्या लोककथेतील एक कथा – 'एक होती ऊ' अर्थात हे माझे बासन.

आपल्याकडे विनोदी साहित्य कमी याचे मूळ, मला वाटते आपल्या संस्कृतीतच आहे. मोठ्याने निर्मळ हसणे आपल्या संस्कृतीत बसत नाही. रवी वर्मा यांच्या लक्ष्मीच्या चतुर्भुज विष्णूच्या मुखकमलावर विलासणारे स्मित आणि रावणाच्या, पूतनेच्या हास्याचे अकराळ-विकराळ दर्शन ही दोनच हास्ये आपल्याला माहीत असताना महाराणी द्रौपदी मयसभेत एकदा हसली. खानदान सोडून जरा मोठ्याने हसली. दुर्योधनाच्या झालेल्या फजितीला हसली आणि त्या हास्यातून कुरुक्षेत्राचे रणांगण निनादले. म्हणूनच म्हणते, विनोदाने आलेले हसू आपल्या संस्कृतीला परवडत नाही. आणि संस्कृतीचे रक्षण करणे हा स्त्रियांचा जन्मसिद्ध हक्क आहे. हे जर खरे तर स्त्रियांना विनोदाचे वावडे असते, असा त्यांचा समज करून देणे, हे एका मनुस्मृतीचे एक कार्यच नाही काय?

रामदासांनी म्हटले आहे ते काही खोटे नाही, मग त्या म्हणण्यामागे त्यांचा हेतू कोणताही असो. त्यांनी म्हटलेले आहे 'टवाळा आवडे विनोद' हे खरेच. प्रत्येकाच्या मनात जसा पाडगावकरांचा एक जिप्सी दडून बसलेला असतो, तसा प्रत्येकाच्या मनात एक टवाळखोरही दडून बसलेला असतो. हा टवाळखोर जाणून घेणे हे सोपे काम नाही. त्याला मनाचे मोठे धाडस लागते. नुसते जाणून घेण्यापेक्षाही तो शब्दांतून उभा करणे हे तर महाकठीण. विनोदी लेखक हा एक महान टवाळखोर असतो. जे टवाळी करण्यासारखे आहे ते नेमके हेरणे आणि त्याला आनंदस्वरूप देणे हे तो करत असतो. म्हणूनच या साहित्यप्रकाराचे लेखक, असे नवसाचे असावेत.

बहात्तर रोगांवर जसे एक औषध तसे दैनंदिन व्याप, ताप आणि विवंचनांवर उतारा म्हणजे विनोदी बोलणे. काल रस्त्यात मला एक मैत्रीण भेटली. तिला सिव्हिल हॉस्पिटलच्या बाजूला जायचे होते. निघाली होती वडगावहून. मी म्हटले,

"किती उन्हाची इतक्या लांब निघालीस – बस घेना गं." ती दोन पावले पुढे जाऊन मग मागे वळून मला म्हणाली,

"कशाला गं बस आणि बीस. आपला अकरा नंबरचा टांगा झक्कास आहे बघ," असे म्हणून ती मोठ्याने हसली. खर्चाची विवंचना तिने किती गोड करून

घेतली!

आपण पुष्कळदा अशा अनुभवांतून जातो. माझेच सांगते. मुले शिकत होती बाहेरगावी, त्या वेळची गोष्ट. मुले दिवाळीच्या सुट्टीत घरी यायची. दिवाळीला खूप तऱ्हेचे फराळाचे करायचे. मुलांना दिवाळीचे असे चांगले कपडे घ्यायचे. छानसे पॅन्टचे कापड आणि सुंदर साडी. पाडवा-भाऊबीजेला बासुंदी, जिलबी करायची असे बेत करायचे. हे सारे मनात असायचे, पण आपली मूठ नेहमीच उघडी. त्यामुळे तोपर्यंत तिच्यातून बरेच काही सांडून जायचे. स्पेशल कापडाऐवजी धडोतीचे लेंगा-शर्टाचे कापड दिवाळीचे म्हणून घ्यायचे. जिलेबीऐवजी शिरापुरी, मसालेभात पानावर वाढायचा, खूप दारूसामानाऐवजी चार-दोन फटाक्यांच्या माळांवर भागवायचे ही खंत फार लसणारी. मन मऊ होऊन जायचे.

पण जेवण झाले की, तोपर्यंत पोस्टाने आलेले दिवाळी अंक उघडायचे आणि त्यातील विनोदी लेखांचे सार्वजनिक वाचन सुरू करायचे. या आनंदासाठी आमच्या चंदूचा चिक्कोडीचा मित्र 'अरोबा' (प्रो. अरविंद वामन कुलकर्णी) आलेला असायचा. मग पु. ल., शंकुतला परांजपे, मिरासदार, शंकर पाटील यांचे लेख वाचता-वाचता, हसता-हसता मनातली खंत कुठे पार नाहीशी व्हायची. किती छान दिवाळी गेली असे वाटायचे.

ही आपली, म्हणजे मोठ्यांची गोष्ट झाली. लहान मुलांचे लहानपण म्हणजे 'सुख थोडे, दु:ख फार' असेच. त्यांच्या अतृप्त इच्छा, त्यांचे हिरमोड, शिक्षणासारख्या बाबतीत त्यांची गुलामी, काय न् काय... बाळपणी वेड्यावाकड्या नकला, जरा मोठेपणी आपल्या मास्तरांबद्दल 'लेले, लेले, पालखीत बसले. परसाकडला गेले. तिथेच मेले' असे हास्यकल्लोळाचे शेपूट असणारे अनुप्रासावर आधारित विनोद. मग जावयाच्या गोष्टी. हे सारे अभिनयापासून विनोदी साहित्यापर्यंतचे प्रकार त्यांचे मन टवटवीत ठेवायला त्यांना मदत करतात. ही विनोदाची पहिली जाणीव, अगदी बालपणी चालायला येण्यापूर्वी मुळात निर्माण झालेली असते. ज्या वेळी या मुलाच्या पोटातून आवाज करत वारा सरतो, तेव्हा ते जरा दचकतेच. 'हे काय झाले हे!' अशा भावनेने चटकन सभोवती पाहाते – सगळेच हसण्याच्या बेतात. मग 'अशी कशी गंमत झाली ही!' या विचाराने तेही हसू लागते. आपली न समजणारी फजिती संभाळून घेण्यासाठी ते हसते. कुण्या छायाचित्रकाराने हा क्षण टिपला असेल तर आपल्याला कळून येईल – ते हसू हाच विनोदाचा पहिला अंकूर.

आणखी एक बालकथा, 'एक होती ऊ'. आमच्या रमाला ती गोष्ट अजून आवडते. ती आम्ही दोघींनी मिळून सांगायची. मी प्रथम 'एक होतीऽ ऊंऽ', मग ती 'तिला झाली टू' असे चालायचे. शेवटचा स्फोट मात्र तिनेच करायचा आणि

खदाखदा हसायचे. मायलेकींचा संवाद या तंत्रावर उभी राहिलेली ही कथा, मंत्राने मात्र आकाशाला पोहोचली आहे. लहानथोरांना हसवणारी, छोट्या, सोप्या वाक्यांची अनुप्रासाने ताल धरणारी आणि शेवटी एकदम धक्का देणारी, कलाटणी देणारी ही कथा मला फार आवडते. मी तिला विनोदी 'आद्यकथा' म्हणते.

कल्पनातीत दारिद्र्य. त्या दारिद्र्याइतकीच त्याला शोभणारी एकाक्षरी नावे – 'ऊ' आणि 'टू.' ऊ ही नखावर चिरडल्या जाणाऱ्या ऊ इतकीच क्षुद्र आणि टू हे हसू आणणारे नाव. दारिद्र्यात दिवस कंठणाऱ्या टूला एक पैसा सापडतो. 'सापडतो', मिळालेला नव्हे. कुणी हातावर टाकलेला नव्हे. 'सापडतो' हा आनंद केवढा मोठा – आणि तो मोठा आनंद व्यक्त करण्यासाठी अवघ्या गोष्टीत एकच मोठे वाक्य घाईघाईचे. आनंदाने भरलेले. "आई, आई या पैशाचे काय आणू?" आई किती समंजस. तिला दारिद्र्याने शिकवले – पैशात भेंड बत्तासा येईल. तोंड गोड करेल. पण त्याने पोट कसे भरेल? ती तर मुख्य गरज. मग भाजी आणि तीही चविष्ट मेथीची. मला वाटते, त्या वेळी पैशाला मोठ्या अशा पंधरा-वीस जुड्या तरी येत असाव्यात. मग मायलेकींचे सुगरपण – खाण्याचा आनंद – खाऊन होणाऱ्या परिणामाचे किंचित भय आणि आईने 'काही घाबरू नको' या अर्थी काढलेले उद्गार... 'ढामढूम' गोष्ट संपली की मुले खदाखदा हसतात. मोठी माणसे मनातल्या मनात, पण हसतात. या सर्व घटनेत एक करुणाष्टकच दडलेले नाही काय? अभिजात विनोदी साहित्य शेवटी याच मर्माला जाऊन भिडते ना? पण किती मुलायमपणे. दुधात मधाची बारीक धार धरावी तसे.

माझी, माझ्या आता मोठ्या झालेल्या मुलांची विनोदाची जाण असल्याच गोष्टींवर पोसली आहे. जरा मोठेपणी जावयाच्या गोष्टी, चित्रमालिका, जरा साहित्यात कळायला लागल्यावर चिं. वि. जोशी, आचार्य अत्रे, पु. ल. देशपांडे, गंगाधर गाडगीळ, द. मा. मिरासदार यांच्या लेखनावर, चार्ली चॅप्लिन, दामूअण्णा मालवणकर, राजा गोसावी, महमूद, लॉरेल-हार्डी यांच्या अभिनयावर, हास्य-चित्रात आर. के. लक्ष्मण, शि. द. फडणीस, सरवटे, श्याम जोशी इत्यादींवर पोसली गेली आहे. अजून टवटवीत आहे. अजून त्यांच्या वाचनाने, दर्शनाने पायाखालील तापलेली वाळू चांदण्यासारखी होते.

आता वाटते, ही आमची गोष्ट झाली. आताची लहान मुले आपली स्वयंभू अशी ही विनोदाची जाणीव कशावर पोसत असतील? मी कुणाच्या घरी गेले आणि तिथे शाळकरी मुले असली की, त्यांची भाषा-विषयाची पुस्तके आवर्जून पाहायला घेते. पाने उलटते... मी या अरण्यात कशी शिरणार, असे भय वाटायला लागते... ते संस्कृतप्रचुर शब्द, ते अनोखे वाक्प्रयोग, लांब-लांब वाक्ये, मुलांच्या आवडीच्या दृष्टीने ते भयाण वाड्यासारखे भलत्या-भलत्या

विषयांवरील धडे, त्यांचा तो तापट आजोबापणाला शोभेल असा गंभीरपणा... पुढ्यात एरंडेलाचा कप घेऊन बसणाऱ्या मुलांची प्रतिक्रिया मी पाहिली आहे. या पुस्तकांचा अभ्यास म्हणजे त्याहून वेगळे काही नाही. मला मुलांची आणि त्याहून ती पुस्तके शिकवणाऱ्या मास्तरांची दया येते. गरीब बिच्चारे!

ज्या वाचनाने मुलाला 'आणखी वाचू, आणखी वाचू व्हावे, असे त्यांच्या वयाला आवडणारे विनोद औषधासाठीही नाहीत. विनोदी चित्रे नाहीत, चुटके नाहीत, गोष्टी नाहीत. सगळे कसे वाळवंट... रूक्ष... तापलेले.

पोरकथांनंतर विनोदी गोष्टी हव्यात. त्याने विनोदाच्या जाणिवेला जोपासले जाते. ती वाढीला लागते. वाटते, ही शाळकरी मुले काय वाचत असतील? काय वाचून खो-खो हसत असतील? 'मला मराठी येतंय' म्हणणाऱ्या बाळांच्यापेक्षा जी मुले असंख्य गरिबांची, शेतकऱ्यांची, दूर-दूर खेड्यांत राहाणाऱ्यांची आहेत, त्यांचे काय होत असेल? 'ऊ'च्या गोष्टीतील 'टू' काय वाचून आपले ताण विसरत असेल? मोकळे-मोकळे हसत असेल? तिच्यापर्यंत पाठ्यपुस्तकापेक्षा अधिक पोहोचणारे दुसरे कोणते पुस्तक असणार? आणि ते तर हे असे. मला वाटते, हा विनोदाचा चष्मा त्या मुलांना आपण वेळीच दिला नाहीतर त्यांचे पुढचे दिवस कसे जातील?... मन उगीचच सुन्न होते....

■

।२६।
लळा गोजिऱ्या पाखरांचा

आपल्या लहान बाळांना, पाखरांची ओळख आईच्या मांडीवर असतानाच होते. त्या वेळी बाळांच्या डोळ्यांना कळण्यापूर्वीच ही पाखरे त्यांच्या कानांच्या ओळखीची होतात. आईने बाळाला मांडीवर घ्यावे. त्याचे डावे गुलाबी बचकूल एका हाताने पसरावे. दुसऱ्या हाताच्या बोटांनी त्याची उजवी तर्जनी धरून ती त्या बचकुल्यावर नाचवावी –

"इथे-इथे बैस रे मोरा,

बाळ घाली चारा

चारा खा, पाणी पी

भूऽऽऽर्र दिशी उडून जा"

'उडून जा' म्हणताच त्याचे दोन्ही हात डोक्यावर न्यावे. जणू मोरच उडाला. काही दिवसांनी आपण 'इथे-इथे' म्हटले की, बाळ त्या मोराला नाचवतो. आपल्या म्हणण्याच्या तालात त्याला उडवतोही. मोर त्याने पाहिला नसतानाही असा त्याच्या कानात नाचायला लागतो.

बाळाला कडेवर घ्यावे. हातात दूध-भाताची ताटली घ्यावी. अंगणात जावे आणि बाळाला घास देत म्हणावे –

"येरे-येरे काऊ, बाळ घाली जेऊ"

"येगं-येगं चिऊ, दूधभात खाऊ"

बाळाच्या आवतीभोवती तोपर्यंत चिमण्या टपकतात. काऊ दुरून बघतो आणि खाताना तोंडाने फुर्रर करताना उडालेल्या शितावर चिमण्या ताव मारतात. कावळाही सफाईने दोन शिते चोचीत टाकतो. या अंगत-पंगत समारंभात 'हा

चिऊ, हा काऊ' हाही ओळख कार्यक्रम होतो. पुढे तर त्यांची गट्टीच जमते.

पण का कळत नाही, हे बाळ मोठे-मोठे होत जाते तसे त्याच्या मनातील पक्षी स्थलांतर करू लागतात. दिसणाऱ्या पक्ष्यांची ओळख करून घ्यावी, असे त्यांना वाटत नाही. इतकेच काय, एखादा देखणा पक्षी पाहिला तर त्याच्याकडे पुन्हा पाहावे, असेही त्यांना वाटत नाही. त्यांच्या जीवनातील ही पंखांची दुनिया नाहीशीच होते.

एका मैत्रिणीने मला एक हकिकत सांगितली होती. तिचे गाव नदीकाठी होते. एकदा एकाला आढळून आले की, 'अरे या नदीकाठावर कावळे कसे नाहीत?'

दुसऱ्या एकाने शोध लावला की, 'कावळे काय, इथे चिटपाखरूही नाही.' मग हे पक्षी गेले कुठे? असे काय घडले की, त्यांना हा नदीकाठ सोडावासा वाटला? पण एकाने याचे उत्तर शोधून काढले – 'या विटांच्या भट्ट्या आहेत ना, त्यांच्या धगीने पाखरं इथून निघून गेली.' त्यांनी स्थलांतर केले.

तसे या मुला-मुलींच्या मनात काय असेल म्हणून ती पाखरांना पारखी झाली असतील? त्याचे एक उत्तर मिळते. अभ्यास व परीक्षा यांचा अखंड जाच. आणि दुसरे उत्तर असे की, यासाठी पालक कुठेतरी कमी पडतात. डोळ्यांना झापडे लावलेल्या टांग्याच्या घोड्यासारखी मुले एकमार्गी होतात आणि निसर्गाशी त्यांची पुरी कट्टी होते.

माझ्या आईला पक्षी फार आवडत. लहानपणी मी घरात इकडे-तिकडे काम करायला पाहू लागले तेव्हा ती म्हणाली, "मी एक काम तुला सांगते, रोज करशील?"

ती मला अंगणात घेऊन गेली. तिथे तुळशीकट्ट्यापाशी एक लांबट दगडी खल होता.

मी म्हटले, "यात तू चिमण्यांना पाणी ठेवतेस."

तशी ती म्हणाली, "आता हे काम तू रोज कर. रोज सकाळी खल धुऊन त्यात ताजं पाणी भरायचं आणि जवळच मूठभर कण्या टाकायच्या."

मला ते काम आवडले. रोज करू लागले.

कण्या टाकल्या की चिमण्या गोळा व्हायच्या आणि आंब्याच्या डहाळीवरील कावळा उतरून त्यांना हुसकायचा. आडवी चोच मारून तो कण्या फस्त करू पाहायचा.

मग आई आतून ओरडायची, 'अगं, अगं, हाकल त्या दांडगेश्वराला."

पण हाकलला तरी हातभर दूर जायचा आणि चिमण्या उतरल्या की पुन्हा त्यांना हुसकायचा. हा एक खो-खोचा खेळच. मग मी शेणाने जमीन छान

सारवून ताटाच्या आकाराची दोन खळी तयार केली. एक चिऊताईला आणि दुसरे खास या दांडगेश्वरासाठी.

असा मला पाखरांचा नाद लागला. त्या वेळी तवंदीच्या घोलात खूप मोर असायचे. एवढा डोंगर उतरून आम्ही बहिणी आणि मुले-मुली त्या गर्द झाडीत मोर दिसतील म्हणून खूप हिंडत असू. पण कधी मोराचे पीसही सापडले नाही. त्यांचा 'माऽओऽ' असा स्वर मात्र दुरून उंचावरून ऐकू यायचा आणि सावल्या पडू लागल्या म्हणून आम्ही परतायचे. परसातील केळीच्या बेटात भारद्वाज दिसला की, मी तो दाखवायला घर गोळा करत असे. त्याचे लाल डोळे, लालट रंग आणि त्याचा गंभीर आवाज... सगळे मन भरून बघायचे. डाळिंबीच्या झाडावर पोपट... इतके सुंदर मॅचिंग दुसरे नाही. डाळिंबात चोच टोकण्यापूर्वी तो फांदी-फांदीवरून इतका लाडिक पवित्रा घेत फळाशी येतो की, ते बघतच राहावे.

हिवाळ्यात भल्या सकाळी, नोकरीसाठी घुमटमाळावरून जाताना धुक्यातून रस्त्यावरील विजेच्या तारांच्या तोरणमाळा झालेल्या दिसायच्या. काळपट तपकिरी रंगाच्या बारीक-बारीक चिमण्या खो-खोच्या रांगेप्रमाणे बसलेल्या असायच्या. शेपूट सारखी हालत असायची. त्या उडून जाईपर्यंत मला पाऊल पुढे टाकवत नसे. कागदाचे बारीक-बारीक कपटे उधळावे, तशा त्या तारचिमण्या आभाळात फिरायच्या.

आमच्या निरंजनने एकदा निरनिराळ्या जातींची कबुतरे पाळली. त्यांचे दाणापाणी, सफाई सगळे तो स्वतः करायचा. संध्याकाळी तो तालमीत खेळायला वगैरे गेला की त्यांना खुराड्यात कोंडण्याचे काम माझे. मी ते मुद्दाम मागून घेतलेले. कोंडून घ्यायला नाराज कबुतरे अंगाखांद्यावरून चपळाईने उडायची. गंमत वाटायची. आणि धरून कोंडते वेळी काय व्हायचे, त्यांची जोडी काही माझ्या लक्षात राहायची नाही. मग प्रथम एक-एक पाखरू घरात घालायचे आणि उरलेले एक-एक सगळ्या घरांपुढून फिरवायचे. घरवाला फडफडला की घर चुकीचे. तो घशातून स्वागताचे आवाज काढून बाजूला झाला की, ज्याचे त्याला घर सापडले असे समजायचे. या खेळात वेळ छान जायचा.

इथे कऱ्हाडला अनीही पक्षिवेडा आहे. अलीकडे तो तर गळ्यात दुर्बीण आणि हातात सलीम अलींचे 'इंडियन बर्ड्स' घेऊन सज्जच असतो. परीक्षा जवळ आली आहे, तरीही त्याला एक कारण आहे. त्याच्या वडिलांनी नवे घर बांधले आहे. सभोवती हिरव्या-करड्या उंच गवताचा आणि झाड-झाडोऱ्याचा माळ आहे. आणि त्यात मध्येच हे घर रेखीव बगळ्यासारखे ऐटबाज असे उभे आहे. कुंपणाला फांजे रोवून ते बंदिस्त केले आहे. माळावरच्या या घराचे स्नेहीमंडळ खूप मोठे आहे. या नव्या गोजिरवाण्या पाहुण्याला बघायला, त्याच्याशी

जवळीक साधायला, हितगूज करायला बागेत, परसात, कुंपणावरून सारखी पक्ष्यांची गजबज सुरू असते.

मी इथे आले तेव्हा कुंपण, वेड्या राघूंनी गजबजलेले होते. 'घरा घरा माझ्याशी गट्टी कर' या भावाने कुंपणावरून उडणउड्या मारणारे, चोचीतील खाऊ पटकन तारेवर आपटून वर चोच करून गट्टम करणारे ते राघू वेडे कसे? कुणाला ठाऊक! त्यांचे रूप किती गोंडस! हिरवट रंग, डोक्यावर चपट्या टोपीसारखे तांबूस-सोनेरी जावळ, डोळ्यांत काजळ आणि शेपूट तर किती गमतीची! मुलींचे पाठीवरचे केस एका सरळ रेषेत कापतात तशी पिसे कापलेली आणि मधून एक बोटभर लांबीची काडी... चिमणीएवढ्या जिवाजवळ हे एवढे सौंदर्यधन! त्यांची भेट संपते तोवर रॉबिन यायचे. हे घराशी 'सीऽक सीऽक' करून बोलायचे. आणि दयाळ तर समोरच्या झाडावर बसून घराला गाणे म्हणून दाखवायचा. मला पालवीतून त्याचे काळे-पांढरे रंग मात्र दिसायचे. मग यायचे बुलबुल, छानदार टोपी घातलेले. शेपटी उंच करून लाल रंग मिरवत इकडेतिकडे मजेत फिरणारे, कोतवाल यायचा, पण त्याने घराशी गट्टीफू केली होती. सारखा आपला कुंपणाच्या खुंटावर घराकडे पाठ करून बसून राहायचा. उडताना पांढरे दिसणारे आणि बसल्यावर काळेकबरे असलेले हेरॉन तर तरळत येऊन फाटकाशी दोन-तीन मिनिटे उतरायचे. आपली नागमोडी मान इकडे-तिकडे फिरवून घराला हेरून परत निघून जायचे. खाटीकही तसाच. फांदयातून त्याचे मोहक रंगरूप दिसते न दिसते तोच नाहीसा व्हायचा. भारीच संकोची. आणि ती नाचण, नृत्यगान सम्राज्ञी. तिचा शेपटीचा तो जपानी पंखा! आणि तिचे चालणे! तिचा नाचत चाल की चालत नाच, हे काही कळायचे नाही. पण मनात एक ओळ उभी राहायची,

"लटपट लटपट तुझं चालणं मोठं नखऱ्याचं,
      गाणं ग मंजुळ मैनेचं.''

ती निघून गेली, पण अजून मनातून जात नाही. घराच्या आणि माझ्याही.

या सर्वांत चिमण्या मोठ्या आगाऊ. खोडकर पोरासारख्या. लहान बाळाचे केस, नाक ओढून त्याला चिमटे काढून पळणाऱ्या. घराला त्यांचा फार त्रास होतो आणि त्यांच्यामागून हवेत टॉवेलचे फटकारे उडवणाऱ्या त्या घराच्या मालकालाही. एखादा बाळपाहुणा घरी यावा आणि शेजारपाजारच्या बाळगोपाळांनी त्याच्याभोवती कोंडाळे धरावे, तशी ही पाखरे. म्हणूनच अनीच्या हातातील दुर्बीण खाली येत नाही आणि या आनंद सोहळ्यातून मला बाहेर पडता येत नाही.

।२७।

भयावहाचे नोंदणीघर

कऱ्हाडला घरापुढच्या लहानशा व्हरांड्यात उभे राहिले की, समोरची पानाफुलांनी बहरलेली बागेची रांगोळी, डोळ्यांना फुलपाखरे बनवू बघते. पण मी तिच्याकडे लक्ष न देता रस्त्यापलीकडील हॉस्पिटलच्या आवाराकडे मधून-मधून बघत राहाते. नव्हे, तेवढ्यासाठीच मी तिथे उभी असते.

रस्त्याच्या पलीकडे तिथल्या सरकारी हॉस्पिटलचे मोठे आवार आहे. या आवाराच्या उजव्या कडेला झाडातून हॉस्पिटलच्या इमारती दिसतात. डाव्या बाजूच्या कडेला एक दगडी, छोटीशी इमारत आहे. या इमारतीपुढून जो रस्ता आहे, तो सरळ हॉस्पिटल भोवतालच्या उंच हिरव्या कुंपणातून आत इमारतीकडे गेलेला आहे. या दोन बिंदूंपुरताच तो रस्ता आहे. व्हरांड्यात उभी राहिले की, माझे डोळेही ती इमारत ते हॉस्पिटल असे फिरतात.

ही इमारत मला फक्त मागच्या बाजूने दिसते. नेहमी बंद असते. तिचा तो रस्ताही नेहमीच झोपलेला असतो. पण दिवसातून एकदा तरी त्याला टाचणी टोचून जाग यावी तसे होते. रस्ता जागा होतो. प्रथम हॉस्पिटलच्या बाजूने या रस्त्यावरून तीन-चार सायकली धावत येतात. त्यांच्या आगे-मागे पाच-सहा माणसे, कुणी फराफरा खेचून आणावी, अशा चालीने येतात. त्यात दोन-तीन बाया-माणसे पण असतात. ही माणसे सारखे मागे पाहात पुढे चालत असतात. इमारतीपाशी थांबतात. तिच्यासमोर एक बाभळीचे झाड आहे, त्याच्या खाली थांबतात. मध्येच पुन्हा एखादी सायकल आलेल्या रस्त्याने परतून जाते. ही हालचाल होत असते तोवर त्या कुंपणामधील रस्त्याने एक वाहन ओझ्याने वाकल्यासारख्या चालीने छोट्या इमारतीकडे येऊ लागते. तिच्यामागून पुन्हा

काही माणसे येतात. हे वाहन कधी खटारा असतो, कधी टेंपो, टॅक्सी, ट्रक, ट्रॉली अशी असतात, तर कधी पांढरी शुभ्र रुग्णवाहिका असते. हे वाहन छोट्या इमारतीच्या जरा पुढे जाऊन तिच्या तोंडाशी मागे येते. पुढून दोन-तीन पोलीस आणि दोन माणसे उतरतात. एका पोलिसाच्या हातात बंदाची पिशवी असते. एकाच्या हातात कागद फडफडत असतात. ही माणसे बाभळीखाली येतात. तिथे बसकण मारलेल्या कुणाच्या तरी खांद्यावर हात ठेवून हातवारे करून वाकून त्याला काही सांगत असतात. पोलीस हॉस्पिटलच्या दिशेला तोंड करून उभे असतात. पाच-दहा मिनिटांत वाहन सुरू होते. बाजूला थांबते वा निघून जाते.

काही वेळाने स्कूटरवरून डॉक्टर येतात. दोन माणसे येतात. बाभळीखालील माणसांची धावपळ दिसते. डॉक्टर लांब टांगा टाकत इमारतीमध्ये शिरतात. ती दोन माणसेही आणि मागून पोलीस. पुन्हा सर्व स्थिरावते. बाभळीखालून कुणी जातात, कुणी येतात... कसाही वेळ काढत असतात. बराच वेळ असाच जातो. मग डॉक्टर, पोलीस, दोन-चार माणसे निघून जातात. थांबलेले किंवा आतापर्यंत दुसरे आलेले वाहन इमारतीशी येते. सर्व यात्रा आली तशीच तितक्याच ताणाने निघून जाते. इमारत सुन्न होते. रस्ता पुन्हा गुंगीचे इंजेक्शन घेतो! दोन-तीन तास त्या अभद्राच्या विळख्यात काढल्यावर, असे चैतन्यहीन व्हावेच लागते. मीही बागेकडे न पाहाताच घरात येते. स्वस्थ पडून राहाते.

ती इमारत हे त्या हॉस्पिटलचे मृत्यूनंतरच्या शवचिकित्सेचे दालन असते. 'संशयास्पद मृत्यू' या सदरात जे मृत्यू येतात ते इथे दाखल होतात. अपघात, आत्महत्या, खून यांचे इथे शोध घेतले जातात. मी तिथे होते तोपर्यंत सरासरी दिवसातून एकदा तरी हा सर्व कार्यक्रम तिथे होत असे. मी हे असे कधी पाहिले नव्हते. घरातल्या कोवळ्या अनीलाही याचा सराव झाला होता. पेपर उघडावा आणि ठळक मथळ्यातील युद्धातील विनाशाच्या, निरागसावरील गोळीबाराची वा अत्याचाराची बातमी वाचून तिथे न थांबता पुढे नजर जावी, इतके ते सरावाचे होते. मला अजून सराव झाला नव्हता.

त्या बाजूनेच उषाताई आमच्याकडे कामाला येत. त्यांनी माझे हे कुतूहल जाणले होते. मुद्दाम मी असेन तिथे येऊन मला माहिती द्यायच्या –

"तीन दिवसांपूर्वी एका मुलीने विहिरीत उडी घेतली. आज सकाळीच इथे आणली तिला."

"काल संध्याकाळी शाळा सुटल्यावर पोरं घरी चालली होती – एक ट्रक जो आला त्यानं चार पोरांना उडवलं बघा."

"दुपारी एक जळीत आलं बघा. पहिल्यांदाच गरवार हो बाई, सहा महिन्यांची. सासूनं रॉकेल शिंपडून पेटवली म्हणे तिला. काय अघोर गं, बाई!"

"आत्ताच एक शेतात सापलेला मुडदा आणलाय बघा. खून झाला म्हणे –"

हे सर्व ऐकताना मला शहारे यायचे. मृत्यूचे विशेष नाही. पण तो ज्या कारणासाठी आणि ज्या प्रकाराने येतो, ते नको वाटते. हा मृत्यू निसर्गाने आणलेला नसतो. मानवी शक्तीच हे मृत्यू घडवून आणते. त्या इमारतीत त्यांची नोंद होते, त्यांची कारणे शोधली जातात, सर्व शास्त्रशुद्ध नोंदणी केली जाते. मृत्युशोधाचे नोंदणीघर म्हणजे ही इमारत. ती इमारत आणि तो रस्ता सुन्न झाला की, माझ्या मनात प्रश्नांचे वारे घोंघावत राहातात.

हे जे मृत्यू आहेत, हे मानवी चुकांमुळेच आहेत. या चुका कुणाच्या असतील? कुणाच्या चुकीसाठी कोण बळी गेले असेल?

त्या मुलीने विहीर का जवळ केली असेल? मृत्युशिवाय पर्याय नाही, अशी कोंडी तिच्याभोवती कोणी निर्माण केली असेल?

हाडाचा शिकारीही आपल्या हातून गाभण जनावराची हत्या झाल्यावर हळहळतो. कधीकधी तर पुन्हा बंदूक हातात घेत नाही. मग त्या बाईने आपल्या पोटच्या मुलाच्या बायकोवर रॉकेल कसे ओतले असेल? काडी कशी पेटवून फेकली असेल? त्या कोवळ्या अश्राप मुलीचे कळीसारखे पुढे आलेले ओटीपोट तिला कशाने दिसेनासे झाले असेल? कोणत्या शक्तीने माता अशी अमानुष बनली असेल? गाडी चालवताना तो ड्रायव्हर असा आंधळा कसा झाला? असा राक्षस कसा झाला – की ज्याला गाडीतील वा रस्त्यावरील जिवांची पर्वा उरली नाही? कोणत्या आसुरी शक्तीने हे त्याने केले?

असे हे प्रश्न आणि प्रश्न. उत्तरे शोधण्यापेक्षा एक वेगळीच चाहूल मला यातून लागली, समाजात वाढत चाललेल्या अमानुष शक्तीची! मग वाटले, ती इमारत केवळ मृत्युसंशोधनाचे नोंदणीघर नाही. ते भयावहाच्या नोंदणीचे घर आहे. एका चिमुकल्या परिसरात मी एकटीने इतके पाहिले, तर अवघ्या समाजात या भयावह शक्ती किती धुमाकूळ घालत असतील? एखाद्या ओसाड, भयाण वाड्यात अपरात्री सावल्या नाचाव्यात, तशी ती समाजातील भयावहाची झुंड माझ्या डोळ्यांसमोर नाचू लागली. अस्वस्थ वाटले....

इतक्यात अनी धावत आला... "पाऊस बघा कसा कोसळतोय."

मला तो पाऊस बघण्यासाठी घेऊनच गेला. पावसाळा नव्हता, हवेत बदलही नव्हता. एकाएकी असा हा पाऊस खरोखरच कोसळू लागला होता. बागेतील झाडे वाकून राहिली होती आणि पाण्याचे लोट वाहूनदेखील बागेत हेऽ पाणी साचत होते. मी पाऊस बघत होते आणि कुणीसे बोलत होते,

"जंगलतोड झाली ना! निसर्गाचा एक बॅलन्स असतो तो गेला. आणि हे अकाली येणारे ऋतुमान सुरू झाले. हे काही पावसाचे दिवस नव्हते, असा

पाऊस यायला....''

मी ऐकत होते, सहजच काही पडत होते म्हणून. पण त्या पावसाच्या बोलण्यात मला जे हवे होते ते सापडले... केवढा मोठा दिलासा मिळाला! त्या विचाराने मी मनोमनी सुखावले. त्या अकाल दुर्दिनाला कारणीभूत झालेल्या पावसाने भिजलेल्या, बागेसारखीच.

निसर्गाला तोल संभाळण्याचे नियम असतात. पंचमहाभूतांपासून ते प्राणिमात्रांपर्यंत हे नियम आपोआप सहजच पाळले जातात. मानवाव्यतिरिक्त सर्व प्राणिमात्र आपल्या सहज प्रवृत्तीचे धर्म पाळतात. माणूस बुद्धिवंत म्हणून त्याला सहज प्रेरणेहूनही वेगळा असा धर्म पाळावा लागतो – मानवधर्म! जीवन सुखावह होण्यासाठी सर्वांनाच आपापले धर्म पाळावे लागतात. माणूस तरी याला अपवाद कसा ठरणार? त्यासाठी माणूसधर्म. आपल्या वागण्यात सतत दुसऱ्याची जाणीव ठेवण्याची शिकवण देणारा धर्म. 'शेजाऱ्यांवर प्रेम करा' असे सांगणारा धर्म. 'खरा तो एकची धर्म, जगाला प्रेम अर्पावे' हा बाळगोपाळांपर्यंत पोहोचलेला धर्म.

कुठेतरी तोल जातो आणि हा सुखावहाकडे नेणारा धर्म उणा पडतो. माणुसकी उरत नाही. तिथे स्वार्थोंधता येते. तिच्या पूर्तीसाठी नियमांचे उल्लंघन येते, अमानुषता येते, क्रौर्य येते. आणि जे या अशा व्यक्तीच्या जवळपास येतात, त्यांचा विनाश अटळच.

पण हे भयावह नित्याचे नव्हे. सर्वव्यापी तर नव्हेच नव्हे. सुखावह हे नित्याचे आणि सर्वव्यापी आहे. त्याची नोंद नसते. जीवनधारणेला जे-जे हवे असते त्याची नोंद लागत नाही. श्वासोच्छ्वासाची आपल्याला कुठे जाणीव असते? किती सहज तो होत असतो! आत्ताच माझ्या समोरून एक शाळेची बस गेली. आत हसरी पाखरे किती छान दिसत होती! माझ्यासमोरच किती सुना सुखाने नांदत आहेत. आणि हा रस्टी कुत्रा भुंकत असून आणि आम्ही सर्व इथे असतानाही हा वेड्या राघूंचा केवढा मोठा थवाच्या थवा कुंपणावर सुखाने गजबजतो आहे! भयावहाची भीती वाटण्याचे कारणच काय मुळी? तो अपवाद असतो.

पण त्या भयावहाचे नोंदणीघर तर हवेच. कारण त्याशिवाय त्याचे आलेख कसे मिळतील? नोंदणीघरेच मानवधर्माची पुन:पुन्हा प्रेरणा देत असतात आणि त्या कल्याणसुंदराची महानताही पटवून देत असतात.

■

। २८ ।

त्रिदळाची साखळी

कऱ्हाडमध्ये आल्यापासून दिवसेंदिवस या माळावर माझा लोभ वाढतो आहे. घराला तिन्ही बाजूंनी या माळाने वेढले आहे. जणू त्याला या माळाने कडेवर घेतले आहे. त्यामुळे मी घरात असूनही त्या माळाच्या किती जवळ असते!

या माळावर उंच असे हिरवे करडे गवत आहे; झुडपे-झाडोरे आहेत. उंच सखल टेकाडे, खड्डे आहेत; दोन-तीन बाभळीची मोठी झाडे आहेत. तसा हा माळ अगदी गर्भश्रीमंत आहे.

सकाळी झुंजूमुंजू होते, तेव्हापासून या माळावरती 'येणी आणि नांदणी' सुरू होतात. या माळावर पहिली पावले पडतात ती इकडील-तिकडील माणसांची. हातात बाटल्या, टमरेल घेतलेल्या या माणसांची ये-जा दिवसभर सुरू असते. हा निसर्गाचाच एक सहजभाग आहे, हे आता माळाने मला शिकवले आहे.

माळावर तांबडी किरणे पसरू लागली की तऱ्हेतऱ्हेचे पक्षी कुठूकुठून या माळाकडे धाव घेतात. त्यांच्यासाठी त्यांनी कृमिकीटक, कणी, बी यांचे ताट दिवसभर तयार ठेवलेले असते. चिमण्या तर अखंड फांद्यांना घोस लागावे, तशा माळाला लागलेल्या असतात. कावळे फेंगड्या पायांनी माळ धुंडाळत राहातात. बसायला आजूबाजूचे खुंट असतातच. बघावे तेव्हा एखादा तरी अनोखा पक्षी माळावर उडता-बागडताना, टिपत, टोकत फिरताना दिसत असतो. कोंबड्यांची दोन कुटुंबेही माळाच्या बाजूला कलकल करत फिरत असतात. मालक-मालकीण आणि आवतीभोवती दोन पिढ्या असे त्यांचे कुटुंब असते. शाळकरी पिलांना कसे उकरावे, कसे टिपावे, घारीला कसे ओळखावे, याचेही शिक्षण त्याच वेळी

वडीलमंडळी देत असतात. वरून घारीही माळाला गुडमॉर्निंग करण्यासाठी उंचावरून तिरक्या झेपेने तरंगत खाली येऊन जातात.

ही पाखरांची सृष्टी स्थिरस्थावर होते, तो रस्त्याकडील बाजूंनी तीन-चार कुटुंबे खालमुंडी घालून, बारीक शेपटी हलवत तुरुतुरु येतात. अतिविशाल माताजी आणि त्यांची पिलावळ यांना हा माळ म्हणजे एक मुक्तांगण असते... अगदी दिवसभर!

उन्हे जरा वर येतात तो एकदम कुठूनतरी उगवल्यासारखी मोठमोठ्या कुत्र्यांची माळभर धावाधावी सुरू होते. राखणाऱ्यांचे आता भटकणाऱ्यांत रूपांतर झालेले असते. क्रिडांगणावरील खेळाडू मुलांसारखी ही आपल्या खेळात दंग असतात. एखादा शिष्ट कुत्रा उंच टेकाडावर उन्हात बसून आरामात निसर्ग निरीक्षण करत असतो.

गटागटाने सावकाश चालत डुलत-डुलत म्हशी येतात. त्यांचे सगळेच काम संथपणे चालते. त्यांच्यामागून दोन घोडी येतात, कणा वर आलेली आणि मानेची नाळ झालेली. त्यांचे बाजूचे दोन पाय हातभर अंतर ठेवून दोरीने बांधलेले असतात. त्याच वेळी एक गाढव आणि त्याचे गोजिरवाणे स्वच्छ असे पोर येते. पोर मोकळे असते, पण त्या गरीब मातुश्रीचे पुढचे दोन्ही पाय जुडीसारखे एकत्र बांधलेले असतात. तिचे चालणे तीन पायांचे. काही घोर अपराधाबद्दल ही शिक्षा करून जणू त्यांना सायबेरियात पाठवावे, तसे माळावर चरायला पाठवलेले असते. प्राण्यांच्या भुकेची अशी क्रूर थट्टा केवळ माणूसच करू जाणे!

सकाळी दहा-अकराच्या सुमाराला माळाला एकदम तरतरी येते. दहा-पंधरा शेळ्यांचे असे दोन-तीन गट माळावर उड्या टाकतच येतात. शेळ्या आधीच देखण्या, सडपातळ, चकचकीत आणि तरतरीत. त्यात अशा मोकळ्या कुराणात त्या आलेल्या. सर्कसमधल्या लहान मुलांनी धावत-धावत रिंगण भरून टाकावे, तसे काही वाटते. या शेळ्या दोन पायांवर उभ्या राहून बाभळीच्या खाली आलेल्या फांदीला लुचू लागल्या की, त्या त्यांच्या पोजचे किती कौतुक करावे, असे होऊन जाते. हीच शेळी मर्ढेकरांच्या कवितेत अमर होऊन राहिली.

उन्हे तापू लागतात आणि आजूबाजूच्या माळावरच्या घरांतील बाया आपले घर स्वच्छ करून सगळा केरकचरा माळावर फेकतात. त्यासरशी कुत्री, डुकरे, शेळ्या, कोंबडी यांची धावपळ होते. सर्वांना त्यात काहीकाही खाऊ मिळतोच.

आता दहा ते सतरा वर्षांपर्यंतची मुले-मुली एक-एक अशी माळावर प्रवेश करत राहतात. म्हशी नि शेळ्यांबरोबर मुलेच येतात, पण ती जरा स्वच्छ दिसतात. कपडेही मळके असले तरी फाटके नसतात, जनावरे चरणीला सोडतात आणि झाडाखाली सावलीत आराम करतात, काही खेळ काढतात. मधूनमधून

जनावरांवर नजर ठेवणे एवढेच त्यांना काम असते. पण ही नंतर येणारी मुले वेगळ्या दुनियेवाली. अतिशय मळलेली, केसांचे जंगल झालेली, फाटके-तुटके कपडे घातलेली अशी ती असतात. हातात उपकरणे, डोळ्यांत शून्य भाव, बोलणे विसरूनच गेलेली अशी, यंत्राशी जवळीक साधणारी.

डोक्यावर शिप्तर घेऊन एक मुलगी येते. म्हशींच्या मागे हिंडून शेण गोळा करते. माळावर एक दगडी कट्टा आहे. त्यावर शेण ओतायचे. माळावरील गवतकाडी गोळा करून, त्या शेणात मळून लहान-लहान शेणी थापायच्या हा तिचा दिवसभर उद्योग चालू असतो. मी तिला विचारले,

"या शेणी विकणार काय गं?"

तिने वर न बघताच उत्तर दिले,

"न्हाय बा. चुलीत जाळाया."

आणखी एक मुलगी लक्तरे सावरत माळावरल्या काटक्या-कुटक्या, नारळाच्या शेंड्या, नरट्या गोळा करते. आपल्या फाटक्या बुट्टीत भरते, काटक्यांची मोळी बांधून घेते आणि सावकाश पावलांनी डोक्यावर ते जळण घेऊन माळ ओलांडून जाते.

तिच्यामागोमाग आणखी दोन मुले आगे-मागे येतात. खांद्यावर एक फाटकी मळकी झोळी टांगलेली. घारीसारखी नजर फिरवत राहायचे, एकट्याने कसलेही कागद, डबे, पुठ्ठे जे-जे काही कागदाचे, ते-ते गोळा करून झोळीत कोंबायचे. दुसऱ्याने मिळेल ते प्लॅस्टिक कागद, प्लॅस्टिकच्या पिशव्या, कंगवे, खिळे-मोळे, मोडक्या, फुटक्या वस्तू असे कायबाय गोळा करायचे आणि हे भंगार घरी घेऊन जायचे. हे जमलेले दुकानात न्यायचे आणि विकून चटणी-मिठाची गरज भागवायची.

सावल्या पडू लागल्या की एक सतरा-अठराचा कळाहीन मुलगा या माळावर येतो. खांद्यावरून पाठीवर टाकलेले थोडेफार भरलेले पोते घेऊन काही शोधत असतो. मध्येच पोते खाली ठेवतो. दोन्ही हातांनी काही गोळा करून पोत्यात भरतो. पुढे चालू लागतो. काय गोळा करतो हा? मला कुतूहल असते. मी त्याच्याजवळ जाताना, दोन हातावरूनच घाण वास येतो.

"काय गोळा करतोस रे?" मी विचारते.

आकाशातून प्रश्न आल्यासारखा तो दचकून बघतो.

"घोड्याची लीद, डुकराची लेंडकं," तो सांगतो.

"कशाला रे हे?" माझा प्रश्न.

"इक्काय!" त्याचे उत्तर. आणि तो पोते उचलून पुढे जातो.

या सर्व कष्टाळू मुलांना दिवस हा फक्त 'पोटासाठी' असतो. त्यांच्या शून्य

नजरेसमोर फक्त दहा-पाच पैशांची चिल्लर नाणी आणि भरलेल्या, पण रिकाम्या अशा त्यांच्या झोपडीचे 'दे, दे' म्हणून मागणारे हात.

अंधार पडू लागलेला असतो. माळावरची वर्दळ आपापल्या ठिकाणी निघून गेलेली असते. वाटते, असा हा माळ 'हुश्श' म्हणून विसावा घेईल. रात्रभर आराम करेल. पण तसे होत नसते. रात्र होऊ लागली तशी माळावर आता रात्रीची 'येणी' आणि 'मागणी' सुरू होतात. सगळेच प्राणी दिवसा जमून कसे भागेल? जसे ज्यांचे अन्न तसे त्यांचे 'येण्याचे' वेळापत्रक. हे वेळापत्रक किती चतुरपणाचे आहे!

प्रथम चाहूल लागते ती कीटकांची. त्यांचे कर्कश एकसुरी आवाज माळावर उमटत असतात. नाइटजार या पक्ष्याची खजबज ऐकू येते. सरपटणाऱ्या प्राण्यांची सफर करण्याची हीच वेळ. असे चालत असते, तोच जवळच्या तारेवरून 'किच' 'किच' असा आवाज ऐकू येतो.

अनी म्हणाला, "हे, घुबडाचे एक कुटुंब रोज इथे येते. आई, बाप आणि दोन मोठी मुलं."

स्पष्ट दिसत नाही, पण ती कुंपणावर असतात. त्यांचे जे जीवनाधार अन्न आहे, ते रात्रीच मिळणारे असते. तेव्हा रात्रभर हा माळ जागता, नांदता असाच असतो. हेदेखील एकदा जागून पाहायला हवे. किती विविध प्राणी इथे दिसतील, त्यांची व्यक्तिमत्त्वे समजतील. एक नवीच दुनिया डोळ्यांसमोर उभी राहील. पण केवढी शिस्त! ही रात्रीची दुनिया दिवसाच्या दुनियेला थोडीदेखील चाहूल लागू देत नाही. निसर्गाची जादू ती हीच.

पण जी दुनिया दिवसा दिसते, तिची चालरीत बघून तर मन थक्क होऊन जाते! या माळावर पक्ष्यांपासून माणसांपर्यंत रोज वावरणारी ही मंडळी. यांचे माळाशी जवळीक करण्याचे हेतू फक्त तीनच. पोट रिकामे करणे, पोट भरणे आणि पोटासाठी काही बनवणे. हे तीन हेतू साखळीसारखे कसे एकमेकांत गुंतलेले असतात आणि या गुंतण्यात कुठे कुठेही गुंता नसतो, निखळ गुंतणे असते. याचा विचार किती केला तरी पुरे होत नाही.

या व्यतिरिक्त दिवसभर माळावर नांदणाऱ्या प्राण्यांचे प्रियाराधन इथेच चालते. त्यांची बाळंतपणेही इथेच होतात. पंधरा दिवसांपूर्वी झुडपाशी एक डुकरीण मी पाहिली. अस्ताव्यस्त पसरलेली आणि पोटाशी सात-आठ गुलाबी गोळे. सगळे कसे छान सुरू असते.

निरनिराळ्या जाती-जमातीच्या या प्राण्यांना असे गुण्यागोविंदाने नांदायला कुणी शिकवले? कुणी नियम केले? कुणी कायदे केले? कुणीच नाही. तरी इथे कुठे कुणाचे कुणावर आक्रमण दिसत नाही. हिरावून घेणे नाही. हक्क सांगणे

नाही. शोषण करणारे नाहीत आणि शोषले जाणारेही नाहीत. म्हशींनी कधी शेळ्यांच्यावर शिंगे रोखलेली मी पाहिली नाहीत. डुकरांच्या अन्नावर कुत्र्यांनी हक्क सांगितलेला कधी दिसला नाही. पाय बांधलेल्या असाहाय्य गाढवाला घोड्याने कधी लाथ मारली नाही. ज्या झाडाखाली मेंढरे सावलीला बसली त्या झाडाकडे शेळ्या कधी गेल्या नाहीत. एखादा झगडा होत असेल, पण तो भावंडांच्या झगड्यासारखा. जरा धस्सफस्स झाले की संपले. दोघे दोन वाटेला जाणारे.

हे झाले जनावरांचे. पण माणसांनाही तोच नियम लागू. ज्याने कागद गोळा केले, त्याने प्लॅस्टिक भंगाराला हात लावला नाही. जिने काटक्या गोळा केल्या, तिने शेण जमा केले नाही. एकमेकांत स्पर्धा नाही की, 'तुझे' 'माझे' नाही. असे नांदणे. माळावरले हे सहजीवन खूप काही शिकवणारे, विचार करायला लावणारे.

हे जसे मला उमजत गेले तसतसा तो माळ त्यावरील सहजीवनासकट मला अधिकच जवळचा वाटू लागला.

■

। २९ ।

चूलघरात

शाळेला सुट्टी असली आणि दुपारच्या चहानंतर काका बाहेर गेले की, आम्ही सोंगट्याचा पट मांडायचा. काकूही त्या खेळात यायची. दिवे लावायला उठेल तेवढीच. मग खेळ रंगात यायचा आणि ती घाबरा-गुबरा चेहरा करत कवड्या माझ्यापाशी टाकून उठायचीच. "उठलंच पाहिजे आता. ती चुलत सासू वाट बघतीय रट्टे घालायला..." हे म्हणतच ती स्वयंपाकघरात शिरायची. आमच्या घरात आईला आणि काकूंना स्वयंपाक म्हणजे सासुरवासच वाटायचा. चुलत सासू म्हणजे चूल. स्वयंपाक म्हणजे तिचा सासुरवास. दिवसभर चुलीची आराधना करत राहायचे. प्रत्येकाच्या आवडीनिवडी बघायच्या, तयारी करायची, चविष्ट होईल ही जोखीम घेऊन रांधायचे, मग वाढायचे, उष्टी काढायची, आवरायचे हे एक कंटाळवाणे लांबलचक सत्रच. सकाळी चहा, दूध तापवणे इथून सुरू व्हायचे, ते रात्री दूध तापवून विरजणे लावून सगळी झाकपाक करेपर्यंत हे सत्र चालू राहायचे. बायका न कंटाळतील तर काय!

केव्हातरी एकदा 'पुरुषाच्या हृदयाची वाट त्यांच्या पोटातून असते' या म्हणीला भुलून जाऊन बाईने ही कामे मोठ्या हौसेने अंगावर घेतली आणि ती न कळत या स्वयंपाकघराच्या खोडाबेडीत अडकली. मी हायस्कूलमध्ये चौथीत असताना या खोडाबेडीची अशी काय दहशत घेतली! रविवार होता आणि आम्ही दोघी आईच्या मागे लागलो होतो की, 'आज काहीतरी खमंगटमंग कर. नेहमीचं जेवण नको.' शेवटी आई कावली आणि म्हणाली,

"हे कर, ते कर सांगायला काय जातं! मला नाही होत करायला. दोन दिवस माझी दाढ दुखते आहे, त्याचं काही आहे का तुम्हाला?"

काकांनी हे बाहेरून ऐकले आणि त्यांनी काय मनावर घेतले, कुणाला ठाऊक! आईला आणि काकूला बाहेर बोलावून घेतले. मला दंडाला धरून स्वयंपाकघरात आणले आणि दार खाडकन बंद करून बाहेरून कडी घालत ओरडले,

"आज तू कर स्वयंपाक. तोपर्यंत आत कुणी येणार नाही आणि दार उघडणार नाही."

मी भोकाड पसरले.

"मला नाही येत करायला."

काकांचे उत्तर आले, "खायला कसा येतो? ते काही चालायचं नाही. कर म्हणजे कर."

मी काय स्वयंपाक करणार, कप्पाळ! मी स्वयंपाक करताना आईला कधी बघितलंही नव्हते. आम्ही शाळेला गेलो की दुपारी बारानंतर आई स्वयंपाक करायला घ्यायची. मधल्या सुट्टीत आम्ही घरी येतो, तो जेवणे अर्धीमुर्धी झालेली असायची. रात्री बाहेरच्या खोलीत आमचा अभ्यास आणि त्याच वेळी आईचे चुलीपाशी थोडे काही आणि मुख्य म्हणजे, आई मला चुलीपाशी येऊच देत नव्हती. घरात दोघी-तिघी बायका असल्यावर आम्हाला जरूर ती काय होती, स्वयंपाकघरात लुडबुडण्याची! मनाची भीती जरा कमी झाली आणि वाटले करून तर बघू या स्वयंपाक. चुलीकडे पाहिले. एक बरे होते, सकाळच्या कामात काकूने तांदूळ धुऊन ठेवले होते. मला चूल पेटवता येत होती. मी ती पेटवली, दगडीमध्ये डाळ आणि पाणी घालून ती चुलीवर ठेवली. मग लक्षात आले, फोडणी घालायला हवी. दगडी उतरवली आणि एक टोप चुलीवर ठेवला. त्यात तेल, मोहऱ्या घातल्या. धूर उठला तसे भीत-भीत डाळपाणी त्यात ओतले. केवढा आवाज झाला! स्वयंपाकात असे काही घडते, हे प्रथमच कळले. मग भाताच्या तपेल्यात तांदूळ आणि पाणी घालून ते वैलावर चढवले. आणि दोन्ही भांड्यातील उकळीत नाचणारे डाळ, तांदूळ बघत रमले. पाणी थोडे कमी पडले असावे. मग वाटीने थोडे-थोडे घालत राहिले. आणि मग एकदम लक्षात आले, डाळीत तिखट-मीठ घालायचे राहिलेच की! मग फडताळातील डबे-बरण्या शोधून तिखट, मीठ, चिंच, मसाला हे सर्व हाताने डाळीत घातले. पुन्हा वाटी-वाटीने पाणी घालण्याचा कार्यक्रम सुरू. इतकी गंमत वाटली, जशी काही मी एखाद्या प्रयोगशाळेत प्रयोगच करत होते. होता-होता तांदूळ तपेल्याच्या काठाशी आले आणि पांढरी पेज वर बुडबुडे आणून रटरटू लागली. भात झाला, असे समजून उतरवला. भात झाला तर आमटीही झालीच, असे म्हणून टोप उतरवला आणि दोन्ही भांडी झाकली. एखाद्या जबाबदार सुगरणीप्रमाणे लाकडे पुढे ओढून त्यावर तांब्याने पाणी टाकले. जो धूर उसळला, घाबरलेच. डोळे उघडून बघते

तो चुलीतले राखपाण्याचे ओहोळ चुलीबाहेर हातभर पसरलेले! झाले एकदाचे. डोळे चुरचुरत असतानाच मी दारावर धक्के मारले.

काकांनी दार उघडले आणि काकू आत धावतच गेली... काय झाले होते, लाकडाचा विझताना धूर आणि करपलेल्या भाताचा दर्प घरभर दणाणला होता. काकूने भांडी उघडून पाहिली आणि स्टोव्ह पेटवून त्यावर झटपट भात-पिठले केले.

आई काही न बोलता वाढायला लागली. काका रागाने लाल आणि हसण्याने बेजार झाले. आई आणखीच चिडली. तिने मी रांधलेला दोन डाव भात माझ्या एकटीच्या पानात डाव आपटून-आपटून मोकळा केला. अर्धी वाटी आमटी ठेवली आणि म्हणाली,

"गिळा आता... खमंग आहे सगळं."

भाताचा गिच्च गोळा झाला होता. आमटी पाहिली ती लालभडक दिसली. तिखट आणि काळीकुट्ट मोहरी पाण्यावर तरंगत होती. हळूच बोट बुडवून जिभेवर ठेवले तो काय! एवढ्याशा त्या पाण्यात तिखट-मीठ आणि चिंच या जळराक्षसांनी थैमान मांडले होते. आणि त्या तांडवाला भिऊन डाळ गप्पगार, तळाशी बोटाने चेपून किंवा नखाने टोचूनही वर यायला तयार नाही. मला एकदम हसूच आले! मी लोणचे आणि भाताच्या गोळ्या करून खालमानेने तोंडात टाकत होते आणि आळीपाळीने बोलणी चालली होती – माझे वय, माझे शिक्षण, माझ्या मुलीचा जन्म, माझा अडाणीपणा, माझे पुढे काय होईल याची तिखट काळजी हे सर्व संशोधन सुरू होते. काकू आणि ताई मधून-मधून हसत होत्या. आईने मला 'बोधलेबुद्धा' हे विशेषण लावले की दोघी छान हसायच्या. हा माझा मानहानीचा प्रसंग बरेच दिवस मी विसरले नाही. आणि त्या खोडाबेडीच्या वाटेला पण कधी गेले नाही. आपण होऊन नाहीच नाही. शाळेतील किशी दामले मला सांगायची –

"अग, स्वयंपाक काय – तो दोन दिवस बिघडतो आणि मग आपोआप येतो."

तिच्या 'आपोआप' या शब्दाने मला खूप सावरून धरले होते.

कॉलेजमध्ये जाईपर्यंत पिठले-भात असे थोडेफार करता येत होते. पण या क्षेत्रात गतीच नव्हती आणि कधी जरूरही पडली नाही, तेव्हा झाकली मूठ तशीच राहिली. पण ती उघडण्याचा प्रसंगही आला. लग्न झाल्यावर पंधरा दिवसांतच आम्ही मुंबईला ह्यांच्या मामाकडे गेलो. मामी बडोद्याला बाळंतपणासाठी जाणार होती. त्यांना मदत म्हणून मला बोलावले होते. मामी मला पोळी करता-करता मामांच्या आवडीबद्दल सांगायच्या,

"अळूची भाजी मुळा घालूनच करायची. गवारीची भाजी तेल-पाण्यावर शिजवायची आणि थोडा ओवा टाकायचा. दोन-तीन दिवसांनी एकदा रात्रीच्या

जेवणात पाटवड्या करायच्या. वरण रोज करायचं तरी साखर टाकायला विसरायचं नाही.''

त्या पोळ्या करताना बघत मी ऐकत होते. 'हूंऽऽ हूंऽऽ' करत होते आणि मनातल्या मनात ढापळत होते. ''तुमच्या पद्धतीनं करते.''– सविस्तर सांगा म्हटले की, असे रंगून सांगायच्या की त्या पदार्थाची चव डोळ्यांपुढे उभी राहायची. पण हा सगळा ऐकण्या-बघण्याचा मामला. बोलाचा भात आणि बोलाची कढी.

मामी बडोद्याला गेल्या त्या रात्रीची गोष्ट. मामा गप्पा मारायला शेजारी गेले होते. मी शेगडीशी भाजीत गुंतले होते. आणि हे समोर भिंतीशी पाटाला टेकून काही वाचत होते. माझ्या मनात चक्र सुरू होते... उद्याच्या पोळ्या... शेवटी शेजारच्या वैनींच्याकडून मामांच्यापुरत्या दोन पोळ्या आणायच्या नऊ वाजता आणि ते गेल्यावर पोळीसाठी ठाण मांडायचे. पण केवढी शेजारी-पाजारी नामुष्की! मला राहावेना. मी यांना हाक मारली,

''अहो!''

माझा आवाज त्यांना कसातरी वाटला. चटकन पुस्तक ठेवून त्यांनी विचारले,

''काय गं, काय झालं?''

''मी कधी पोळी केलेली नाही. मला येत नाही. आता उद्या...'' मला आवाजच फुटेना –

''मामीकडे शिकायचं होतं.''

त्यांनी विचारताच मी डोळे पुसत म्हणाले, ''मला लाज वाटली हो!''

''एवढ्यासाठी रडायचं काय! मी सांगतो –''

मला इतका आनंद झाला.

''तुम्हाला पोळी करायला येते? तुम्हाला? खरंच सांगता?''

''हो, हो, बाई. मला सगळा स्वयंपाक येतो. वयाच्या दहाव्या वर्षापासून ताईच्या हक्काच्या रजेत मीच चूल सांभाळायचो. ताई दूर बसून शिकवायची... आत्ताच पाच-सात वर्षांत प्रॅक्टिस नाही. पण तुला शिकवीन.''

त्यांनी हसत-हसत सांगितले. मी मनातल्या मनात शरमून गेले. आईने हिंग-मीठ घाटलेले अगदी पिवळे वरण तरी मला का नाही शिकवले, असे तळमळून वाटले. आणि माझा तरी केवढा मूर्खपणा! मीहून का नाही शिकले? पण या विचारात अर्थ नव्हता. मी चटकन परातीत कणीक घेतली. आवाज आला –

''वाटीने मोजून घे.''

गुरुदेव चांगलेच तरबेज होते तर!

मग शास्त्राचा प्रयोग करून घेतात तशा पायरी-पायरीने सगळ्या प्रक्रिया

माझ्याकडून करून घेतल्या. पोळपाटावर लाटी लांबट लाटली. मध्ये आवळून दोन वर्तुळे केली. त्यांना तेल फासून ती दुमडून पिठात बुडवली, लाटायला घेतली. लगेच ह्यांची सूचना, "लाटणं असं मुठीत घट्ट धरू नको. खेळतं ठेव आणि लाट."

हे जमायला वेळ लागला. पोळपाटावरील पोळीने इटली, नॉर्वे, दक्षिण अमेरिका, आफ्रिका असे देशोदेशींच्या नकाशाचे अवतार घेत-घेत एकदाची ती गोलाकार झाली. भूमितीत रेषेपेक्षा वर्तुळ का महत्त्वाचे ते आत्ता समजले. दोन पोळ्या बाद झाल्या, पण मग ताज्या खाण्याइतपत जमल्या. तवा, परात आवरताना माझे मन गळ्यापर्यंत भरून आले. परातीला चिकटलेल्या पिठाचा बोटांनी गोळा करत मी म्हणाले, "किती चांगले आहात हो! मला वाटतं..." पुढे शब्द उमटेना.

ते जवळ येऊन म्हणाले, "काय वाटतं ग?"

"वाटतं, तुमचे पाय घट्ट धरावेत.

"हेच होय. मला वाटलं आणखी काही!" म्हणत ते खट्याळपणे हसले आणि बाहेर गेले.

मामा, दारातून विचारत होते, "काय नथूराव, कसला एवढा विनोद?"

"मामा, हिला पोळी येत नव्हती. ती आत्ताच शिकवली. त्याचं हसू आलं दोघांनाही."

तेव्हापासून ती चूल, ते स्वयंपाकघर मला परके वाटले नाही. आवडायला लागले. पाकघराची माझी जी कटू कल्पना होती ती साफ पुसून गेली. वाटले, शरीरात हृदयाचे जे महत्त्व, तेच घरात चूलघराचे; इतकेच काय, आता तर वाटते की चूलघर हे लोककथेतील एक दैवतच असणार. संरक्षक दैवत. स्वास्थ्याची आणि समाधानाची ती गंगोत्रीच. घराचे सुख वाढवणारी, आल्या-गेल्याला तृप्त करणारी, एकमेकांत जिव्हाळ्याचे स्निग्ध धागे निर्माण करणारी. चुलीचे दररोजचे सारवण, स्वयंपाकघराचे पोतेऱ्याचे सारवण, दोन्हीवरच्या हळदी-कुंकवाने शोभणाऱ्या रांगोळीच्या रेषा, आजूबाजूची भांडी-डबे-बरण्यांची ताजी सजावट, चुलीजवळील रोवळ्यातून शोभणारे शुचिर्भूत डाळ-तांदूळ, चिरलेल्या मिरच्या-कोथींबीर-भाज्यांची रंगतदार ताटे, घरभर पसरणाऱ्या आशीर्वादासारख्या वाफा आणि चविष्ट वास... आणि शेजारी या सर्वांची आराधना करत उभी असलेली प्रसन्न अन्नपूर्णा... आता चुली गेल्या, पण ओटा आणि गॅस आला तरी भावसंगम तोच! म्हणूनच ज्या घरातील स्वयंपाकघर असे आनंदमय, प्रसन्न असते, ते घर मला धन्य-धन्य वाटते.

■

।३०।

'बरा संसार संसार'

"बरा संसार संसार,
जसा तवा चुल्ह्यावर
आधी हाताला चटके,
तव्हा मिळते भाकर"

बहिणाबाईंनी केलेले हे संसाराचे मार्मिक वर्णन मला फार आवडते. संसार हे काही स्वप्न नव्हे. ती एक आचारसंहिता आहे. लग्नानंतर वधू आपल्या वराच्या घरी जाते आणि ते संसारात प्रवेश करतात. अगदी मुरलेला प्रेमविवाह असो किंवा ठरवून केलेला विवाह असो या प्रसंगी उभयतांची मन:स्थिती साशंक, भ्यालेली आणि गंभीर अशी असते. वराचे ते स्वत:चे घर असते. पण वधू म्हणजे एका जागेतून उपटून काढून दुसरीकडे लावण्यासाठी आणलेले रोप. काही बारीक मुळे दुखावलेली; नवी माती, नवे पाणी, अज्ञात असे काळजी घेणारे जग, असे त्या केविलवाण्या रोपासारखेच हे मानवी रोप. पण रुजलेल्या जमिनीचा आधार सुटलेले.

लग्नानंतर पहिल्यांदाच माहेरी आलेली मुलगी मला सांगत होती, "बरं का आक्का, लग्नानंतर आठ दिवसांनी सासूबाईंनी मला पहिलं काम सांगितलं, ते अळू चिरायचं. मी मोठ्या हौसेनं देठी सोलून चिरली. पानं उभी-आडवी चिरून पुन्हा चिरली. सगळी चिरून होईतो त्या बघत होत्या. नंतर मला म्हणाल्या, किती लांब पाती ठेवलीस. मी गप्प बसावं की नाही. पण लगेच म्हटलं, 'आमच्याकडे अशी चिरतात. मग शिजली की घोटतात. म्हणजे मिळून येते.' जेवताना वाटीतल्या आळूकडे बघून मामंजी म्हणाले, 'हे अळू चिरलं आहे की पानंच शिजवली

आहेत? कुणी केलं हे काम?' वन्सं म्हणाल्या, 'आम्हाला नाही अशी शेवयासारखी भाजी आवडत.' मग सासूबाई हसत सांगू लागल्या, 'नव्या वहिनींनी चिरली हो भाजी. त्यांच्याकडे अशीच पद्धत म्हणे.' हे सगळे ऐकून हे म्हणाले, 'मग चिरताना तिला का सांगितलं नाही की आपल्याकडे अशी चिरायची असते म्हणून?' ह्यांच्या बोलण्यानं पंगत एकदम तंग झाली. दिवसभर माझी बोटं खाजत होती आणि माय-लेकात अबोला होता. आणि मी बघत होते, भाजी शिजल्यावर सासूबाईंनी घोटलीच नाही. मी जे-जे करेन त्याला आडवं घालायची आणि टिंगल करायची घराची पद्धतच. कंटाळले बघा.''

तिची हकिकत ऐकून वाईट वाटले. भाकरीचे पुढचे पुढे, पण लाजाहोमाने चूल पेटल्यापासूनच हिला तिच्या झळा पोहोचायला लागल्या तर? त्याला कारण एकच. आपण दुसऱ्याच्या घरी राहायला गेलो, मग ते शिक्षण, नोकरी, लग्न अशा कोणत्याही निमित्ताने असो, आपल्या मनात पहिला भाव निर्माण होतो, तो आश्रितपणाचा. ही नवरी दुसऱ्या घरी येते, घर तिला आश्रित म्हणून जेव्हा स्वीकारते, तेव्हा त्या मुलीचा संसार नसतो, ते असते एक राहाणे आणि सोसणे. तो तिचा पती असतो आणि ती सर्वांची आश्रित असते. ते पत्नीपद मिळवण्यासाठी तिला किती हिकमती लढवाव्या लागतात. नवऱ्यावर आपली छाप पाडणे, घरातील माणसांशी अधिक्षेपाने वागणे, राग-धुसफूस करणे, भांडणे यांपैकी एका मार्गाने तिला जावे लागते. घरातील फळीही या द्वंद्वासाठी दबा धरूनच असते. नव्या मुलीचे घरचे वळण, पद्धती, बोलणे-वागणे यांच्या वळणाशी जमत नसले की, इथेच पहिली ठिणगी पडते.

तिचा जो तारणहार पतिदेव, त्याच्याकडे तिने कुरकुर केली की, त्याची उत्तरे ठरावीक असतात. सिनेमातील वाक्यांसारखी. तो म्हणतो, ''घरच्या कटकटी कशाला मांडतेस माझ्यापुढे?'' ''या घरात आईच्या मतानंच वागलं पाहिजे.'' ''त्यांच्या बोलण्याकडे आपण दुर्लक्ष करावं.'' ''तुला या घरात राहाणं सुखाचं होत नसेल तर माहेरी जा. इथे हे असंच असणार.'' ही सगळी उत्तरे पत्नीला नसतात, तर घरात जी आश्रित आलेली असते तिला असतात. कारण आश्रिताला मनच नसते. त्याने मालकाच्या मनाने वागायचे असते. हे आश्रितपण एकटा पती असला तरी वाट्याला येते. पतीची मर्जी बघूनच वागावे लागते. त्याला आवडणार नाही, ते करायचे नसते. संसार त्याचा असतो. हिने तो फक्त सांभाळायचा असतो – त्याला हवा तसा.

मिळवती पत्नीही आश्रितच असते. काही वर्षांपूर्वी माझ्याकडे कामाला शेवंती होती. ती महिनाभर काम करायची आणि पगार घ्यायला तिचा नवरा यायचा. मी एकदा त्याला पगार दिला नाही. शेवंताला म्हटले, ''पैसे माझ्याकडे

ठेवते. खर्चाला लागतील तसे घेऊन जा.'' मग दोन दिवस ती आली नाही. तिसरे दिवशी तणतणतच आली. म्हणाली, ''बाई पैसे द्या. त्या मुडद्याला देऊन येतो. तुमी पगार दिला न्हाईसा आणि मला त्यानं काठीनं मारलं. हे बघा वळ.'' ती मिळवत होती पण गुलामासारखी. पैशांवर तिचा हक्क नव्हता. या झळा, हे चटके सोसत ती दिवस घालवत होती. तो मालक आहे, त्याने तसेच वागायचे आणि मी बायको आहे, मी असेच वागायचे. हा विचार तिच्या मनावर घट्ट पकड ठेवून होता. तो तिचा विचार मी सूतभरही सैल करू शकले नाही. मला वाटले, हा काय तिचा संसार होता? भाकरी त्याला आणि चटके मात्र हिला!

सुशिक्षित मिळवतीचीही परिस्थिती याहून वेगळी नसते. माझी एक विद्यार्थिनी सांगत होती, ''मी नोकरी करून पैसे तर कमवलेच पाहिजेत, हा त्याचाच आग्रह. माझ्या अडचणींचा मात्र माझा नवरा मुळीच विचार करत नाही. बाहेर काम, घरात काम, मुलांचं काम हेच माझं घाण्यासारखं चक्र. हा नोकरीवरून येतो. याला विश्रांती हवी. वारा हवा, खाणं-चहा हवा. आणि ही सगळी पाद्यपूजा मीच नोकरीवरून येऊन करायची. पंख्याचं बटण ओढायचीही तकस त्याला नको. माझी नोकरीच आता हास्यास्पद झाली आहे. याचे मित्र जेवायला यायचे, माझी रजा. पाहुणे आले, रजा. मुलं आजारी, रजा. सणवार साजरे करायचे, रजा. मीच सारखी रजा घ्यायची आणि या अडचणी त्याच्या गावीही नसतात.'' ती कुरकुरत होती. पण मी जर तिला सांगितले असते की, 'बाई गं, जरा कठोर हो आणि त्याला जाणीव करून दे. नाहीतर नोकरी सोड.' तर ती म्हणाली असती, 'नोकरी सोडून काय करू? माझा संसार ना? मलाच सगळे बघायला, सोसायला पाहिजे.' म्हणजे शेवंतापेक्षा हिचे मन काहीही पुढे गेले नव्हते. घरात फ्रीज, कुकर, मिक्सर, गॅस अशी सुविधा. त्यामुळे शेवंतासारखे शारीरिक कष्ट नाहीत, पण मनाची तगमग तीच. कोळ्याच्या जाळ्यात माशी सापडण्यासारखी. हा काय तिचा संसार झाला? तीच संसार चालवण्याचे एक यंत्र. सुशिक्षित असूनही ही आश्रितपणाची कल्पना तिला सोडता आलेली नाही. उलट, हे सर्व मीच करायला हवे ही कल्पना. एकूण काय, मी आश्रित आहे ही कल्पना स्त्री जोवर नाकारत नाही, तोवर संसार त्याचाच असणार. दोघांचा नाही.

मी प्राथमिक शिक्षकांच्या विद्यालयात काम करत होते. तिथे पुष्कळदा जोडपीही ट्रेनिंगसाठी येत. मग ती खोली घेऊन राहात. घरात मुलांना सांभाळायला विद्यार्थिनीची आई, काकी, मावशी म्हणजे माहेरचे कुणीतरी असे. दोघेही अगदी सुखात असत. अभ्यास, इतर कार्यक्रम, सहल हे सर्व करताना त्यांच्या तोंडावर मला कधीच उदासी व नाराजी दिसली नाही. त्यांचा संसार आणि त्यांचे शिक्षण एकमताने चालले होते. इथे ती कधी कमीपणा घेऊन वागत नसे. कारण घरात

तिचे माहेर होते. त्यालाही कमीपणा नव्हता. कारण तो त्या माहेराचा जावई होता. त्यांच्या मुलीचा नवरा होता. तिचे पत्नीपद काढून घेण्याची ईर्षा त्या माणसांत नव्हती. हे बघून मी खूप विचार करत असे आणि कुणी मुलगी बदली होऊन दुसऱ्या गावी निघाली की मी तिला सांगत असे, ''सोबतीला माहेरचं कुणी घेऊन जा. जाऊ, नणंद यांच्या फंदात पडू नको.'' कारण संसारी मुली नेहमी तक्रार करत, घरात सासू-जाऊ आहेत, पण माझ्या मुलांना बघत नाहीत. आम्ही या घरात तुझ्या मुलांसाठी नाही. शाळेचं पडप आम्हाला सांगू नको म्हणतात.'' सर्वांत जुनी जी द्रविड संस्कृती, तीत अशीच पद्धत होती ना. लग्नानंतर मुलीच्या घरी मुलगा येई. त्यात काही अर्थ असला पाहिजे. नवऱ्यावर जबाबदारी इतकीच की त्याने बायको-मुलांना डोक्याला तेल आणि कपडे पुरवायचे. आपल्याकडे लग्नात मुलीला 'तेलसाडी' म्हणून जी देतात ती त्या संस्कृतीचाच अवशेष. या संसारात स्त्री मुक्त असे.

मी 'आश्रित' आहे, या कल्पनेतून स्त्री प्रथम मुक्त झाली पाहिजे. संसार हा दोघांचा असला पाहिजे. तरच स्त्री मोकळेपणाने वागेल. पतीची गुलाम न होता त्याच्या खांद्याला खांदा लावून संसारात भाग घेईल आणि त्याने पतिपत्नीत वरिष्ठ-कनिष्ठाचे, मालक-गुलामाचे नाते न राहाता, मित्रत्वाचे, जिवाभावाचे नाते निर्माण होईल. सुखाचा संसार होण्याला दांपत्यातील 'मैतर' या रसायनाची फार जरुरी आहे. ज्या संसाराच्या झळा लागतात त्या दोघांना, जे चटके बसतात ते दोघांना, जी भाकर मिळते ती दोघांना, तिची चव अवीट अशी.

म्हणूनच बहिणाबाईंनी म्हटले आहे, ''देवा संसार, संसार, दोन्ही जिवांचा विचार.'' आणि पुढे म्हटले आहे –
''अरे संसार संसार, असा मोठा जादूगार
माझ्या जिवाचा मैतर,
त्याच्या वरती मदार!''
हा मंतर म्हणजेच पती-पत्नीतील 'मैतर' नव्हे ना? स्त्रीला जी मुक्तता हवी, तिचा हा पाया तर नसेल ना?

।३१।

सूर : संवादी; विसंवादी

माझ्या मैत्रिणीची मुलगी सहज म्हणून मला भेटायला आली. नुकतेच तिच्या
बीएच्या परीक्षेचे पेढे खाल्ले होते. तिचे इंग्लिश फार छान होते. मी तिला
म्हटले, "लीला, आता इंग्रजी विषय घेऊन एमए हो!"

तर ती जरा नाराजीने म्हणाली, "एमए काय होते! आक्का, आई-बाबा
लग्नाचं बघताहेत माझ्या!"

"खरंच? मग छानच आहे की!" मी म्हटले.

"छान कसलं! प्रथमग्रासेच मक्षिकापात झाला आक्का. मी आई-बाबांना
स्पष्ट सांगून टाकलं की, स्थळ बघताना सासू असणार नाही, असं स्थळ बघा.
मला घरात सासू नको, ही माझी एकच अट."

"कमाल तुझी तर!" मी चकितच झाले. "तुला सासू नको. पण मुलाला
आई हवी ना गं? तुझा दादा तर अजून नोकरीवरून आला की, 'आई' करतच
येतो... मग?"

"मग काय? ज्या मुलीचं माझ्यासारखं मत असेल, ती त्याला पसंतच
करणार नाही मुळी! आणि मी काही सासूचं मरण चिंतत नाही. असेना बापडी.
पण माझ्या घरात नको."

मला जरा हायसे झाले आणि वाटले, आता हिचा नवरा वर्षाकाठी माहेरी
जाऊन येणार मग. ती माझी समजूत घालत म्हणाली,

"मी तुम्हाला दुष्ट वाटते ना? पण मग ठरवूनच लग्न करायचं, तर माझ्याही
अटी असणारच. मुलाच्या नसतात? 'चष्मा नको. उंची इतकी हवी. घरचे वळण
दहा जणांतील हवे.' एक गंमत सांगू? मुलाला मात्र बायकोचे आई-वडील हवे

असतात. त्याशिवाय हुंडा, जावयाचं कौतुक, देणं-घेणं, बायकोचं कमी-अधिक बघणं हे कसं होणार! तशीच मीही स्वार्थी आहे. माझा संसार, माझं घर म्हणून मी ज्या घरी जाणार, तिथल्या सुखाच्या घासात मला खडे परवडणार नाहीत. तुम्हाला हे पटेलच.''

पटेलच. ही मुलगी किती प्रेमळ, हौशी आहे. आनंदी आहे. तिने खरेच मनाशी गंभीरपणे विचार केलेला असावा. स्वभाव कितीही गोड, प्रेमळ, निष्कपट असू द्या. जिथे सत्तेचा प्रश्न येतो, तिथे हा स्वभाव नाही राहात. सत्तेशिवाय अधिकार नाही आणि अधिकाराशिवाय कर्तृत्व नाही. लग्न करून घेणे म्हणजे स्वत:चा संसार मांडणे ही लीलाची कल्पना चुकीची तरी कशी म्हणावी? ज्या मुलीला अस्मिता आहे, तिला असे वाटणारच. मुली किती गंभीरपणे आणि स्वतंत्रपणे विचार करू लागल्या आहेत. मला बरे वाटले. लोक काय म्हणतील, घरच्या संस्कारांत हे बसेल का, असल्या विचारांचे अडसर बाजूला सारून तिने स्वत:चे मत आई-वडिलांना निर्भयपणे सांगितले, हे मला फार आवडले.

मी जेव्हा लीलासारखी होते, तेव्हा लग्नानंतर 'माझा संसार' ही कल्पनाही मला आली नव्हती. जे माणूस आपल्याला आवडले, ज्याच्यावर जीव जडला, त्याच्या संगतीत अहर्निश राहावे, हाच ध्यास लग्नाने पूर्ण होणार होता. इतर काही मला सुचलेच नाही. त्या वेळच्या ज्या माझ्या मैत्रिणींची स्थळे वगैरे पाहून लग्ने झाली, त्या तर 'दिल्या घरी तू सुखी राहा!' या आशीर्वादाने भारावून जाऊन सासरची पायरी चढल्या होत्या. सुखी झाल्या की नाही, कोण जाणे. पण कधी आम्ही एकत्र जमलो की त्यांची वाक्ये मनाला डसून जातात... ''त्या वेळी मला ही अक्कल असती, तर आज ही पाळी का आली असती?'' ''मला आता सून येईल. पण त्यानं माझं सूनपण थोडंच संपणार आहे? मी जन्माचीच सासुरवाशीण.'' ''हा बायकांचा जन्मच वाईट – कायम दुसऱ्यांची ताबेदारी,'' अशा प्रकारची.

आम्हा मैत्रिणींच्याही अगोदरच्या बायकांनादेखील काही निराळा अनुभव नाही.

''मैनाबाईला देऊन, बाप झाला गं सभ्रत
कसायामागून, गाय गेली हंबरत.''
आणि मग नेहमीचेच.
''सासूचा सासुरवास,
कडू विषाचा गं पेला
भर्ताराच्या जीवासाठी,
अमृतगोड केला.''

संसार संगीताच्या सुरुवातीलाच लागणारे हे विसंवादी सूर लीला नको म्हणत होती, त्यात चुकीचे काय होते? हे विसंवादी सूर लागतात त्याला काही कारणे तरी असतात... पण एकमेकांसाठी म्हणूनच विवाहबद्ध झालेली जोडपीदेखील जेव्हा आपल्या जीवनाच्या जुगलबंदीत विसंवादी स्वरूप आणतात तेव्हा मन व्यथित होते. नव्या नवरा-नवरीचा नवेपणा संपला की, दृष्ट लागल्यासारखे होते. कुठेतरी बिघडते आणि मुलीचा चेहरा अलिप्त दिसायला लागतो. दोघांतील मोकळेपणा कमी-कमी होत जातो. अंगावरून एकमेकांच्या सहवासाच्या अशा झळा वाहू लागतात आणि दोघांनाही असह्य होत जाते. शेवटी त्यांच्या मित्र-मैत्रिणीला याची चाहूल लागते आणि ते अस्वस्थ होतात. या दोघांत असा कोणता विसंवादी सूर आणि का म्हणून लागावा, हे त्यांना समजत नाही. हा सूर जेव्हा प्रेमविवाहातही उमटतो तेव्हा तर विलक्षण वाटते!

माझ्या एका मैत्रिणीच्या मुलीने घरातून पळून जाऊन प्रेमविवाह केला होता. दूर परगावी राहात होती. एकदा मैत्रीण भेटल्यावर मी तिला विचारले,

"मुलीकडे जाऊन आलीस म्हणे – चार वर्षे झाली लग्नाला. काही गोड बातमी?"

ती डोळ्यांच्या कडा पुसत म्हणाली, "तुला म्हणून सांगते. जाऊन आले खरी, पण मला काही चैन नाही. त्या दोघांचं पटतच नाही गं. सारखी धुसफुस. तेव्हा अजून मूल नाही हे बरंच म्हणायचं."

माझे मन या बातमीने विषण्ण झाले. पण माझ्या त्या मैत्रिणीच्या व्यवहारदृष्टीचे मला कौतुक वाटले. तिचे बरोबर होते. किती दूरवरचा तिने पक्का विचार केला होता! आणि येताना मुलीलाही ती सल्ला देऊन आलेली असणार की, "सध्यातरी मूल पदरात घेऊ नको."

असे का होत असावे? या ना त्या कारणांनी संसाराची ही मैफल अशी उधळून का जात असेल? संसाराला संगीताची उपमा देतात. तिच्यातच तर ही कारणे लपलेली नसतील? संगीतात सात सूर असतात. प्रत्येक सूर तितकाच सुंदर आणि मधुर असतो. पण त्या सुरांचे जेव्हा रागात रूपांतर होते, तेव्हा हे विलक्षण घडते. काही सूर काही रागांत वर्ज्य असतात. राग आळवताना वर्ज्य सूर लागला की, पाटीवर चरा ओढल्यासारखे वाटते. हे विसंवादी सूर संसारात विसंवाद निर्माण करतात... संसार असार करतात. कधीकधी उद्ध्वस्त करतात. त्याला काही इलाज नसतो.

असे सांगतात की, बालगंधर्व 'स्वयंवर' नाटकात 'स्वकुल तारकसुता' हा भीमपलास राग आळवताना मध्येच त्यात वर्ज्य असलेला तीव्र 'नी' सहज लावून जात आणि त्या स्पर्शाने श्रोत्यांचीच काय, पण मोठमोठ्या गानसम्राटांची मने

हेलावून टाकत. भीमपलास पाकळी-पाकळीने उमलवताना त्यावर ते त्या तीव्र 'नी'चा दवबिंदू सोडत. पण संगीतातील हा अमृतानुभव बालगंधर्वांनी दिला. संसारात असा विसंवादी सूर लागूनही 'अवघाची संसार सुखाचा करीन,' असे यश मिळवणारा भाग्यवान दुर्मीळच!

'बाबुल मोरा'चे जादूगार सैगल यांनी म्हटले आहे, ते मला या संदर्भात फार जाणवते.

ते म्हणतात, "मला भैरवी राग फार आवडतो. तो राग आळवताना किती राग उमलतात. तोडी, भीमपलासी, आसावरी, काफी... आणि किती रागांचे रंगबंध त्या भैरवीत जाणवतात."

मला वाटते, ते म्हणतात तसा संसाराचाही भैरवी राग का होऊ नये? संसार हा कोमल फुलमाळेच्या भैरवीसारखाच असावा. निरनिराळ्या रागांच्या सावल्या अंगावरून वागवणारा. पण असे होईल का? कदाचित होईलही.

त्या रणरागिणी लीलाचे जेव्हा शुभमंगल होईल, तेव्हा तिला मी तसाच आशीर्वाद देईन....

"लीला, तुझा हा संसार, निरनिराळ्या रागांना सामावून घेणाऱ्या भैरवीसारखा मधुर, कोमल होऊ दे."

■

। ३२ ।

'माझं ऐक!'

"माझं ऐक! कशाला हे व्यापताप! कसलं प्रेम आणि कसली वचनं घेऊन बसलीस? काकांना सांग – चांगला नोकरदार, जमीनदार असा मुलगा बघा म्हणावं...! नाद सोड तू हा. यात सुख नाही. माझं ऐक!"

मी बीएच्या परीक्षेचा अभ्यास करत होते आणि माझी एक हितचिंतक आणि आप्त लागेल, अशी वडीलधारी बाई मला माझ्या पुढ्यातील उघड्या पुस्तकावर हात ठेवून मला पटवून देत होती. मी "हूंऽ हूंऽ" करत होते. आणि हाताच्या फटीतून दिसेल तेवढा अथेल्लोममधील 'इयागो'चा स्वभाव समजून घेत होते. मी तिचे ऐकावे आणि पुण्याला संतांना पत्र लिहावे की, 'आता यापुढे माझी वाट बघू नका' असा तिचा अट्टाहास होता.

"आता वाटतंय ढीग तुला, पण उद्या संसार सुरू झाला आणि 'आणा' मागे लागला की समजेल मग. ऐक माझं." हे तिचे पालुपद होते... आणि मध्ये याच्या- त्याच्या गरिबीच्या संसारातील अनुभवांचा भरणा करत होती.

मला तर लहान मुलालाही 'माझं ऐक' म्हणून दरडावायला आवडत नाही. माझे अनुभव वेगळे, ते घेण्याची माझी पद्धत वेगळी आणि हा माझा भूतकाळ त्या कोवळ्या वर्तमानाभोवती गुंडाळायचा. त्याचे लोढणे लहानग्याच्या गळ्यात अडकवयाचे ही कल्पनाच कशीतरी वाटते! पण लोकांना यात मोठा आनंद असतो. किती आपलेपणाने ते सांगत असतात –

"माझं ऐक!"

पुष्कळदा असे अगत्यपूर्ण सांगताना त्या सांगणाऱ्याला परिणामाची कल्पनाही नसते. आम्ही मुंबईहून पुण्याला आलो त्या वेळची गोष्ट. चंदू अगदी लहान होता

तेव्हापासून मला सारखी खोकल्याची ढास लागत असे. औषधाने थोडे कमी, पण पूर्ण बरे असे कधीच वाटले नाही.

शेवटी ताप येऊ लागला तेव्हा डॉक्टर ह्यांना म्हणाले, "हिचं दुखणं फ्ल्युरसी किंवा क्षयावर जाईल; तेव्हा तुम्ही पहिला औषधाचा डोस म्हणजे मुंबई सोडा. या हवेत राहू नका."

आता आली का पंचाईत. इथे आपले छान बस्तान बसले होते. घरही छान होते... आता हे सर्व सोडून जायचे! जायला हवेच होते. कोल्हापूरला ताईकडे जाऊन, राहून पाहिले होते. तिथे गेले की खोकला कमी व्हायचा. पुन्हा मुंबईला आले की सुरू. तेव्हा मुंबई सोडायला हवी होती. योगायोगाने जमलेही.

आमच्या घराच्या जवळच कृ. पां. कुलकर्णी हे मोघे भुवनमध्ये राहत. ते कधी शिवाजी पार्ककडे आले की घरी येत. त्यांनी आमची अडचण सोडवली. पुण्याला अहिल्याबाई स्कूल ही नवी संस्था निघणार होती. या संस्थेत मला आणि ह्यांना न्यू इंग्लिश स्कूलमध्ये नोकरी मिळेल, अशी व्यवस्था झाली. जायचे ठरले. आणि एकदम घरात आई-वडील यांच्याशी बोलेनासे झाले. घर सगळे अवघडून गेल्यासारखे झाले.

हा विषय निघाला की सासरे ताडकन म्हणत, "आत्ता निघून जा. पण बायकोच्या आजाराचं निमित्त सांगू नको. तुला वेगळं राहायचं आहे ना? आत्ता नीघ."

काल-परवापर्यंत माझ्या प्रकृतीची दिवसातून चार-पाचदा चौकशी करणारे हे प्रेमळ सासरे असे का तापले?... कळेनाच. सासूबाईदेखील अबोल झाल्या. निघण्याच्या दिवशी तर सकाळपासून घरात मौन! निघते वेळी हे सांगायला गेले त्या वेळी सासरे देवापुढे बसले होते. ह्यांनी नमस्कार करताच त्यांनी दोन चांदीच्या मूर्ती त्यांच्याकडे फेकल्या.

"विकायला उपयोगी पडतील. घेऊन जा."

लग्नात माहेरून आलेल्या अन्नपूर्णा आणि लंगडा बाळकृष्ण यांच्या मूर्ती होत्या त्या. हे सगळे का झाले? कशाने झाले? त्याचे उत्तर सुट्टीत आम्ही परत मुंबईला आलो तेव्हा समजले.

"ऐका माझं. बायकोच्या आजारपणांचं निमित्त करून त्याला वेगळं निघायचं आहे. तुम्ही बिलकूल परवानगी देऊ नका, एकदा वेगळा निघाला की तुम्हाला विचारणार नाही. ऐका माझं."

असे कुणी त्यांना पटवून दिले....

आणि हे घुसमटणे नीट निवळायला वर्ष लागले. वर्षभर एक प्रेमळ कुंटुंब धुमसत राहिले.

"ऐक माझं!" म्हणून जबाबदारीने सांगणाऱ्याला मनात वाटत असते, आपले अनुभव किती विविध प्रकारचे, आपली सारासार विचारशक्ती किती मोठी आणि

आपण लोकांचे हित किती आपलेपणाने बघत असतो. आयुष्याच्या वाटचालीत भेटेल त्याला आपला सल्ला द्यावा, विचार द्यावा हे त्यांना आपले कर्तव्यच आहे – नव्हे, तो आपला मिळवलेला हक्कच आहे असे वाटते! किती भोळी ही समजूत! पुढच्याला ठेच होत नसते. जो तो आपल्या अनुभवांनीच शहाणा होतो, हे या विचारवंतांना समजणे कठीण जाते. दुसऱ्याच्या स्वातंत्र्यात आपण किती मोडता घालावा हे कळणे इतके काही कठीण नाही. पण कळत नाही, हे खरे.

मला असे खूप सल्ले मिळाले आहेत. बाईमाणसाने एकटीने, स्वतंत्र बुद्धीने स्वतंत्र राहाणे एकूण कठीणच, या काळजीने मला एका हितचिंतकाने म्हटले,

"माझे ऐकणार तर कोल्हापूरला बहिणीकडे जाऊन राहा. तुला वाटलं तर मी सुचवतो हे!"

चंदू मॅट्रिक पास झाल्यावर एका नातेवाइकांनी सल्ला दिला, "माझं ऐकशील तर त्याला आता रेशनमध्ये लावून टाक. तुला तेवढीच मदत. त्याला हवं तर तो शिकेल पुढे. बघ, विचार कर!"

सून घरी येणार ही खरी म्हणजे आनंदाची घटना. त्या आनंदात मी असतानाच एक बाई भेटल्या.

"सून येणार म्हणे आता?"

"हो ना!" मी आनंदात आहे.

"मी सांगते. आता एक नवा शब्द शिका!"

"कोणता हो?" मी कुतूहलाने विचारले.

"सांगू का? 'बऽऽरं' हा शब्द! मग माझी नेहमी आठवण काढाल."

"माझ्या नाही लक्षात आलं."

मग त्यांनी मला समजावून दिले, "आपण नेहमी 'बऽऽरं' म्हणायचं. ती म्हणाली, 'सिनेमाला जाऊ का?' आपण म्हणायचं 'बऽऽरं.' 'भाजी आणू का?' तर 'बऽऽरं'–"

आता माझ्या लक्षात आले. जी येणारी सून आहे ती हट्टी आहे, आपले ते खरे करणारी आहे, जहांबाज आहे, अशी अगोदरच समजूत करून घ्यायची. आणि ती घरात आली की, तिच्या प्रत्येक प्रश्नापुढे "बऽऽरं"ची ढाल पुढे करायची. एक लढाईच की ज्यात मी सारखे शरण जायचे – ढालीआड लपायचे!

त्या बाईंनी हे सहज-सहज सांगितले होते. नंतर मला घरात वागताना जड जाऊ नये म्हणून हा मोलाचा सल्ला दिला होता... माझ्या मनात चमकून गेले, 'खरेच असे होईल का?'

असे "माझे ऐक!" "मी सांगते!" असे सल्ले मलाच का सारखे मिळतात? अर्जुन युद्धाला सामोरा गेला आणि त्याचे धैर्य खचल्यासारखे झाले. हा संसारशकट

हाकताना मी या सल्लागारांना भयग्रस्त अशी दिसते की काय? म्हणून मोठी कणव उराशी बाळगून मोठ्या मनाने मला धीर देण्यासाठी हे सल्ले पुढे येतात? असे काही वाटते आणि मी इतकी कशी दुबळी ही गोष्ट मनाला टोचत राहाते. पण मग जरा विचार केला की पटते – छे! मी मुळीच दुबळी नाही. मी कुणाकडे शरण जाऊन 'त्राही माम्' असे म्हटलेले नाही. हे आपले आपोआप फुकट मिळणारे विचार, हा एक मनुष्यस्वभाव. कुणी भेटले – जरा काही गोष्टी निघाल्या की या स्वभावाने कमरेची सल्ल्यावरची तलवार काढलीच. तो विचारावा लागतोच असे नाही. आपोआप तो शब्दरूप घेतो – "माझं ऐक!"

जरा बारीक निरीक्षण केले की असे दिसून येते की असे न विचारता, न पुसता माणसे दुसऱ्याला बजावतच असतात, "माझं ऐक!" त्याशिवाय त्यांना चैनच पडत नाही. डास जसे नको करून सोडतात तसे हे सल्लेही आपल्या भोवती-भोवती फिरत आपल्याला 'सळो की पळो' करून सोडतात. परवाचीच गोष्ट –

मी एक नवी साडी दाखवून मैत्रिणीला म्हटले, "कशी आहे साडी?"

यावर मग तिचे दोन प्रश्न ठरावीक.

"कुठे घेतली?" आणि "कितीला घेतली?"

मी दुकानाचे नाव सांगताच ती म्हणाली, "मी सांगते, पुन्हा त्या दुकानात नको जाऊ खरेदीला. किंमत फार आणि माल सुमार."

तिने साडीचा पोत न बघता, किमतीची चिठ्ठी न बघता मला सल्ला दिला. मी फसू नये, माझे पैसे खर्च होऊ नयेत म्हणून दिला. मी तर आजवर त्याच दुकानात खरेदी करत असे... आता हा तिचा सल्ला मी मानेन काय? पण मी मानेन किंवा नाही, पण त्याच्या दुकानाची पायरी चढेन तेव्हा, "किंमत फार, माल सुमार" हेच मला त्या आमच्या नेहमीच्या दुकानावर लिहिलेले दिसेल. आजवरच्या स्नेहभावात केवढा दुरावा निर्माण होईल? मनात तर किंतू निर्माण झाला ना?

श्रीकृष्णानी अर्जुनाला सांगितले होते, "न धरी शस्त्र करी मी, गोष्टी सांगेन युक्तीच्या चार." युक्तीच्या गोष्टीतदेखील, "अर्जुना तू विचारल्यास तरच सांगेन." असेही त्यांनी त्याला बजावले असावे. पण इथे या युक्तीच्या गोष्टी न विचारताच सांगितल्या जातात आणि त्या गोष्टींनी निर्माण होणाऱ्या रणकंदनासाठी शस्त्रंही त्यांनीच परजलेलेली असतात. म्हणून वाटते... कुणाचे हित चिंतायचे असेल तर त्याला एकच सल्ला द्यावा – "बाबा रे, या अनाहूत सल्ल्यांपासून नेहमी दूर राहा. 'माझं ऐक' म्हणणाऱ्यांचं काहीही ऐकू नकोस. पस्तावशील!" अर्थात माझा हा सल्ला एक अपवाद म्हणून असला तरी सल्लाच की – "ऐका माझंच!"

■

। ३३ ।

‘अस्सं माहेर सुरेख बाई’

श्रीमती दुर्गाबाई भागवतांनी गाजवलेल्या कऱ्हाडच्या साहित्य संमेलनाला मी गेले होते. त्या वेळी संमेलनानंतर त्यातील कार्यक्रमाचा एक भाग म्हणून चाफळची सहल आखलेली होती. चाफळ समर्थांचे – तिथे शिवाजी महाराज व समर्थ यांच्या भेटीचे स्थळ पाहायला मिळणार होते. काहीकाळ वादग्रस्त झालेले श्रीसमर्थांचे खास असे राम पंचायतन पाहायचे होते. आणि कविवर्य यशवंतरावांचे ते चाफळ होते. या दोन-तीन कारणांसाठी मीही चाफळला निघालेल्या सहलीत सहभागी झाले.

बसमध्ये माझ्या शेजारीच एक सहप्रवासिनी बसल्या होत्या. आता नाव आठवत नाही, पण रूप चांगले लक्षात आहे.

त्या मला म्हणाल्या, “इथे उतरलात कुठे?”

“आमच्या घरीच. इथे माझे मोठे चिरंजीव आहेत,” मी म्हटले.

“वा! वा! म्हणजे तुमच्या माहेरीच आला म्हणा ना!” त्या हसत-हसत म्हणाल्या.

“खरंच. मुलाचं घर म्हणजे माहेर. ही तुमची कल्पना छान आहे,” मी कौतुक केले. मला गंमत वाटली.

“हो ना. होय, मुलाचं घर म्हणजे आपलं माहेरच असतं,” त्या म्हणाल्या.

इतके बोलणे झाले आणि तिथेच संपले. चाफळचा राम पाहिला, मफतलालनी त्याचा केलेला नवा, सुंदर आविष्कार पाहिला. संमेलन संपले आणि गाजलेही. काही दिवसांनी मी बेळगावला परत आले. येताना तीन-चार गोष्टी बरोबर आणल्या. मनोमनी आपल्याला विकल करून सोडणारे वि. स. खांडेकर यांचे शेवटचे ठरलेले भाषण, दुर्गाबाईंची परजलेली तलवार आणि सहप्रवासिनीने दिलेली नवी कल्पना. पहिल्या आठवणी हळूहळू विरून गेल्या, पण ती कल्पना

मात्र अंगणात पाखरू बागडते, तशी मनात राहिली.

ती गंमत मग मी पुष्कळांना सांगितली. तिच्यावरच्या प्रतिक्रिया तरी किती गमतीच्या!

एक बाई म्हणाल्या, "मी माहेरपणाला आले,' असं सासूनं सांगितलं की, सूनबाई खूश, कारण चार दिवसांची पाहुणी. येईल नी जाईल. जाताना एक साडी दिली की माहेरपण केल्याचं समाधान."

दुसरीने एक चिंता व्यक्त केली, "आता, एक म्हण आहे ना, 'फिरता साधू' अशी, त्यात ही 'फिरती सासू' मिळवायला हवी. पण अशा सासूला छानसारखी चार-पाच मुलं हवीत. या एक किंवा दोनच्या युगात तिचं काय होणार?"

तिसरी म्हणाली, "काय हो, आपल्याला जेव्हा मुलाच्या घरी माहेरी म्हणून जायचं असतं, त्या वेळी आपलं पहिलं माहेर तरी कुठे असतं? कर्ते आई-बाप असतात, आपण संसारात अजून नवेपणच अनुभवतो तेव्हा जे भेटतं ते खरं माहेर. भाऊ-भावजय कर्ती होतात तेव्हाचं ते माहेर आणि आपलं मुला-सुनेचं घर एकच नाही का? तितकंच परकं!"

एखादी गोष्ट वारंवार चर्चेत आली की ती आतून-बाहेरून प्रकाशित होत जाते. तिच्यापासून नवे-नवे किरण बाहेर पडू लागतात. तसेच हे झाले.

पण स्त्रीला माहेर आवडते. ती कल्पनाच आवडते, हे काही खोटे नाही. दोन-तीन पिढ्यांपूर्वीच्या सासुरवाशिणींचा जीव नेहमी माहेराकडे लागलेला असायचा. लग्न होऊन अनोळखी माणसांत, अनोळखी वास्तूत बालपणीच यायचे. आपले असे तिथे कुणी नसायचे. "जेऊ घालूनि काम सांगा," असे मुलीच्या आईने लग्नातच वरमाईला सांगितलेले असायचे. एक सासुरवाशीण दळताना म्हणते –

"पोटाला लागे भूक,
परवंटा देते गाठी,
माहेराच्या नावासाठी
मायबाई!"

पोटाच्या निऱ्या आवळून बांधून भूक मारणारी ही बाळ सासुरवाशीण. तिला माहेर, भाऊ, आई यांचे गाजते गोकूळ क्षणोक्षणी आठवावे, यात आश्चर्य ते कसले? पण हा काही सासुरवास नव्हे, ही पद्धत. प्रथम पंगत पुरुषांची मग मुलांची मग लेकी-बाळींची, मग वडीलधाऱ्या आजी, सासू, आत्या अशांची आणि मग कोवळ्या सासुरवाशिणींची. त्यांच्या पंगतीला जे उरले असेल, ते त्यांनी आपल्या नवऱ्यांच्या ताटात काढून घेऊन बसायचे. खमंग भाजी किंवा रुचकर पदार्थ उरायचाच नाही, मग माहेर का आठवू नये? माहेरची वाट सोन्यासारखी का वाटू नये? माहेर म्हणजे 'मुक्तांगण' आणि सासर म्हणजे तुरुंग असे का वाटू नये?

आता मुलींना माहेर लागते, त्याचे कारण वेगळे आहे. संसाराच्या जबाबदारीतून

जरा मोकळे व्हावे वाटते. शाळांना सुट्ट्या असतात. कचेऱ्यांना रजा असतात. तशीच माहेरपण म्हणजे स्त्रीला एक सुखद रजाच घेतल्यासारखे वाटते. सासरची मंडळी किती जवळची तरी ती परकीच. लहानपणी संगत-सोबत असलेल्या भावाबहिणींची, मैत्रिणींची सर त्यांना कशी येईल? माहेरी लेक आली की खरे सुख होते, ते आईला. हे परक्याचे धन, हे दुसऱ्या झाडावर सोपवलेले, आपले पाखरू चार दिवस आले आहे, याची खरी जाण आईलाच. अगदी खरे म्हणजे, माहेरी जायचे ते आईचे सुख भोगायलाच. आणि त्या वास्तूचेही. ही माहेरची वास्तू लहानपणापासून ओळखीची. मुलगी माहेरी गेली की घरभर फिरते. त्या वास्तूने पुढे केलेल्या आठवणींना गोंजारते... असे मधाळ उल्लसितपण माहेराशिवाय कुठे भेटत नाही.

माहेरचे सुख म्हणजे काय असते? तर हे असे... आपल्या जिव्हाळ्याच्या माणसांचा सहवास मिळतो. वागण्यात मोकळेपणा – कुणाचा मान राखणे नाही. कुणासाठी उभे राहाणे नाही. कोण काय म्हणेल, ही धास्ती तर मुळीच नाही. संसाराचे, घरकामाचे जे कंटाळवाणे तपशील असतात, ते इथे नसतात. आई-वडिलांनी आपले, आपल्या नवऱ्याचे केलेले कौतुक, भावांनी बरोबरीच्या नात्याने केलेली अवखळ थट्टा, भावजयांनी दाखवलेली आपल्याविषयी तत्परता आणि आईने, भावांनी जाते वेळी पापड-मसाल्यापासून साडी-मिक्सरपर्यंत दिलेले भेटींचे कौतुक. हे सारे गृहिणीला सासरी कुठे मिळते? म्हणून तर माहेर हवेच.

आणि कधीकधी सासरी हे सर्व हवेहवेसे मिळत असतानाही ते अंगी लागत नाही. कारण मनाची भावनाच अशी बनते की माहेरचे ते चांगले, सुखाचे... सासरचे ते त्रासाचे, नको असलेले. हा एक मनाचा खेळ असतो. पण त्याची मनावर एवढी पकड असते. हादग्याचे एक गाणे मुली म्हणतात – ''माझ्या माहेरचा वैद्य आणा, बाई वैद्य आणा.'' सासरच्या वैद्याच्या औषधाने गुण येत नाही. त्याला माहेरचा वैद्य हवा. असे मोठे विनोदी गाणे आहे. सासरचा वैद्य खत्रूड असतो. दरिद्री असतो. माहेरचा तालेवार आहे. त्याच्या औषधाने गुण येतो. ही माहेराला मान देण्याची आणि सासरची हेटाळणी करण्याची गोष्ट गाण्याइतकीच वास्तवातही दिसून येते.

माझ्या मैत्रिणीची मुलगी मला म्हणाली, ''खूप वाटतं हो माहेरी जावंसं. पण नाही जात मी.'' तिने फुरंगटून सांगितले.

''का गं?'' माझे कुतूहल जागे झाले.

''बघा. आता भावाकडे माहेरी जायचं म्हणजे काहीतरी बरोबर न्यायला नको का? दोन भाचरं आहेत. त्यांना काही खाऊ, खेळ. वैनी इतकं अगत्यानं करतात. त्यांना काही चांगलंसं द्यावं, असं वाटणं यात काय चूक आहे का माझी? मी जायचं म्हणते. त्यासाठी काही दुकानातून आणू या म्हणते. तर लगेच हे दोन-

तीन नोटा हातावर ठेवतात आणि म्हणतात, 'यात बसव काय घ्यायचं ते', पण असा राग येतो. हे देणार काय आणि मी घेणार काय, कप्पाळ! असे काही बोलले की हे म्हणतात, 'तुझा भाऊ धनन्तर आहे. मी कुठे आहे?' आणि मुकाट्यानं पेपर वाचायला काढतात. म्हणून बघा, मी जातच नाही.''

मी विचार करते... हीच गोष्ट जर हिच्या भावाकडून झाली असती, तर तिने असा पवित्रा घेतला असता का? निश्चितच नाही. ती म्हणाली असती, ''बिचारा माझा भाऊ. मनात असूनही तो मला देऊ शकला नाही. पोलक्याचं कापडही त्याला घेता आलं नाही. पैसा नाही हातात.''

खरे म्हणजे, हा एवढा मोठा माहेरचा डोलारा का उभा करतात, हेच मला कळत नाही. कारण 'माहेर'ही कल्पनाच मला नाही. ते माहेरपण मी कधी अनुभवले नाही. भाऊ नाही. आम्ही दोघी बहिणीच. वडील लहानपणीच गेलेले. त्यामुळे आई-बाप, भाऊ-बहिणी असे गोतावळ्याचे माहेर मी कधी कल्पनेतच आणले नाही. लग्नाला माहेरचा विरोध असला आणि तोही स्वाभिमानाला दुखावणारा असला की नंतर किती सांधू म्हटले तरी सांधले जात नाही. आणि सांधले तरी वण हा राहातोच. तेव्हा जी दोनदा गेले माहेरी ती जनरीत म्हणून. लग्नापूर्वी जिथे आयुष्य गेले त्या वास्तू, त्यातील माणसे, ती गावे आठवणीत राहिली. पण त्यांना माहेरचे रूप आले नाही. कारण मग माहेरच उरले नाही. आई बहिणीकडे राहू लागली.

तरी पण आमची पुष्पा माहेरपणाला येते. वीणा माहेरी जाते. दोघीही आपल्या घरी परत जाताना तुडुंब सुखाने भरून जातात, हे मी पाहाते ना. मग वाटते, असे मुलीचे सुख पाहात असताना त्यात आनंद घेण्याचे सोडून 'आपल्याला माहेर हवे,' असा का सोस असावा? आपले घरच आपल्याला माहेरासारखे मोकळे, मायेने भरलेले ठेवून, लेकी-सुनांसह आणखी माहेरचा आनंद थोड्या दिवसांपुरता नव्हे, तर कायम घेऊ शकणार नाही काय? या वयात आपली बॅग आपण भरून तयार ठेवलेलीच असते. सून जी येते, ती वरकामासाठी आलेली मुलगी नसून स्वामिनी म्हणून आलेली असते. तिच्या हाती संसार सोपवून आपण खुशाल माहेरवाशिणीची भूमिका घ्यावी. तिचे मनभरून कौतुक करावे. तिला जरूर ती कामात मदत करावी. तिच्या अनुपस्थितीत तिला काळजी वाटणार नाही, इतपत घर सांभाळावे. मुलांत रमावे. या पलीकडे माहेरचा आनंद असा दुसरा काय असतो? शिवाय आपला छंदही सोबतीला असतोच की!

मला वाटते, माझ्या त्या सहप्रवासिनीला हेच म्हणायचे असावे. मुलाचे घर आपण माहेर मानले की सुनेलाही आपले घर माहेरच वाटेल. या आनंदासाठीच तो मंत्र अतिशय आवडला. भेटेल त्याला मी तो सांगितला.

■

।३४।

अनाम मालणींच्या भावगाथा

हे नवे वर्ष सुरू झाले आणि मनात आले, आणखी पंधरा-सोळा वर्षांनी हे विसावे शतक मावळणार. त्याबरोबर आणखी कोणत्या गोष्टी मावळतील? हा मनाचा खेळ सुरू झाला आणि त्यात ही मावळतीच्या धारेला लागलेली बकुळीची फुले हाताशी आली आजवर कोट्यवधी सूर्योदयांनी ही उमलेली पाहिली.

त्यातलीच एक ही शांत पहाट. सर्व घर सारखझोपेत असलेले. मिणीमिणी दिवाळीच्या प्रकाशात दिसणारी ती मालण. जात्याशी बसलेली, एक मांडी घालून एक पाय लांब सोडलेला. तिचा काकणे भरलेला एक हात खुंटा धरून जाते फिरवत असलेला. दुसरा हात मधूनमधून जात्याला घास भरवत राहिलेला. जात्याचा तो मंद स्वरातील एकसुरी घर्रघर्र असा आवाज. दळतानाच्या त्या हालचालींची वळणदार लय आणि या सर्वांत एकरूप झालेली ती मालण. जसे पीठ जात्यातून झरत असते तशा तिच्या ओठातून कळ्या उमलू लागतात. ओव्यांमागून ओव्या गात असता दळण कधी संपले... तिला कळत नाही. त्या ओव्याही ओळीला ओळ जोडून घोळून-घोळून उंच स्वरात गायच्या. ओवीच्या शेवटच्या ओळीच्या अखेरी एक जरा लांब असा हेल काढून त्याच्या टोकानेच दुसरी ओवी उचलायची.

या ओवीत काय नसायचे? अवघ्या स्त्रीजीवनाला त्यांनी स्पर्श केलेला असायचा. सुपली-कुरकुरलीच्या खेळापासून, घाण्याच्या बैलासारख्या ओढलेल्या कष्टांपर्यंत. न्हाणवलीच्या सुखद सोहळ्यापासून, मरणवेळेच्या काळापर्यंत. श्रृंगाररसापासून भक्तिरसापर्यंत. आसक्तीपासून आध्यात्मापर्यंत. जे-जे म्हणून स्त्रीमनाला भावले ते सर्व या ओवीत आहे. ते एक अनुभवामृताचे अथांग असे

मानस सरोवर आहे.

शेतीसंस्कृतीत धान्य पिकवण्यापासून पकवण्यापर्यंत ज्या सुविधा निर्माण झाल्या, त्यात 'जाते' ही शेवटची. म्हणूनच घरच्या लक्ष्मीच्या खास मालकीची. ती दळायला बसली आणि तिचे हे पूजन सुरू झाले. या लक्ष्मीच्या जीवनात जात्याला एक असाधारण स्थान आहे. ते तिचा परमेश्वर आहे, जिवलग मित्र आहे. तिच्या मनाला आधार देणारे, तिच्या मनाला आनंद देणारे ते एक जादूगार आहे. तिची स्वप्ने, तिच्या आशा-आकांक्षा, तिची सुख-दु:खे जिथे मनमोकळेपणाने सांगता येतील अशी तिच्या जीवनातील दोन ठिकाणे. माहेरी आई आणि सासरी जाते. म्हणून ती मालण म्हणते,

"जात्या तू ईश्वरा, कुण्या डोंगरीचा ऋषी,
खोलते तुझ्यापाशी, माझ्या हुरुदाच्या राशी.''

किती जणींनी आजवर आपली मने या जात्यापाशी मोकळी केली असतील! आद्य कवयित्री महदंबा, संत जनाबाई, देवी अहिल्याबाई, राणी लक्ष्मीबाई, राजमाता जिजाबाई, न्यायमूर्ती रानडे यांच्या पत्नी रमाबाईसाहेब, लक्ष्मीबाई टिळक या सर्वांच्या काळात त्या मालणींनी जात्यापाशी कोणते भाव व्यक्त केले असतील? काही मागमूस लागत नाही. सूर आकाशात भरले आणि विरून गेले. ते भाव, त्या ओव्या लिखित स्वरूपात आणाव्या असे कुणाच्या मनीमानसीही आले नाही. केवढे मोठे अनुभवामृत काळाच्या उदरात गडप होऊन गेले!

इंग्रजी राज्य उगवण्याच्या आगेमागे ज्या या ओव्या उमलल्या, त्याच तेवढ्या आज मिळतात. त्याही तुरळकपणे. 'जाते' संस्कृती नाहीशी झाली आणि त्याबरोबर ही ओवीही क्षीण होत गेली. आज शहरातून पुरी नाहीशी झाली. अजून दूर-दूर विजनातील खेड्यातून जाती असतील, दळणे सुरू असेल तिथून या ओव्या गायल्या जात असतील. येत्या पंधरा वर्षांत ती खेडीही शहराशी जवळीक साधतील आणि हा क्षीण सूरही मावळून जाईल – पुन्हा न उगवण्यासाठी.

या ओव्या लिखित स्वरूपात आल्या, हाही एक योगायोग. वाघिणीचे दूध पिऊन तेज झालेल्या काही विचारवंतांच्या नजरेला हा लोकसाहित्याचा झरोका दिसला. त्यातून येणारी काही किरणे या ओव्यांची. लोकसाहित्य म्हणजे काय, हे जाणून घेण्यासाठी. सामाजिक परिस्थिती, आचारविचारातील धार्मिकता, भाषाशास्त्र वगैरेंच्या अभ्यासासाठी या सर्व संशोधनातील एक उपकरण म्हणून त्या फुटकळपणे लिखित रूपात आल्या.

कोणत्याही शास्त्राच्या तपशिलात मला खोलवर शिरता येत नाही. गुदमरल्यासारखे होते. पण एक गोष्ट चांगली लक्षात आहे ती श्री. के. नारायण काळे या विद्वान व्यक्तीच्या विचारांची.

स्त्रियांच्या या ओव्यांत कितीतरी ओव्या बंधुप्रेमावर आहेत. या मालणींचे भावावर अतिशय प्रेम. सासरी असल्या तरी सारा जीव भावाकडे, त्याच्या शेतीवाडीकडे, त्याच्या येणाऱ्या वाटेकडे. एक मालण ओव्या म्हणते–

''माझ्या ग गावाला, वाटे मुरमाचे खडे
माझ्यासाठी येणं पडे, भाईयाला
चंदनाचा पाट, मी गं ठेवीते हुडकूनी
भाऊ येणार म्हणूनी''

आणखी एखादी मालण गाते –

''आला बंधूजी पावणा, पाय धुयाई पाणी देतो
शेनापान्याचे माझे हात, पाट बसाई त्याला देतो
उसणं मागो गेले, शेजी उसणं देगं गहू
माझे पावणे आले भाऊ''

आणखी एक मालण म्हणते –

''फाटली माझी चोळी, फाटू दे माझ्या जाऊ
घेणारा माझा भाऊ
फाटली माझी चोळी, न्हाई ठिगळ लावायचे
बंधुरायाकडे उद्या म्हायारी जायायचे''

कै. नारायण काळे म्हणतात की, या बंधुप्रेमामागे एक सामाजिक, आर्थिक कारण आहे. त्या वेळी आपली मुलगी आपल्या परिस्थितीहून सुमार अशी परिस्थिती असलेल्या घरी देत. ती रीतच होती. यामुळे मुलीकडील मंडळी जे लग्नात व नेहमी मुलीबरोबर देतील त्यावर सासर खूश असते. सासूरवासावरही याचा परिणाम होऊन तो सौम्य होई. नणंदा-जावांत त्या मुलीला भाव असे. त्या दबून राहात. पण एक होई, मुलीला हवे ते माहेरून मिळते त्यामुळे सासरचे लोक तिच्या हौशी आवडीकडे, साध्या गरजेकडे दुर्लक्ष करतात. त्यांना ते शक्यही होत नाही. मग ती बिचारी ओशाळलेल्या मनाने माहेराकडे, कर्त्या भावाकडे डोळे लावून असते. त्याच्या ऋणात तर नेहमीच.

''माह्यार एवढं केलं, बंधू माझ्या त्या गुजरानं
झाकली माझी पाठ, बाई जरीच्या पदरानं''

हे त्याचे प्रेम, हे ऋण. त्या विषयीची कृतज्ञता आणि माहेरचा तोरा ही ती कुणाला बोलून दाखवणार! जात्यालाच. त्याच्यापाशी बोलले की मन हलके होते. पायली-पायली दळण दळून, पीठ-बुट्टी भरून, जात्याला नमस्कार करून ती उठते ती झुंजूमुंजू पहाटेसारखीच, दंवभरली आणि टवटवीत.

या अशा अभ्यासासाठी केलेल्या संकलनाखेरीज बऱ्याच जणांनी संकलने

केली आहेत. त्यांचे हेतूही निराळे आहेत. केवळ एक 'संकलन' असे ज्याला म्हणता येईल असे संकलन महाराष्ट्र राज्य शासनातर्फे डॉ. सरोजिनी बाबर यांनी गावोगावांहून ओव्या मागवून त्यांचे खंड प्रकाशित केले आहेत. हे फार परिश्रमाचे काम त्यांनी केले आहे. कथात्मक मांडणीतून रसग्रहणाच्या निमित्ताने या ओव्या सजवून वाचकांपर्यंत पोचवल्या त्या मालतीताई दांडेकरांनी. त्यांचा एक ग्रंथही प्रसिद्ध आहे. पण याहीपूर्वी हे काम सानेगुरुजी यांनी केले आहे. स्त्रीगीताचे दोन भाग त्यांनी प्रसिद्ध केले आहेत. मराठी स्त्रीने यासाठी त्यांचे ऋणी असायला हवे. अलीकडचे असे अमोल संकलन म्हणजे सोपानदेव चौधरी यांचे. आपल्या मातु:श्रीनी गायलेल्या आणि रचलेल्या ओव्यांचे संकलन, बहिणाबाईंची कविता. यासाठी तरी उभ्या महाराष्ट्राने सोपानदेवांचे ऋण मानायला हवे. प्रत्येक खेड्यातील एका घरात राहू दे, पण प्रत्येक शंभर वर्षात असे एक तरी सोपानदेव निघाले असते तर!... असे काही मनाला वाटून जाते.

बहिणाबाईंची कविता सोडून इतर जी संकलने आहेत ती अजून अपुरी आहेत. 'गोळा केलेले, जमवलेले' या पातळीवर आहेत. फार अस्ताव्यस्त पसरून टाकलेले असे हे काम आहे. हा केवळ पाया आहे. त्यासाठी कुठल्याही परिसराचा त्यावर ताबा नाही. जी प्रतिभावंत मालण होती तिने ओवी रचली. ती सर्वांच्या तोंडात बसली. सासुरवाशिणी माहेरी आल्या. माहेरवाशिणी सासरी गेल्या. जातायेताना आपला खजिना त्यांनी बरोबर नेला. तो त्या-त्या गावातील खजिन्यात मिसळला. 'तिने ओवी केली, मीही केली'– यामुळे त्यात फोलपटे खूप मिसळली. कळंब तालुक्यातील बरमाची वाडी येथील ओवी, कर्नाटकातील संकेश्वरात येईपर्यंत खूपच नवेजुने गमावून आली. या सर्व कारणांमुळे ज्या मालणीचे 'मनोभाव' त्यातून व्यक्त होतात त्या मालणी त्यातून उभ्या राहात नाहीत. म्हणून पुष्कळांना या ओव्या म्हणजे बायकांचे एक उथळ भरताड वाटते. त्याला खोली नाही, मौलिक असे काही नाही, असेही वाटते.

या गोळा केलेल्या मोत्यांवर आणखी काम करायला हवे आहे, असे मला मनोमनी वाटते. हा खजिना असाच गुहेत दडवलेला राहाता कामा नये. मी त्याला 'अनुभवामृत' म्हणते. अनुभवातील अमृत. हे अमृतकण वेचले तर, या कणमोत्यांची निवड करून कुडी बांधली तर, या बांधणीतून 'जाते' संस्कृतीतील एक भावमयी मालण उभी केली तर... तर मला त्या ओवीबंधांना एक छानसे नाव आताच सुचले आहे 'अनाम मालणींची भावगाथा!'

■

।३५।

थोरली आई

तिचे लग्न झाले तेव्हा ती नऊ वर्षांची होती. माझे वडील अकरा वर्षांचे. आजोबांच्या हट्टाने हे लग्न झाले. आजीला पसंत नव्हते. लग्न ठरणार असे आजीच्या बंधूना समजले तेव्हा ते म्हणाले होते,

"मुलाच्या लग्नाची एवढी घाई काय? त्याला न्हाण येऊन गोळख होणार आहे की काय? की त्याला तवंदीच्या डोंगराचा दगडोबा करून ठेवणार आहेस?"

पण आजीचे आपल्या नवऱ्यापुढे काही चालले नाही आणि लग्न लागले.

ती माहेरची अगदी गरीब, त्यामुळे लहानपणी सासर-माहेर फारसे झाले नाही. आणि सासरघरात तर ती नकोशीच होती. आजी कोल्हापूरच्या पाध्ये घराण्यातली. मुलाचे लग्न होताच त्याला नवऱ्याच्या न कळत शिक्षणासाठी मामाकडे पाठवले. बीए होईपर्यंत मुलांना तिकडेच ठेवले. वडिलांच्या रागाने, त्यांचा शेवट होईपर्यंत ते तवंदीचा डोंगर चढले नाहीत. ती मात्र तवंदीलाच कोंडल्यासारखी. आजी पण पुढे वारली आणि तापट, तिरसट सासऱ्याच्या हाताखाली तिला कठीण दिवस आले. भरीला त्यांच्या मैत्रिणी येऊन सासुरवास करायच्या तो निराळाच... कॉलेजात शिकत असलेल्या आपल्या नवऱ्याला तिने हे सर्व कळवले आणि मग ती कोल्हापुरी मामे-सासरी राहायला गेली. वडिलांची नोकरी सुरू झाली आणि तिचे कोल्हापूर सुटले.

किती होमहवने, उपासतापास, नवससायास केले, पण तिची कूस उजवली नाही. मग तिने हट्ट धरून, विनवण्या करून, माझ्या वडिलांना लग्नाला तयार केले. गारगोटीजवळील पाटगावची एक गोरी, देखणी, चौदा वर्षांची मुलगी पाहिली आणि वडिलांचा दुसरा संसार सजवून दिला. दोन वर्षांनी या नवरीला

बाळ झाले. आणि ते जरा अंगसुटे होताच तिने नवऱ्याच्या संसारातील लक्ष काढले, ती तवंदीला जाऊन राहिली. तिथली शेती, कारभार पाहू लागली. तिच्या सोबतीला तिच्या बालमैत्रिणी होत्याच. त्या तिला 'अंबूताई' म्हणून हाक मारत आणि गावची ती 'थोरल्या बाई' होती.

ही माझी थोरली आई. कळायला लागले तेव्हापासून आठवते : आम्ही मुली घरात कधी कुणाला हाक मारत नव्हतो. आता मुले कशी दारातून हाक घालतात 'आई', तसे सुख आम्ही अनुभवले नाही. मोठ्या माणसांना हाक घालायची नसते. त्यामुळे 'आई, थोरली आई' असे कधी आम्ही म्हटले नाही. थोरली आई या नात्याचा स्पष्टपणाही आम्हाला उशिराच कळला. कारण तवंदी सोडून ती कारणाशिवाय आमच्या घरी येत नसे. आली की मग मात्र आमचे खूप लाड करायची. तवंदीहून येताना ती आमच्यासाठी मोरपिसाचा जुडगा आणायची. दोडक्याच्या फळाची जाळी करून आणायची. आवळे, पोहे, लाह्या, चकल्या एखादा बाजार लुटून आणल्यासारखे आणायची. आमच्या दृष्टीने आनंदाची गोष्ट म्हणजे कोट्याप्पा स्वयंपाक्याला, ''मी आहे तोवर गावाला जाऊन ये तुझ्या!'' असा हुकूम करून स्वयंपाकघर ताब्यात देत असे. दर शुक्रवारी पुरणपोळी, सांज्याची पोळी, रोज खाण्यासाठी चमचमीत... असा तिचा उद्योग सुरू असायचा. वडील खूश असायचे. वडिलांचे आणि तिचे चांगलेच मैतर होते.

कधीकधी ती पुण्याला आपल्या भावाकडे माहेरपण घेऊन आमच्याकडे यायची. ते फक्त आमच्यासाठी आणलेले भांडार रिकामे करण्यासाठी. दोन दिवसांनी वडिलांना सांगायची, ''माझी गुरं हंबरत असतील, मग मला पोहोचवा बघू घरी.''

थोरल्या आईने प्रवासाची ट्रंक उघडली की, मला जादूची पोतडी खोलल्यासारखे वाटे... काय-काय त्यात भरलेले असे. काचेच्या, सुट्या हातांच्या, मण्यांचा पोशाख विणलेल्या बाहुल्या, लाकडी रंगीत बोळकी, पितळेची भांडी... रवी, कढईपर्यंत असायचे. लाकडी ठक्या, चंदनाच्या बाहुल्या, कापडाचे घोडे, पोपट, सर्वांत गोड म्हणजे बिंदी-बिजवऱ्यापासून दागिने घातलेली कापडाची राणी आणि तुरा शिरपेच लावलेला, राजाचा पोशाख चढवलेला राजा असे जोडपे. मला फार आवडायचे. आणि याहून गोड म्हणजे राणीच्या दागिन्यांचा छोटासा पितळी डबा. त्या डब्यात वाक्या, साज, तोडे, कर्णफुले, कमरेचा पट्टा, गोठ-पाटल्या, पुतळ्या, ठुशी, सरी असे छोटे-छोटे नाजूक दागिने असत. ते किती हातात घेतले तरी अजून घ्यावे असे वाटायचे. राणीवर ते दागिने चढवणे, हा एक आनंदसोहळाच.

तिचे हे आमच्याशी वागणे आईला आवडत नसे. समोर फक्त लाल चेहरा

कराचयी. पण आम्हा दोघींना कान पिळवटून बोलायची, "खादाड होणार आहात नुसत्या... कधी खाल्ले नाही काय?''

कधी म्हणायची, "मुलखाच्या हावऱ्या तुम्ही. शी! मला लाज वाटते तुमची.''

तिचे एक मात्र पालुपद असे, "तेरड्याचा रंग तीन दिवस.'' या बोलण्यातील ध्वनी त्या वेळी मला अगम्य होता.

ती मला फार जवळची वाटली, एका प्रसंगाने तर ती थोरली आईच वाटली. प्रथम तो प्रसंग मूक चित्रपटासारखा मनात उभा राहिला आणि मग कुणी आठवणी सांगितल्या त्याने त्या चित्रपट दृश्याला आवाज मिळाला.

ते शब्द आणि त्यांचा अर्थ जाणण्याची मला ताकद आली तेव्हा म्हटले, "ही माझी थोरली आई.''

गदगला वडील वारल्यावर थोड्या दिवसांची गोष्ट... दुसऱ्या दिवशी आम्ही सगळी तवंदीला येण्याला निघणार होतो. बरेच पाहुणे रात्रीच्या गाडीने आपापल्या गावी जाणार होते. त्या दिवशी संध्याकाळी मधल्या सोप्यात सगळी जमली होती. भिंतीला टेकून सगळे गुडघे उभे करून बसलेले. आईने मान गुडघ्यात घातलेली. ताई मध्ये ठेवलेल्या कंदिलापाशी चित्रे बघत बसलेली. आणि मी वडिलांच्या खोलीच्या उंबऱ्यावर. आत, खोलीत थोरली आई जमिनीवर डोके टेकून सूऽ सूऽ करत होती. पाहुणे म्हणजे काकांचे मेहुणे, वडिलांचे चुलत वगैरे भाऊबंद, थोरल्या आईचे भाऊ असे मोठे पुरुष होते. आईची बहीण होती – आत्या होत्या. मोठ्यांपैकी कुणी त्या शांततेचा भंग करून म्हणाले,

"व्हायचं ते होऊन गेलं. देवाची इच्छा. पण आता दोन मुली आहेत... पुढचं काही आताच बोललेलं बरं, असं वाटतं.''

"बरोबर आहे. पुढच्या व्यवस्थेविषयी आताच मोकळं मन करून बोलावं. त्यात सावत्राचा मामला हे लक्षात घ्यायला हवं.''

आतापर्यंत ऐकत असलेले थोरल्या आईचे रंगूअण्णा खोलीत गेले. त्यांच्यामागून मीही. ते आईला उठवत म्हणाले,

"अंबूताई बाहेर चल बघू. काय म्हणताहेत बघ.''

आईने वडिलांच्या झोपण्याच्या जागेला नमस्कार केला आणि ती बाहेर आली. तिने बोलणे ऐकले होतेच. ती म्हणाली,

"राधाच्या संसारात मी कधीच नव्हते. तेव्हा होते तशीच पुढेही राहीन. मुलींची, शेताभाताची जबाबदारी आता राधाची.'' असे म्हणत तिने गळ्यातील गोफाला अडकवलेले एक किल्ल्यांचे कडे सोडून आईच्या पुढे सारले.

"ह्या किल्ल्या तवंदीच्या वाड्याच्या आणि शेताच्या कागदपत्राच्या. चांदी-सोन्याची ट्रंक तिच्याकडे आहे. गेलेल्यांचा पैशांचा व्यवहार मला माहीत नाही,''

असे म्हणून ती पुन्हा आत गेली. सगळे चूप झाले. कदाचित त्या सर्वांना या उत्तराची अपेक्षा नसणार. हा चित्रपट तवंदीला गेल्यावर दुःखाचा भार कमी करताना शेजारच्या काकूंनी जिवंत करून माझ्यासमोर उभा केला आणि त्या दिवसापासून ती माझी 'थोरली आई' झाली.

मी नेहमी तिच्या मागे असे... पण ती मला फार लावून घेत नसे. माझ्या आईच्या धाकामुळे ती तशी वागत होती, हे मला माहीत झाले होते. काशीमावशी आईकडे तिचा उल्लेख 'सौतीबाई' असा करायची. 'पाताळयंत्री' हे मावशीने सौतीबाईला दिलेले खास विशेषण. थोरली आई पाण्याला वगैरे गेली की, आम्हाला झोपाळ्यावर बसवून ओव्या सांगायची मावशीला लहर यायची.

"सख्ख्या ग आईची, बरी लागे मारपीट
सावत्र आईची कडू साखरेची मूठ
सावत्र आईची माया ग विषारी
बाळाच्या अंगी काटे, बाभूळ मिठी मारी"

"आम्हाला नकोत या ओव्या," म्हणून मी झोपाळ्यावरून उतरून जात असे. मावशीचा मला रागच येई. आईचाही! सारखे चालायचे... "सौतीबाईबरोबर विहिरीवर जाऊ नको, तिनं दिलेलं खाऊ नको." "तिच्याजवळ झोपू नको." आई तर मला 'कुऱ्हाडीचा दांडा' म्हणायची. मला हा सासुरवास नको वाटे. म्हणून मी त्यांच्यापासून दूर राही.

थोरली आई म्हणे, "तू शेतावर येणार ना? आईला विचारून ये..." "खायला हवं तर आईकडे माग, ती देईल."

या घुसमटीत माझे मन मात्र दमून जाई.

तवंदी गावावर तिची माया होती. कुणी पटका सावरत पायऱ्या चढून वर येताना दिसला की ती तणतणतच बाहेर यायची.

"गाढवा, बायको बाळंत झाली तर मला कळवायचं नाही? मुलगी झाली तर काय? देवानंच दिली ना?"

आणि जाताना दोन पायली जिरग्याचे तांदूळ आणि द्रोणभर लिंबाचं लोणचं त्याला सुपात वाढून द्यायची. पाळीदार राणी तराळीण अगदी म्हातारी होती अंगणात सारखी उभी असायची. आईने तिला बसायला धोंडा घालून दिला. जितक्यांदा घरात चहा होईल, तितक्यांदा राणीच्या करटीत चहा घालायचा. हे काम थोरल्या आईनेच मला लावून दिले.

'जनावर म्हणजे आले गोतच' असे ती नेहमी म्हणायची. तिच्यामुळे मला गोठा आवडला!

सडा-सारवण, रांगोळी यांसारख्या कामात तिनेच मला गोडी लावली. तिचा

माझ्यावर प्रभाव फार पडला. आईकडून जे बरे-वाईट देणे येते, ते मला माझ्या थोरल्या आईकडून मिळाले आणि या जिव्हाळ्याने माझी आई मला दुरावली. असे नको होते, पण झाले खरे. मी थोरल्या आईकडून पाखरांना अंगणात पाणी ठेवण्याचे शिकले. पण माझ्या आईची – तिच्या पहिल्या लेकीची जिव्हाळ्याची तहान मी भागवू शकले नाही. दानच उलटे पडत गेले!

थोरल्या आईचे उपास फार. गुरू, शनी हे वार आणि एकादशी, प्रदोष, शिवरात्र, संकष्टी हे उपासाचे दिवस. ती माहेरी जात होती तोपर्यंत पुण्याहून वर्षाचा साबुदाणा आणि शिंगाड्याचे पीठ आणत असे. तिचा उपास आम्हाला कधी जाणवला नाही, उलट खायलाच थोडे-थोडे रुचकर असे हातावर पडे. घरात काही नसले, तर कधी ती 'आणा' म्हणत नसे. माझ्या एकदा लक्षात आले, बाजारातून केळी वगैरे आणायला काका विसरत, आईच्या लक्षात येत नाही, काकू मौन पाळते आणि थोरली आई नुसत्या कॉफीवर उपास साजरा करते. ती चांदीच्या मोठ्या बंगलीतून कॉफी घ्यायची हे आठवते. पण मी काही करू शकत नसे. "केळी आणा," अशी मी घरात बोलायची सोय नव्हती. मग तासभर तिच्यावर सर्वांचे तोंड सुटे.

ती मला म्हणायची, "काही बोलू नको, आक्का."

मी तिच्यासाठी काहीच करू शकले नाही. पण मला संसाराला लावले तिनेच. माझी बीएची परीक्षा पुण्याला मी दिली. त्या अगोदरच थोडे दिवस थोरली आई माहेरी गेली होती. परीक्षेसाठी मी वसतिगृहात होते. पेपर संपताच मामा मला घरी घेऊन गेले. काकांना हे समजताच ते रागाने लाल होऊन मामांच्या घरी आले. आई त्यांना म्हणाली –

"दोन वर्षे मी बघते आहे. मुलीच्या लग्नाच्या प्रश्नाचा तुम्ही विचका चालवला आहे. आता मी काय करायचे ते बघते. मुलाची माणसं रंगूअण्णाच्या माहितीची आहेत. मी त्यांच्याशी बोलते आणि लग्नाचा मुहूर्त धरते. तुम्हाला वाटलं यावं तर तुम्ही या. मी इंदिरेला तोपर्यंत इथेच ठेवून घेणार आहे."

आईच्या या तोफेपुढे काका परतून गेले. लग्नात थोरली आई म्हणाली, "इंदिरा, तुझं लग्न करून दिलं. आता मुलगा तू मला द्यायला हवा... मी तोवर जगले तर..." आणि आम्हा दोघांच्या पाठीवरून हात फिरवून ती गोड हसली... अशी ही साखरेची मूठ... कडू नसलेली.

।३६।

कारल्याच्या वेलाचा मांडव

सहसा कुणाला कारल्याची भाजी आवडत नाही. म्हण आहे, 'कडू कारले तुपात तळले, साखरेत घोळले तरी कडू ते कडू.' तरी पण त्यांची भाजी कुणी-कुणी आवर्जून करतात. पण त्यातला कडूपणा कमी होण्यासाठी त्या भाजीत काय-काय घालावे लागते! भरपूर तेल, चिंच, गूळ, स्वादिष्ट काळा मसाला, नारळाचा चव, तिळकूट, दाणेकूट, कोथिंबीर हे सगळे सैन्य त्याच्या अंगावर सोडावे तेव्हा कुठे शरण येते. एकूण काय, जर आपल्याशी साग्रसंगीत सामान असेल तरच कारल्याच्या वाटेला जावे, हे मी काढलेले तात्पर्य.

भाजी असो, पण ज्याची भाजी करायची ते कारले किती देखणे! शेवटाला दोन्ही बाजूला निमुळते असे लांबट आणि दिसते न दिसते असे वळण असलेले. तजेल पांढरा किंवा हिरवा रंग. वर उभ्या रेषांनी कंगोरेदार करवती नक्षी. बियाही नक्षीदार. कारले पिकले म्हणजे त्याच्या गराचा लालबुंद रंग तर मोहून टाकणारा.

कारल्याचा वेलच मुळी सर्वांगसुंदर. आमच्या तवंदीला प्रत्येकाच्या परड्यात कारल्याचा मांडव असायचा. फांद्या हिरव्यागार, पाने हिरवी महिरपदार. बायकांना त्या पानांचे इतके आकर्षण वाटते की, त्यांनी त्यांच्या नऊ ठिपक्यांची एक सुंदर रांगोळी तयार केली. सकाळी दारापुढे शेणसडा घातल्यावर त्यावर कारल्याचा वेल काढायचा हे ठरलेलेच. फळाप्रमाणे ही पानेही कडू. माझे चुलत दीर मधुमेहावर म्हणून रोज या पानांचा पाव कप रस घ्यायचे आणि मग अर्धा तास तरी त्यांच्या चेहऱ्याकडे बघवायचे नाही! मुळापासून फळापर्यंत आणि पानापासून त्या वेलाच्या कोवळ्या तणापर्यंत या वेलात जणू कडू रसाचेच अभिसरण होत असते. पण मांडवावर पसरलेला वेल, त्याची रंगदार फुले, त्याची लोंबती

नक्षीदार फळे... हे सर्व चित्रकाराला एक गोड आव्हान देत असते.

कडू असला तरी या वेलाच्या मांडवाला सनईच्या सुराची एक गोड अशी किनार आहे. त्या वेळी मुलीच्या दारात लग्नं लागायची. लग्नात वरमाईला या कारल्याच्या वेलाखालून आणत असत. वरमाय म्हणून तिचा तो बहुमान असे. हे दृश्य किती सुंदर दिसायचे. दारापुढच्या मांडवात वऱ्हाडाची गर्दी, ताशाचा तडम्ऽऽ तडम्ऽऽ आवाज आणि या दोन्हीमधून वळणे घेत येणारा सनईचा सूर अशी वाजत-गाजत ती वरमाय वाकून कारल्याच्या मांडवात शिरायची. हिरव्या इरकलीचा टोपपदर सावरत, जोडवी-मासोळ्यांची अनवाणी पावले टाकत चालायची. गळाभर दागिन्यांची, हातभर चुड्याची वरमाय त्या हिरव्यागार मांडवाखालून बाहेर आली की, तिला धन्य-धन्य वाटायचे. विहिणीने केलेल्या कौतुकाने तिचे डोळे भरून यायचे. ती लग्नाच्या मांडवात शिरली की, कारल्याच्या मांडवाचे काम संपायचे.

त्या सनईच्या सुराबरोबरच एक सूक्ष्म कटू लय आता माझ्या मनातून फिरत येते... त्या वेलीतील कडू रसाच्या प्रवाहासारखी. संकृत नाटकात एका अंकानंतर मध्ये एक लहानसा प्रवेश असतो, पुढील घटना सूचित करण्यासाठी. हा मांडवाखालून चालण्याचा वरमाईचा छोटासा प्रवेश पुढील उद्ध्वस्ताचा सूचक तर नसेल ना? असे वाटते, लग्न म्हणजे दोन घराण्याचे मीलन. अगदी संबंध नसलेल्या अशा दोन घराण्यांचे नातेबंध या लग्नामुळे जुळतात. पण असे 'जुळणे' क्वचितच. वरपक्ष व वधूपक्ष यांच्यातील दुरावा हाच स्थायीभाव असतो. निरनिराळ्या कारणांनी पुढे ज्या कुलशीलाच्या समृद्ध, सन्मान असलेल्या घराण्यातून वधू आणली ते घराणे शेवटी कारल्याचा मांडवच होते. आणि हे एकमेकांविरुद्ध असे दोन मांडव उभे राहतात. नातेवाईक होतात. आपलेपणा कटुपणात निघून जातो.

हे नातेवाईक व्याहीपणातील, पण आणखी एक प्रकारचे नातेवाईक असतात. आपलेच, पण दूरचे. सख्खेपणातील नव्हेत. चुलत-चुलत, मावस-मावस अशा वर्गश्रेणीने सांधलेले. हे नातेवाईक संपन्न, अधिकारी, मान्यवर असले की, त्यांना मानणारा अगदी टोकाकडचा 'क्ष' फुरफुरतो. 'इथले डीआयजी आहेत ना, ते माझ्या मावस बहिणीचे मामेदीर, नातेवाईकच आमचे', 'दिल्लीला ते अमूक आहेत ना, त्यांची बायको माझी चुलत-चुलत बहीण. त्यांनी बोलावलंय आम्हाला.' नातेवाईक दुरून मोठी शोभा देतात. त्यांचा आपल्याला आधारही वाटतो. आपण अगदीच कोणी फडतूस नाही, याचे समाधान वाटते... हिरव्यागार कारल्याच्या वेलाच्या मांडणीसारखेच हे नातेवाईक.

मला एकदा हा अनुभव आला. माझे एक नातेवाईक बडोद्याला होते. बंगलेवाले संपन्न, माननीय असे होते. आमच्या रवीला बडोद्याला वास्तुशास्त्राच्या

अभ्यासक्रमासाठी जायचे होते. अगोदर प्रवेशपरीक्षा. तिच्यात उत्तीर्ण झाल्यास कॉलेजमध्ये प्रवेश असे स्वरूप होते. रवी लहान, सतरा वर्षांचा.. ज्याने पुणेही फारसे पाहिले नव्हते, त्याला इतक्या लांब पाठवणे जिवावर आले. पण मी त्या नातेवाइकांना लिहिले –

"त्याला तुमच्या बंगल्यातील एक खोली द्या. चहा, जेवण, सगळे काही तो बाहेर घेईल. फक्त आधार असावा म्हणून वर्ष-सहा महिने तुमच्या नजरेखाली राहू द्या. त्याला जमले की तो बाहेर आपली व्यवस्था करून घेईल."

त्यांनी आनंदाने कबूल केले. चंदू त्याला घेऊन बडोद्याला गेला. परीक्षेत रवी उत्तीर्ण झाला. दुसऱ्या दिवशी कॉलेज सुरू. तर आदल्या दिवशी रात्री जेवणाला बसल्यावर नातेवाईक म्हणाले,

"मी कबूल केलं होतं खरं, पण निरनिराळ्या कारणांमुळे रवीची व्यवस्था इथे होणार नाही."

त्या अननुभवी मुलाचा घास हातातच राहिला. अर्ध्या जेवणावरून ते दोघे उठले. तडक शियाबागेत माधव आचवलांच्याकडे गेले. त्यांचा परिचय होता. त्यांच्यामुळेच त्याला हे शिक्षण घ्यावे, असे वाटले होते. त्यांनीच प्रवेशासाठी मार्गदर्शन केले होते. चंदूने त्यांना सर्व सांगितले.

सर्व ऐकून घेऊन ते म्हणाले, "डोंट वरी. सगळी व्यवस्था करतो."

तसेच ते दोघांना घेऊन बाहेर गेले. एका खोलीवर त्याला जागा मिळवून दिली. नसलेल्या सामानाची व्यवस्था केली आणि मुले शांत झाली. चंदूने पुण्याला आल्यावर मला हे सांगितले आणि मी मनाने कोसळून गेले. असा हा नातेवाइकांचा हिरवागार मांडव! कडू अनुभव देणारा! माणसातील विश्वास घालवणारा!

हे दूरचे नातेवाईक असे वागले, तर नवल नाही. कारण खरे म्हणजे त्यांचा आपला संबंध केवळ जीवशास्त्रीय नात्याचा असतो. त्यात स्नेहभाव नसतो. पण कधीकधी आपली म्हणवणारी, सख्ख्या नात्यांनी बांधलेली माणसेही अशी दूरची नातेवाईकच होतात... तेव्हा तर जगावरचा का परमेश्वरावरचाही विश्वास उडून जातो. अशीच एकदा मी कडू रसाचा पेला रिकामा करत अशा मांडवातून बाहेर पडले आहे.

नोकरीनिमित्ताने आम्ही बेळगावी आलो. त्या वेळी असे ठरले होते की, या निवांत आणि स्वस्ताईच्या गावात घर वगैरे मिळून ठाकठीक झाले की सासूसासरे वा शाळा शिकणारे दीर यांनी आमच्याकडेच राहायला यायचे. त्याप्रमाणे ते आलेही. मंडळी बेळगाववर खूश होती. पण इथे घेऊन चार वर्षे होतात न होतात तोच घर उघडे पडले. दुःख आणि काळजी यांनी मला गिळून टाकले. मला रडताही येत नव्हते आणि विचारही करता येत नव्हता. फक्त सुन्न झाले होते. हे

गेल्यावर पंधराव्या दिवशी सकाळी माझे मामेसासरे माझ्याजवळ बसत म्हणाले,

''आम्ही सगळे आज संध्याकाळी निघणार. तूही आमच्याबरोबर यावंस, अशी आमची इच्छा आहे.''

ते काय बोलले ते मला बऱ्याच वेळाने समजले. मी म्हटले, ''आज तरी मला हा विचार करायचं मुळीच त्राण नाही. पण तुम्ही असं एकदम का....''

पण माझे बोलणे अर्ध्यावर सोडून ते उठत म्हणाले, ''मग आम्ही संध्याकाळी निघतो तर.''

संध्याकाळपर्यंत माझ्या डोळ्यातून फक्त पाणी गळत होते आणि मुले भेदरल्यासारखी माझ्याजवळ बसून होती.

संध्याकाळी सगळे जायला निघाले. पोहोचवायला मी दाराशी उभी होते. मुले उभी होती. सासरे पायरी उतरताना म्हणाले,

''तिथे खुंटीवर पिशवीत नथूच्या अस्थी आहेत. त्यांचं काय करायचं असलं तर करा.''

आणि निघाले. टांग्यात बसेपर्यंत मुलांच्याकडेदेखील कुणी मागे वळून पाहिले नाही, ते आतापर्यंत!

तेव्हापासून 'नातेवाईक' या शब्दाचा आणि नातेसूचक शब्दांचा मी धसकाच घेतला आहे. नातेवाईक, सासू-सून, जावा-जावा, नणंद-भावजया, भाऊबंद या सर्व शब्दांतूनच त्या कारल्याच्या वेलासारखा कडू रस वाहात असतो, असे मला वाटते. त्यासाठी काही घडावेच लागते, असे नाही. कुठे पूर्वग्रह, कुठे दुसऱ्याची शिकवण, कुठे हेवादावा, कुठे मत्सर, कुठे जबाबदारी टाळण्याची वृत्ती... अशा गोष्टींचे नकळतच त्यांना खतपाणी मिळते आणि नातेवाइकांचे कारल्याचे मांडव तयार होतात. माझ्याजवळ, दूर असे मांडव आहेत. पण मी त्यांच्या जवळपासही सहसा जात नाही. ही धनुष्यरेषाच मी आखून घेतली आहे. नातेवाइकांच्याकडे चिमूटभर मिठासाठीही हात पुढे करायचा नाही, मग पैशांचा व्यवहार तर दूरच. कारण तो फारच भीषण असतो. त्यांनी बोलावले तरी जाणे शक्य तितके टाळायचे. सगळेच वाईट नसतात हे पटते, पण आपले व्रत पाळलेले बरे, असे वाटते.

हे हिरवेगार मांडव आपण आपले दुरून बघावे आणि आनंद मानावा, हेच मला आवडते.

■

। ३७।

जोगवा आणि चांदीचे ताट

कुठेतरी दूरवर आकाशात काही उलथापालथ होते आणि त्यापासून कित्येक योजने दूर असलेले गरीब बिचारे खेडे अकाळ पावसाने झोडपून निघते. शिवारातील गव्हा-भाताच्या लोंब्या माना टाकतात. असे आपल्या आयुष्यात खूपदा होते. आजूबाजूला सर्वकाही निसर्गानुसार, स्वभावधर्मानुसार, नियमानुसार घडत असते. पण ते घडत असताना निर्माण होणाऱ्या लाटांचा आपल्या मनाला दणका बसतो. एक प्रकारचा मुका मारच तो, जिव्हारी लागणारा.

आम्ही पुण्यात माडीवाले कॉलनीत राहात होतो, तेव्हाची गोष्ट. आम्ही खाली राहात होतो आणि वरच्या जागेत ताई राहात होती. आई-काका-काकू-मुले अशी सर्व ताईकडे होती. कारणाने थोरली आई तवंदीहून येत असे. एका सकाळी कळले की, ती रात्रीच आलेली आहे. ती आली तेव्हा आम्ही चार महिन्यांच्या पुष्पाला घेऊन डॉक्टरकडे गेलो होतो. यायला उशीर झाला. तोवर सगळी निजानीज झाली होती.

सकाळी चहा झाला तशी तडक मी वर जायला निघाले. पुष्पाला डांग्या खोकला झाला होता. उबळ आली की, तो एवढासा जीव कासावीस व्हायचा. भीती वाटायची. महिना झाला. डॉक्टरी उपचारांचा गुण नव्हता आणि आम्ही आता काढे, मुळ्या इत्यादी करून पाहावे, या घाईला आलो होतो. अशा उपचारात थोरली आई निष्णात होती. तिलाच वैद्य करायचे ठरवावे वाटले. मी वर गेले तो ती स्नानाला गेली होती. आई-काकू जरा आवरूनच बोलत होत्या. मी लक्ष दिले नाही. वाटले, काही बिनसले असेल. "उबळ आली की मला बोलव. मग बघून सांगते." असे आई न्हाणीतूनच ओरडली. मी निघाले तशी

काकू म्हणाल्या,

"इंदूताई, थोरल्यांनी तांदूळ आणलेत. रोज घेऊन जा लागतील तसे."

मी ते वाक्य ऐकतच उंबरा ओलांडला. मन एकदम गोठल्यासारखे झाले. "रोज येऊन घेऊन जा." पायऱ्या उतरताना एकच चित्र डोळ्यांसमोर उभे राहिले. रोज सकाळ-संध्याकाळ मी पायऱ्या चढते आहे, हातात वाटी आणि रोवळी. या कल्पनेनेच मी निळीकाळी झाले. म्हणजे तांदूळ माझ्यासाठी नव्हते आणि ते मागून आणले तर मिळणार होते. रोज मागायला जायला हवे होते!

खाली स्वयंपाकघरात स्वयंपाक करायला बाई आल्या होत्या. त्यांना काय करायचे ते सांगून मी मुलीकडे वळते तो त्या म्हणाल्या, "आले का तांदूळ खाली? त्यातलेच घेतले असते."

मी एक आवंढा गिळून त्यांच्याकडे बघितले. त्यांनी मग सांगितले होते – आम्ही दवाखान्यात गेल्यावर चंदूला झोपवून त्या आमची वाट बघत होत्या. तोवर टांग्यातून सामान घेऊन हमाल आला. बाईंनी त्याला एक मोठी पिशवी खालीच ठेवा म्हटल्यावर 'आधी सगळे सामान वर जाऊ दे' म्हणून काकांनी त्या हमालाला उंबऱ्यातून परतवला होता. आता सकाळी पाठवले असतील म्हणून त्या चौकशी करत होत्या. तेवढ्यात पुष्पाला ढास आली आणि बोलणे थांबले.

कधी नव्हे ते दुपारच्या सुटीत हे घरी आले. आल्या-आल्या म्हणाले, "सकाळी तुझा चेहरा बरा दिसला नाही म्हणून चौकशीला आलो."

"जागरणानं हो!" असे म्हणत मी चहाच्या तयारीला लागले. मला हा माझा अपमान त्यांना सांगायचा नव्हता. माझ्यापुरताच ठेवायचा होता. मीच तो सोसणार होते. रोज दोन्ही वेळा जोगवा मागून आणून रांधायचे, हा विषारी विचार मला कुणालाच सांगता येण्यासारखा नव्हता.

दुसरा अनुभव तर दोघांच्याही जिव्हारी लागलेला. आम्हाला बेळगावी येऊन सहा-सात महिने झाले होते. रवीच्या वेळेला इथल्या रुग्ण-सेवा मंडळात माझे नाव दाखल केले. त्याच्या चालिका मला लहानपणापासूनच ओळखत होत्या आणि सावित्री कामत ही माझी शाळेतील मैत्रीण तिथे मानद डॉक्टर म्हणून भेट देत होती. येणाऱ्या बाळासाठी म्हणून पुण्याहूनच पैसे बाजूला काढून ठेवले होते. पण इथे आल्यावर धाकटे दीर आजारी झाले. पाच-सहा महिने त्यांचे दुखणे रेंगाळले आणि गंगाजळी आटून गेली. एक जादा पगार मागायचा आणि ताईकडून उसने घ्यायचे, असे ठरवले. प्रिन्सिपलसाहेबांनी आश्वासन दिले आणि आईबरोबर ताईने पैसे पाठवण्याचे ठरवले. आम्ही निश्चिंत होतो आणि बाळही चांगले उंचनिंच मांडीभरून होते त्यामुळे आनंदात होतो. रोज सासूबाईबरोबर चंदू, पुष्पा यायचे. बाळाला कधी घरी आणणार याची चंदूला घाई फार.

उद्या हॉस्पिटलमधून निघायचे, तर आदले दिवशी संध्याकाळी नेहमीप्रमाणे हे भेटायला आले. चेहरा उतरलेला दिसला. हळूहळू सगळे समजले. सकाळी कॉलेजचा पगार झाला होता. पण जादा पगार दिला नव्हता. त्यासाठी सेक्रेटरींनी बारा वाजता भेटायला बोलवले होते. त्याप्रमाणे हे गेले, तर 'तीन वाजता या' असा निरोप बाहेरच मिळाला होता. तीन वाजता गेले, तर बाहेर गेले होते. संध्याकाळी येतील, असे समजले. आता दहा मिनिटे बसून हे निघून गेले. पुन्हा चुकामूक होऊन चालणार नव्हती. आईही आली नव्हती.

जवळ तर थोडेच पैसे, आईही उद्या दुपारनंतर येणार. मला तर उद्या सकाळी आठच्या आत इथून निघायचे... या विचारांनी मन काळजीत पडले. कसे होणार, काय होणार... किती विचार केला तरी उमजेना. उद्या इथून बिल चुकते केल्याशिवाय निघता येत नव्हते आणि सेक्रेटरी जर भेटलेच नाहीत, तर या नव्या आणि फारशा ओळखी नसलेल्या गावात हे काय प्रयत्न करणार होते? शेवटी विचाराने थकून झोप लागली.

सकाळी जाग आली तो रुग्णालयाचे दैनंदिन व्यवहार सुरू झाले होते. पण माझ्याकडे कोणी फिरकणार नव्हते कारण आता मी 'तिथली' नव्हते. मीच सगळे कपडे, वस्तू आवरून ट्रंकेत दडपल्या. बाळाचे, माझे कपडे बदलले आणि शेजारणीचा निरोप घेतला. खोली साफ करायला बाई आली तशी ट्रंक बाहेर भिंतीशी ओढून घेतली आणि बाळाला घेऊन ट्रंकेवर बसले. कारण खोली आता दुसऱ्या कुणाची होणार होती. येताजाता कुणी कुतूहलाने बघत – बाळ हातात झोपले होते आणि मी खाली घातलेली मान काही वर करत नव्हते. तसेच कुणी विचारले तर मी म्हणे,

"धमणी ठळकवाडीला येत नाही, त्यानं हा उशीर."

साडेनऊ वाजून गेले आणि मी रडकुंडीला आले. निरोप तरी काही! रागही मनात धरू लागला. हे इथे असे चव्हाट्यावर तिष्ठत राहाणे भयंकर वाटू लागले. मनावरचे अपमानाचे ओझे उचलेनासे झाले.

समोरच्या मोठ्या घडाळ्यात साडेदहाचा एक ठोका पडला आणि हे समोर येऊन उभे राहिले – "चला निघू या"– ऑफिसचे बिल चुकते करूनच आले होते. मी चटकन उठले. सेविकांची खुशी चुकती करून आम्ही खाली आलो. दारातल्या धमणीत चढले आणि चहा, खाणे घेऊन हॉटेलचा पोऱ्या आला. "तुम्हाला किती उशीर?" असे म्हणताच "चहा घे मग सांगतो –" म्हणून त्यांनी बाळाला आपल्या मांडीवर घेतले. मनाचा इतका क्षोभ झाला होता की कसाबसा चहा संपवला आणि खायचे गाडीवानाच्या स्वाधीन केले. काही चांगला चमत्कार घडलेला नव्हता, हे मी त्यांच्या चेहऱ्यावरूनच समजले!

जोगवा आणि चांदीचे ताट । १५७

रात्री आठ वाजून गेले तरी सेक्रेटरी भेटले नव्हते. आत जावे म्हणून दाराशी येतात तो एक गृहस्थ भेटले. बँकेच्या निमित्ताने इथे आल्या-आल्याच त्यांचा परिचय झाला होता. आणि ते नेहमीच त्यांच्याशी विशेष आपुलकीने बोलत असत. त्यांनी चौकशी केल्यावर "भेट झाली नाही" असे सांगतच ते म्हणाले,

"काम कुणाचं? अडचण कुणाची? तुमची ना? मग दोनवेळा भेटले नाहीत तेव्हा 'कामाचं वाजलं' असं समजायचं. उगीच ताटकळलात. आता असं करा, उद्या पावणे-नऊला बँकेकडे या. एखादी वस्तू घेऊन या. मी मग बघतो. बिनघोर जा आता.''

नेण्यासाठी ह्यांनी चांदीचे ताट काढले. दिवाळसणात ह्यांना आईने दिलेले. त्या गृहस्थांनी पुन्हा सल्ला दिला, "त्यावर मिळतील तितके पूर्ण घ्या.''

"नऊला बँक सुरू. सर्व आटपायला ही वेळ आली,'' असे सांगून हकिकत संपवताना त्यांच्या कपाळावर दरदरून घाम फुटला. माझ्या मनात कोणकोणत्या भावनांचे आणि विचारांचे रसायन तयार होत होते, ते माझे मलाच कळत नव्हते. रडूही येत नव्हते. डोळे अगदी ठार कोरडे होते!

काही दिवसांपूर्वी कोणत्या तरी निमित्ताने, मी कित्येक वर्षांनी त्या रुग्णालयात गेले. माझी खोली तशीच होती. पण बाहेरची ट्रंक ठेवलेली जागा मी पाहिली आणि त्या आठवणींच्या ओरखड्याच्या व्रणावर बारीक-बारीक रक्तबिंदू उभे राहिले.

■

।३८।

तिन्हीसांजा झाल्या

कऱ्हाडचे घर तसे काही पश्चिमाभिमुख नाही. पण सूर्याने उत्तरायणात प्रवेश केला की, संध्याकाळी सूर्यास्त नेमका पुढच्या दाराशी येतो. दारापुढे नाजूक कठड्याचा लहानसा व्हरंडा आहे. खाली उतरण्यासाठी दोन-तीन पायऱ्या आहेत. पायरीवर एक पाय सोडून भिंतीला टेकून आराम बसावे आणि ती सोन्याची द्वारका बघत राहावी. समोर विस्तीर्ण असा माळ, पलीकडे रहदारीचा मोठा रस्ता आणि त्या रस्त्याला येऊन तटलेले शिवाजीनगरचे वृक्षांनी वेढलेले बंगले आणि त्या पलीकडे झाडांच्या गर्द दाटीमागे उतरलेले कोमल असे सूर्यबिंब. याच वेळी मी त्या भिंतीशी बसून असते. त्या लालसर किरणांचे पिसारे फांद्यापालवीतून माझ्यापर्यंत येतात. त्या रंगधारात गळाभर बुडून जायला होते. मग त्या प्रकाशधारात गुंतले असतानाच सूर्यबिंब एकदम अंतर्धान पावते, त्या वेळी एकदम रंग उसळून आलेसे वाटतात आणि क्षणभरात सौम्य अशी लाल, पिवळ्या, केशरी, जांभळ्या रंगाची मैफल झाडामागून झंकारत राहाते. सर्व आकाशभर कुठे-कुठे त्या रंगाचा नाजूक मुलामा चढतो. त्यातून पाखरांचे थवे, सप्तके, जोड्या एकाच दिशेकडे झेपावताना दिसतात. त्यांच्या लांब पुढे काढलेल्या माना आणि पंखांचे आघात त्यांची विसाव्याकडे जाण्याची ओढ दाखवतात. खाली मोठ्या रस्त्यावरून जर्सी गाई-म्हशींचे कळप लगबगीने घरी जाताना दिसतात आणि त्यांच्यामधून वाट काढत मुले-माणसेही जात असतात. हा गोरज-मुहूर्त. हळदीकुंकवाच्या भरतीचा, मनाला तृप्ती देणारा. या मुहूर्ताच्या सरत्या टोकाला जांभूळल्या आभाळापाशी संध्यातारा उमटतो. कधी नखुलीशी चंद्रकोरही. हीच संध्याकाळ. विश्वकमळाच्या पाकळ्या मिटवणारी, जिव्हाळ्याचा आनंद सर्वांवर शिंपडणारी.

या आनंदात मग्न असतानाच कुठून तरी अंधाराची पावले पिसासारखी येऊ लागतात. क्षितिजावरील रंगभांडार आणि अंधार यांचा संथलयीत झिम्मा सुरू होतो. एक अनामिक हुरहुर दिशा-दिशांतून झिरमिरू लागते. घरात, रस्त्यावर आधाराला दिवे लागतात. घरातील माणसे नकळतच एकत्र येतात. लहान मुले आईशेजारी येतात. रांगते, चालते मूल तिच्या मांडीवर येते. मांडीवरचे तान्हे किरकिरू लागते. खांद्यावर घालून पाठीवरून हात फिरवला की शांत होते. ही कातरवेळ; जी आपल्याला स्वत:च्या कोशात आत्ममग्न करू पाहाते. माझेही मन या कातरवेळेने भरून जाते. त्या अंधारात विरणाऱ्या रंगाकडे, काळ्याशार झाडीकडे आणि लुकलुकत्या दूरच्या दीपमालिकेकडे बघत असताना माझ्याही मनात निराळेच काही उभे राहू लागते.

आजवर आपण जे कडू-गोड जगलो ते सर्व आजवरच्या वाटचालीत आपल्याबरोबर येते. पण जे वाटले ते अनुभवले नाही, जे हवेसे होते ते मिळाले नाही, असेही खूपसे असते. आपल्या वाटचालीत मागे राहिलेल्या वृक्षांखाली फुलांचा खच साचून राहावा, तसे हे सर्व तिथे-तिथेच थबकून राहिलेले असते. आता या कातरवेळी त्यातलेच काही मनावर आले आहे. लग्नापूर्वी अशाच कातरवेळी कॉलेजमागच्या टेकडीवर, पुणे शहराचे दीपदर्शन घेत बेत केले होते. वर्षातून एकदा दोघांनी मिळून प्रवास करायचे. जमाखर्च फार रसिक होता! तो या बेतात मुळीच डोकावून पाहायचा नाही.

आम्ही काश्मीर पाहाणार होतो. त्या भव्य, गंभीर आणि तितक्याच हसऱ्या निसर्गाची आम्हाला ओढ होतीच. पण शंकराचार्यांची टेकडी आम्हाला एका निराळ्याच कारणाने ओढ लावत होती. तो उत्तुंग हिमायल, तितकेच उत्तुंग असे आचार्यांचे व्यक्तिमत्त्व आणि त्या हिमराशींचा आणि तेजाचा संगम जसा तसेच त्यांचे विचार आणि ते व्यक्त करणारी बुद्धिमत्ता! या सर्वांची एक खूण त्या टेकडीवर होती. वातावरण कधी नष्ट होत नाही म्हणतात. त्या काळचे ते त्यांच्या व्यक्तिमत्त्वातून निर्माण झालेले, त्यांच्या वाणीतून विखुरलेले तेजाचे कण अजून तिथल्या हिमशिखरात, नीलकांती आकाशात, विखुरलेल्या रानफुलात आणि टेकडीच्या धूलिकणांत कुठे ना कुठे असतीलच. त्या तेजाला मनोभावे वंदन करण्यासाठी आम्ही जाणार होतो!

आणखी एक माझा हट्ट होता. कन्याकुमारीला जायचे. तीन महासागरांच्या तिथल्या मीलनबिंदूत आम्हाला गळाभर बुडायचे होते. अनोखा सूर्योदय-सूर्यास्त तर बघायचाच होता. कन्याकुमारीची मूर्ती डोळाभर साठवायची होती. पण मला एक वेगळेच वेड होते. मंदिरातील त्या षोडशवर्षीय सौभाग्यकांक्षिणीच्या हातातील ती वरमाला मला पाहायची होती. अगदी जवळ जाऊन हात लावून पाहायची होती.

ती किशोरी हातात वरमाला घेऊन आपल्या दुरून येणाऱ्या प्रियतमाची वाट बघत उभी आहे. तो आला की, त्यांचा मंगल विवाह साजरा होणार आहे. तो येणारच आहे. तिचे त्याच्यावरील गाढ प्रेम, त्याच्या भेटीची उत्कटता, प्रतीक्षेतील ती अधीरता आणि ते काहूर, नववधूची ती मधुर स्वप्ने, तिच्या हृदयाची अधीर स्पंदने, हातातील थरथर, डोळ्यांतील कातरता या सर्वांच्या उधाणाने भारावलेली ती किशोरी. ती हातात वरमाला घेते आणि तिचे हे सर्वांगातून उमलून आलेले चांदणे ती त्या मा

लेच्या स्वाधीन करते. कारण ती वरमालाच प्रथम त्याच्या गळ्यात रुळणार असते ना? असे समर्पण करून ती नुसती बाहुली होते. वरमाला हातात घेताच प्रत्येक वधूचे असेच होते! तो एक अत्यंत अमोल असा क्षण असतो. मलाही माझा तो क्षण त्या मालेत जडवून अमर करायचा होता. म्हणून मला कन्याकुमारीला जायचे होते.

हे काहीच घडून आले नाही. कारणांना कसला आलाय तोटा?

असेच आणखीन एक गोड सुख माझ्या हातातून निसटून गेले आहे. हवेहवेसे वाटलेले, पण न घेता आलेले. लहान मुलांच्या सहजीवनातील लुटलेला आनंद. जसे पतिपत्नींचे सहजीवन असते तसेच मुलाचे आणि मातेचे असते. त्याहून कितीतरी पटींनी नाजूक. जणू बिसतंतूंच्या धाग्या-धाग्यांनी गुंफलेले. एक अतिकोमल अजाण असे वाढत जाणारे तान्हे आणि त्याच्याबरोबरच वाढत जाणारी त्याची आई यांच्यातील एक निरपेक्ष असा निर्भर स्नेहभाव. दोघेही गोड असे जोडीदार. बाळाबरोबरच त्याची सवंगडीण वाढत असते. खेळात, गप्पांत आणि सहवासातही. 'एक पाय नाचिव रे गोविंदा'पासून सुरू झालेले खेळ पुढे 'अडम् तडम् तडतडबाजा,' लपंडाव, गजगे, काचाकवड्या, पत्ते इथपर्यंत पोहोचतात. गप्पा तर दिवसभर बोबड्या बोलापासून सुरू होतात... त्या गमतीदार गप्पांपर्यंत. संध्याकाळी हा गप्पांचा अड्डाच बसतो... पण सकाळी चहाच्या वेळी, जेवण घेताना, झोपते वेळी काही कमी गप्पा होत नसतात. मित्रांच्या गमती, मास्तरांच्या नकला, फजितीच्या गोष्टी, खेळांची वर्णने, कुणाबद्दल तक्रारी, कुणाचे राग, कुस्त्या, भांडणे सर्व भांडार इथे श्रावणातील शिरव्यासारखे सरसरत असते. अगदी प्रत्येकाच्या नकला आणि अभिनयासकट. त्यात चिंब भिजून जायचे. अशा या गोड सहजीवनाला मी दुरावले होते. मोठ्या सुट्या लागल्या की हा वचपा भरून निघायचा. पण सुट्ट्या किती थोड्या!

नोकरीच्या नियमांनी मी बांधली गेले आणि त्यामुळे माझ्या नियमांनी मुले बांधली गेली. अनुभवामधून मुक्त आनंदाचा स्वाद घेणे मग उरले नाही. साध्याच गोष्टी – सकाळी उठताना अंथरुणात धुडगूस घालणे, जेवताना एकमेकांची कळ

काढून हसू-रुसू साजरे करणे, स्नान करताना चिमुकला तांब्या घेऊन मनसोक्त भिजत राहाणे हे आता उरले नाही. 'लवकर आटपा' हा माझा परवलीचा शब्द झाला. रविवारदेखील असातसाच जाई; निवडणा-दळणापासून साठलेली कामे रविवारची वाट बघत. वाईट एवढेच की कामे उद्यावर ढकलता येत नसत, पण मुलांना दूर करता येत असे. मुले जरा मोठी होईपर्यंत, त्यांचे त्यांना कळू लागेपर्यंत माझी नोकरीही नेमकी सकाळी सात वाजता 'काम सुरू' अशी असायची. रात्री मुले जेवून झोपली की, मग केरवाऱ्यापासून अर्ध्या स्वयंपाकापर्यंत तयारी करून ठेवावी लागे. सर्व उरकून अंथरुणावर पडल्यावर, गाढ झोपलेल्या निरागस मुलांवरून हात फिरवताना भडभडून येई. केवढ्या निर्भर स्नेहभावनांचा आनंद माझ्या हातून निसटून जात होता! मुलांची आजारपणातील आई आणि एरवी एक काळजीवाहू यंत्र, या कल्पनेनेच माझ्या अंगावर शहारे आले! आयुष्यात एकेकदाच लाभणाऱ्या या गोष्टी!

कातरवेळेच्या काहुराने व्याकूळ झालेले माझे मन अधिकच कातर झाले. समोरच्या रस्त्यावरून एक बाई डोक्यावरून पाटीतला बाजार सांभाळत घरच्या ओढीने जवळजवळ पळतच होती. त्या झिरमिरत्या आकाशात कुठेतरी पुटसशी लाल धूळ दिसत होती. एक पाखरू सारखे इकडे-तिकडे झेपावत होते. त्याला चकवा तर लागला नव्हता ना?

माझी आवडती कॅसेट लावून सुधा मला आत बोलवत होती. हॉलमधल्या स्फटिकाच्या घरट्यातला मंद दिवा केशरी चंद्रबिंबासारखा प्रकाशत होता. मालिनीबाई गात होत्या... 'माँगन माँगन आयो.' त्या गोड सुरांनी हॉल भरून राहिला. तिन्हीसांजेच्या हुरहुरीत एक अप्रतिम स्वर मिसळला. तो सूर्यास्त, ती संध्याकाळ, ती कातरवेळ यांच्या तीन सहस्र पाकळ्यांनी उमललेली अशी तिन्हीसांज, त्या सुरात न्हाऊन माझ्या मनाच्या अवकाशात भरून राहिली. अजून शब्दरूपात न आलेल्या कवितेसारखी.

■

।३९।
एक न दिलेली मुलाखत

काही वर्षांपूर्वी 'सकाळ'कारांकडून मला एक पत्र आले – त्यांच्या मुलाखतीच्या मालेतील एक मुलाखत लिहून पाठवण्यासाठी. कल्पना गमतीदार होती. आपली मुलाखत आपणच घेऊन पाठवायची.

विचार करू लागले तेव्हा प्रश्न आला – प्रश्न कुणी विचारायचे आणि कुणाला विचारायचे? प्रत्येक जण त्रिमूर्ती अवतार असतो. एक प्रत्यक्ष जीवन जगणारी मूर्ती, दुसरी ते जीवन जगत असताना कुटुंबाचे, समाजाचे भान ठेवून वागणारी मूर्ती आणि तिसरी म्हणजे या दोघींच्या जीवनपद्धतीला साक्षीदार असलेली, पण त्यांच्यातून अलिप्त असलेली अशी मूर्ती. हा विचार मनात आला आणि माझ्या मनात हा तीन पात्री प्रयोग चांगलाच रंगला.

त्या अलिप्त मूर्तीला मी प्रश्न विचारण्याचे काम दिले. सोपे झाले. आता उत्तरे कुणी द्यायची? तीच ते ठरवेल, आपले काम नुसते ऐकायचे आणि पाहायचे.

फोनवरून तिने इंदिराबाईंची वेळ मागून घेतली. वेळेवर गेटाशी येते तो ती मधली मूर्ती झोपाळ्यावर तिची वाटच बघत होती. तीही झोपाळ्यावरच बसली. बाईंना म्हणाली,

"मला आज इंदूशी बोलायचे आहे."

"ती काय बोलणार! मीच नेहमी उत्तरे देते. विचारा मला."

माझी जरा निराशाच झाली. कारण यांची मुलाखत मी खूपदा वाचली होती. अशी संभाळून, सावरून, शोभून दिसतील अशी उत्तरे मला नको होती. मी म्हटले,

“तुम्ही बोला. पण आजवर जे सांगितले नाही ते तुम्ही या वेळी सांगा. कबूल?” असे म्हणून मी त्यांच्याकडे बघितले. त्यांनी मला मुळीच ओळखले नव्हते. बरे झाले.

“बघू या,” म्हणत त्यांनी हळूच एक झोका घेतला.

“प्रश्न असा आहे; तुम्हाला काव्याची गोडी लहानपणी घरच्या वातावरणात लागली आहे. तर त्याबद्दल थोडं सांगा.”

“सकाळी-संध्याकाळी स्तोत्रं, श्लोक म्हणायची पद्धत होती. तिच्यामुळे काव्याचं रूप छंदात्मक असतं ही जाणीव, तसंच जात्यावरल्या ओव्या ऐकून साध्या शब्दांची जाणीव... घरी खूप पुस्तकं...”

मी हे विरस होऊन लिहून घेत असताना दुसराच आवाज ऐकला. वर पाहिले तो बाईंच्या मागे इंदू उभी होती. केस चापून विंचरलेले, कपाळावर पिंजर लावलेला टिळा, हातात गोठ-पाटल्या, महेश्वरी नऊवार साडी आणि ढगळसा पोलका हे तिचे रूप.

“ही काही सांगणार नाही. मी सांगते. घ्या लिहून. ही जे सकाळ-संध्याकाळचं म्हणणं सांगते आहे ना, ते जू होतं माझ्या मानेवर. म्हटल्याशिवाय सकाळी खाणं आणि रात्रीच जेवण मिळायचं नाही. आणि ते विष्णूसहस्रनाम. ‘भूत कृत् भूत कृत भावो, भूतात्मा भूत भावन:’ म्हणायलाच यायचं नाही. चुकलं की ऐकणाऱ्याच्या तोंडातून चीत्कार आणि माझ्या गालावर चमत्कार. अशा मन:स्थितीत कसली हो काव्याची जाणीव... पुस्तकं तर कधी कुणी विकत घेतलीच नाहीत, मला वाचायला म्हणून जी होती ती कुलपात. चार-चार दिवस हट्ट धरावा, रडावं तेव्हा पुस्तक-‘मनोरंजन’ मासिक मिळायचं. शाळेत गेल्यावर कुणा-कुणाकडून आणून मी पुस्तकं वाचायची... कसलं आलं आहे पोषक वातावरण! आणि माहीत आहे का? एकदा मी एक कविता लिहिली, तर काकांनी आठ दिवस थैमान मांडले...नको, नको हे लिहिणं होऊन गेलं. असलं मारक वातावरण... आणि ओव्यांची आवड का लागली सांगू का? जातं असायचं गोठ्यात. घरात इकडे-तिकडे करत बोलणी नि मार खाण्यापेक्षा गोठा बरा असं वाटायचं तिथे या ओव्या.”

ती तोंडावर डाव्या हाताचा तळवा ठेवून हसू दाबू लागली आणि तिचा आवाज एकदम थांबला. मी चटकन वर पाहिले, तर ती नव्हती, बाई माझ्याकडे बघत प्रसन्न चेहऱ्याने सांगत होत्या –

“असे समीक्षकही चांगले मिळाले. खूप कौतुक झालं कवितेचं.”

म्हणजे ती बोलत होती, तेव्हा या वेगळेच काही सांगत होत्या तर... मी कोरडेच “हो ना” केले आणि पुढचा प्रश्न विचारला,

“तुम्ही प्रेमविवाह केलात – विरोध होऊनही जिंकलात... तर त्या वेळी

तुमची प्रेमाबद्दल काय कल्पना... थोडंच सांगा, पण सांगा.''

त्यांनी एक आवंढा गिळला. म्हणाल्या, ''कॉलेजात संतांची ओळख झाली. वाढली. आवडीनिवडी जमल्या आणि प्रेम बसलं....''

मी उत्सुकतेने ऐकू लागले, तर बाईंच्या मागे इंदू उभी. पट्टीकाठाचे निळे पातळ, कानांत खड्याच्या कुड्या, केसांच्या मोठ्या चक्करात कडुनिंबाचे बारीक घोस. हसत-हसत सांगत होती....

''ही तुम्हाला एवढंच सांगाणार! प्रेम कसलं केलं? टेकडीवरून फिरलो. अभ्यासाच्या, शिक्षकांच्या गप्पा केल्या – मग जरा खासगी, घरातले बोलू लागलो, मग थट्टामस्करी, कवितावाचन असं सुरू झालं. त्यांच्या दोन भावांना बरोबर घेऊन 'एस्किमो' हा सुंदर सिनेमा पाहिला. असं करताना हातात हात घेण्याचं धाडस आलं आणि आम्ही म्हटलं, 'आम्ही गाढ प्रेमात पडलो आणि तेवढ्याच आधारावर लग्नात कोसळलो. ते बिचारं भाबडं प्रेम नशीबवान म्हणून आम्ही त्यातून निभावून गेलो, हे खरं. आणि विरोध गरिबीला झाला. संत चांगले गब्बर असते, तर कोणी काही म्हटलं नसतं. मला त्रास सोसावा लागला नसता. किती त्रास, कष्ट, बोलणी, अपमान! काटा येतो! मी सगळं सोसलं. पळूनच गेले असते पालकांच्या भीतीनं. हिनं जाऊ दिलं नाही. वाईट दिसलं असतं ना? पण हिच्या हट्टानं संतांची माझ्या काळजीनं प्रकृती ढासळली. परीक्षा हुकली आणि मनोरथ चक्काचूर झाले. ही आपली पालकांना सांभाळून घेते आहे... मला नाही आवडत.''

तिने तळव्याने डोळ्यांच्या कोरा पुसल्या.

''सगळ्या अडचणींतून निभावलो आणि सुखी झालो... पुरे हे एवढं. दुसरा प्रश्न विचारा आता.''

माझी मान खाली असतानाच ती निघून गेली असावी आणि बाईंनी थोडे काही सांगून पुरे केले असावे. मला तेच हवे होते.

''आता हा शेवटचा प्रश्न हं!'' म्हणून मी विचारले, ''तुम्ही नोकरी केलीत. मिळवत्या होतात तर नोकरी करणाऱ्या स्त्रीविषयी आणि त्या अनुषंगाने स्त्रीमुक्तीविषयी तुमचे विचार सांगा.''

मी लिहिण्यासाठी नवे पान उलटले तो इंदूचा आवाज आला. ती बाईंच्या मागे होती. प्रिंटेड पातळ, हातात फक्त सोन्याचे काकण, कानांत, गळ्यात काही नाही – जरा ओढलेली.

''याबाबतीत मी तुम्हाला माझ्या अनुभवावरून खरे ते सांगते. मी नोकरी केली, संसार चालवला, मला मिळवतीची फरफट पूर्णपणे माहीत आहे. जिच्या संसारात रास्त गरजा भागवण्यासाठी पैशाची जरुरी असेल तिनंच नोकरी करावी.

पतीची मिळकत सुखाची असल्यास नोकरीच्या फंदात पडू नये. तरच संसार सुखाचा होतो. कारण असं, घर, मुलं यांची देखभाल हे पूर्ण वेळाचं काम आहे. शिवाय या कामात शरीरकष्टाइतकीच मनाचीही गुंतवणूक असते. ते ताण असतात. हे दोन्ही सोसून तिनं नोकरी करणं, हा त्या स्त्रीवर अन्याय होतो. 'मी घर चालवते' ही भावना ओशाळगतीची न वाटता अभिमानाची वाटायला हवी. घरात नोकर नेमून बाहेर नोकरी करणं परिणामी सुखाचं ठरत नाही. त्यातून सर्वांचंच असमाधान निर्माण होतं.''

''स्त्रीमुक्ती या कल्पनेवर माझा विश्वास नाही. मुक्ती ही कायद्याची, लेखनाची, व्याख्यानांची, चळवळीची बांधील नसते. ती ज्याची असते ती पूर्ण व्यक्तिगत आहे,'' असे म्हणत इंदूने कपाळावरील घाम पुसला.

बाई विचाराच्या तंद्रीतून जाग्या होत म्हणाल्या,

''अजून मी यावर फारसा विचार केलेला नाही. पण करणार आहे.''

मुलाखत संपली.

ही मुलाखत इंदूची म्हणून प्रसिद्ध होणार नव्हती. ही बाईंची असणार होती. हातात धरलेल्या पत्त्याच्या पंख्याची सटकन घडी होते तशा आम्ही एकदम एकरूप झालो. मी तर अलिप्तच. बाईंनी मुलाखतीवरून नजर फिरवली आणि तिचे सावकाशपणे तुकडे करून टोपलीत टाकले. लगेच कागदावर त्यांनी 'सकाळ'कारांना लिहिले :

''तुमची मुलाखतीची कल्पना छान आहे. पण मी लिहू शकत नाही, क्षमस्व!''

।४०।

माझे संमेलनाध्यक्षपद

एके दिवशी मी कॉलेजला निघाले असतानाच पोस्टमनने एक पत्र दिले. घाईघाईने पायऱ्या उतरत मी ते फोडले. थोडेसे वाचले आणि परत घरात खुर्चीवर येऊन बसलेच. पुष्पा धावतच आतून आली.

"का आलीस? काय झाले, आक्का?"

पत्र मुंबईहून आले होते. वा. ल. कुलकर्णी यांचे होते. त्या वर्षीच्या मुंबई साहित्य संमेलनासाठी अध्यक्ष म्हणून माझी निवड करण्यात आली होती, हे कळवण्यासाठी.

इथे माझे कसे सुखात चालले होते. तवंदीचा वाडा जळून गेल्यापासून काकू आणि मुले इथेच होती. तेव्हा मुलांची काळजी नव्हती. नोकरीही ठीक चालली होती. त्या वेळच्या सरकारने प्राथमिक शाळेत गांधीजींची जीवनशिक्षण पद्धती चालू केली होती. मला त्या पद्धतीतील गाभा अतिशय पटला होता. म्हणून रस घेऊन ते काम करण्यात मी गुंतले होते. या सगळ्यात मी अगदी सुखात होते. आणि ही अस्वस्थ करणारी बातमी.

घरी पाहुणे येणार म्हणताना गृहिणी अगोदर रवा, पोहे, डाळीचे पीठ, साखर इत्यादींची तपासणी करते. तशी मी हे सर्व कशासाठी, हाच मनात विचार करू लागले. असे काय होते माझ्याजवळ म्हणून हे पद माझ्याकडे येते आहे? मी बीएच्या वेळी जो मराठीचा आणि साहित्याचा अभ्यास केला तेवढाच. माझा साहित्याचा व साहित्यशास्त्राचा अभ्यास एमएच्या वर्गांत नाव घालायचे राहून गेले तेव्हाच संपला होता. त्यानंतर संसाराच्या सुखकारक तपशिलात मी रमून गेले होते आणि आता तर संसार, नोकरी यांत पूर्ण गुंतले होते. नाही म्हणायला

'शेले' एकच कवितेचे पुस्तक, तेही लहानसे असे, बाहेर आले होते. वा. रा. ढवळे यांनी अत्यंत आपुलकीने ते काम केले होते. आणि अशा परिस्थितीत मी अध्यक्ष म्हणून कशी काय निवडले गेले? – माझे मलाच कळेना.

मी कॉलेजमधूनच वा. लं.ना पत्र लिहिले,

"मला हे शक्य नाही. माझी तेवढी कुवत नाही."

पण वा.लं.नी ते मानले नाही. "तुम्हाला सगळं शक्य आहे. फक्त भाषण तयार करा. जे काय लिहाल ते 'युनिक' असेच असेल," असे त्यांचे उलट पत्र. मी चक्रावलेच. ते पत्र घेऊनच मी डॉ. ग्रामोपाध्यांच्याकडे गेले. ते म्हणाले,

"इंदिराबाई, तुम्हाला कसली काळजी एवढी? हा सर्व विचार त्यांनी करायचा. केला असणारच. तुम्ही भाषण लिहा. मग बघू म्हणे."

ताई-आप्पांनी लिहिले,

"जरूर निमंत्रण स्वीकार, संधी सोडू नको."

आणि वर लिहिले,

"जाताना मुलांना घेऊन जा. त्यांना सोहळा बघू दे."

मग मी भाषण लिहायला पदर खोचला. माझ्याजवळ फक्त माझ्या कविता होत्या. त्याच्या अनुषंगाने काही विचार होता. अध्यक्षपदांवरून झालेली जी भाषणे वाचली-ऐकली होती त्यात आतापर्यंत विचार होते, वाद होते. पण असे काही नव्हते. मग मी जे माझ्याजवळ आहे, तेच भाषणात मांडायला लागले. आठ दिवसांत भाषण तयार केले. ग्रामोपाध्यांनी "खरंच छान झालं आहे," म्हटले आणि मी ते अध्यक्षपद स्वीकारले.

मला सभेची भीती नव्हती. ज्यांनी शाळकरी पोरांच्यापुढे भाषण केले त्यांना थोरांच्या पुढे भाषण करायला भीती वाटत नाही, असे मला वाटते. मला भीती होती माझ्या उणेपणाची. मुंबईच्या साहित्यशौंडांच्या तुलनेने मी किती क्षुल्लक होते!

मुंबईची गर्दी, तिथला गजबजाट याची मला भीतीच वाटते. ती जरा कमी व्हावी, स्वस्थ वाटावे म्हणून आधीच दोन दिवस भाऊकाकांकडे गेले. पुष्पा, रवी बरोबर होते. पुणे स्टेशनवर आप्पा-ताई हार घेऊन आले होते. आप्पांचा हा पहिला हार स्वीकारला आणि अध्यक्षपद अंगात घुमू लागले! अगदी विचित्र असे वाटले, पण सुखकारकही. आणि हा अध्यक्षपदाचा माझा सुखकारक अनुभव इथेच, ते मिळण्यापूर्वीच संपला, असे आता वाटते.

काही अनुभव, आठवणी अशा असतात! त्याच्यावर काळाचे कितीही थर बसले तरी त्यांची जाणीव झाल्याखेरीज राहात नाही. तसेच या अध्यक्षपदाचेही झाले. त्या वेळी जो मन:स्ताप, जो क्षोभ झाला – आता तो त्यात नाही, पण

त्याची जाणीव आहेच.

ते तीन-चार प्रसंग मला अजून जाणवतात. एक होता जेवणाचा. दुसरा होता बोटीतून सहलीचा आणि तिसरा होता माझ्या व्याख्यानाचा. आणखी एक होता, तो शेवटचे पैसे चुकते करण्याचा.

मी भाऊकाकांच्याकडे उतरल्यावर वा. ल. एकदा भेटून गेले आणि वा. रा. ढवळेही. वा. लं.नी कार्यक्रम सांगितला. 'आमच्या गाडीतून जायचे' हे सांगितले... ढवळे मात्र सर्वसाधारण खुशालीच्या गप्पा मारून गेले. कदाचित त्यांचा या कार्यक्रमात भाग नसावा. असला तर मला माहीत नव्हता. म्हणजे मला काहीच माहीत नव्हते. त्यांनी बोलावले होते आणि मी आले होते, इतकेच!

जेवण कुठल्यातरी देवळात होते. मोटारीतून उतरून मी देवळाच्या चौथऱ्यावर जाऊन बसले. सूट-बूट, साधा पोशाख, लेंगा-झब्बा अशी दिमाखदार माणसे ये-जा करत होती. कुठे जायचे, मला माहीत नव्हते. लेखिकाही कुणी दिसल्या नाहीत किंवा त्या आल्याच नव्हत्या... कुणाला ठाऊक. तासा-पाऊणतासाने मला कुणीतरी आत बोलावले. पाटाकडे हात केला. मी बसले. मी एकटीच यायची होते. सगळी पंगत माझ्यासाठी खोळंबली होती, असे दिसले. माझ्या शेजारी श्री. शं. नवरे होते. त्यांना मी कधी पाहिलेही नव्हते. आणखी एक कुणी होते. पाहिलेले असे होते फक्त प्रभाकर पाध्ये. ते दूर कुठे बसले होते. जेवणापूर्वी मला हात धुवायचे होते. पण कुणाला विचारायचे? मी मुकाट्याने दोन बाजूला दोन शिपाई असल्यासारख्या कैदेत जेवावे तसे काहीतरी जेवले. हात कुठे धुवायचे, कोण सांगणार? कुणी उठेपर्यंत ताटकळत बसले. अत्रे उठले होते. त्यांच्या मागून निघाले. हात धुताना ते म्हणाले,

"तुम्ही कुठे होता? बसायची बैठक इकडे आहे. चला तिकडे."

ते दालन इतके लहान होते! मी दाराच्या उंबऱ्यापाशी कशीबशी बसले. हा वेळ मात्र चांगला गेला. कारण सर्व मैफल अत्र्यांनी ताब्यात घेतली होती. इथे मी गंगाधर गाडगीळांना प्रथम पाहिले. तासा-दीडतासाने माझ्या व्याख्यानाच्या प्रती घेऊन वा. ल. घाम पुसतच आले. मला हायसे झाले. एवढ्यासाठी की, आता जायची सोय होईल. म्हणजे निदान वाट बघत राहायला नको. का, कुणास ठाऊक, पण त्या दिवशी नंतर मला कुणाशी बोलवेसेच वाटेना. आपले चुकले. आपण या विद्वज्जनांच्या सभेत यायला नको होते, असे मनोमन वाटून गेले.

बोटीच्या सहलीला मी पुष्पा, रवीला घेऊन गेले. वा. लं.च्या मोटारीनेच गेले. तिथे सहलीबरोबर सुप्रसिद्ध गायक राम मराठे यांचे गाणे. इकडे बोट चालत असताना तिला अदबीने, पण धसमुसळेपणाने वाट देत राहिलेला हिरवा-निळा-चमकदार समुद्र आणि इकडे गायकांच्या तानावर ताना... माझी आणि मुलांची

बसण्याची सोय बैठकीच्या पुढेच. गायनात तसे मला शास्त्रीय असे समजत नाही आणि त्यांचे गाणे मुळीच मला रमवत नाही. पण आता करणार काय? आणि माझ्याबरोबर समुद्र बघायला आणि बोटीची हौस करायला आलेली लहान मुले! ती बिचारी कंटाळली. रडवे तोंड करून सारखी माझ्याकडे बघू लागली. अगदी भोकाड पसरायच्या बेतात आली. तशी मी गाणे संपताच उठले. त्यांना घेऊन बोटभर हिंडले. ओळखीचे कुणी नव्हते. दोन-तीन कुटुंबे होती, ती टिफिनमधील खाणे घेण्यात मग्न दिसली. तशीच परतले... पण आता जाग्यावर बसले नाही. तिथेच एक लहानसा जिना दिसला. मुलांना पुढे करून मी वर गेले. मोकळ्या वाऱ्यात खूप बरे वाटले. आणखी तीन-चार लोक तिथे गप्पा करत होते... त्यात होते वसंत बापट. मला इतका आनंद झाला! मुले समुद्र बघण्यात आणि मी बोलण्यात रमले. त्यांची मोठी बहीण सेवासदनमध्ये माझ्याबरोबर शिक्षक होती आणि त्यांची बेळगावीच थोडी ओळख होती. तेवढा धागा बोलणे सुरू करायला पुरला. जेवतेवेळची ती कैद आणि आता या गाण्याची शिष्टाचाराची कैद, याला काय बोटीतून सहल म्हणायचे! माझे मलाच हसू आले. बापटही त्याच कारणासाठी वर आले होते. गाणे संपले आणि मग मी, मुले खाली गेलो. कुणी नावे ठेवली असतील. त्यापेक्षा कितीतरी पट आनंद मुलांना आणि मला मिळाला होता. सेवादलाच्या 'बिजली'च्या गोष्टींनी आम्हाला करमणूक दिली होती. शिष्टाचाराचा भंग करून मी अध्यक्ष या नात्याने चूक केली होती, हे खरेच. पण ते लोक तरी काय कमी चुकले होते!

या दोन्ही वेळी एक बाई म्हणून नव्हे, पण आपण निमंत्रित केलेली एक अध्यक्ष किंवा पाहुणी म्हणून तरी कुणी माझी विचारपूस, निदान कर्तव्य म्हणून तरी करायला हवी होती. का केली नसेल, ही मनाला रुखरुख लागली. एका बाईला पाहुणी म्हणून बोलावल्यावर तिला सोबत वा संगत म्हणून दोन-तीन तरी लेखिका हव्या होत्या, असे मला मनापासून वाटले. मी कितीतरी असे समारंभ पाहिले होते आणि मी स्वत: कॉलेजमध्ये आयोजित केले होते... मला हे माहीत होते. स्त्रीच्या अडचणी स्त्रीच जाणू शकते. बोट म्हणा, तिथली सर्व ठिकाणे म्हणा, मला सर्वस्वी अपरिचित. बोटीवर मुलांना टॉयलेटरूम हवी होती, तर मला वसंत बापटांना विचारावे लागले! घरी आल्यावर त्या समुद्राच्या लाटांऐवजी या लाटांनीच माझी झोप उडाली.

व्याख्यानाच्या दिवशी मी, भाऊराव, वैनी, मुले अशी त्या ठिकाणी गेलो. जागा भरत आल्या होत्या. कुठे जायचे, कुठे बसायचे, हे कळावे म्हणून बाहेर थांबलो. तितक्यात एका खुर्चीवर ढवळे दिसले. तशी मी आत गेले. माझ्याबरोबरची मंडळी त्याच रांगेला 'कुणी उठवेपर्यंत बसू' म्हणून बसली. ढवळ्यांनी पुढच्या रांगेतील खुर्ची ओढून मला दिली. मी लवकर आले होते की काय! ढवळे मला त्यांच्या घरी

जेवायला नेण्याचा बेत ठरवत होते. मी दुसऱ्या दिवशीच निघणार होते.

अर्ध्या-पाऊणतासाने एक मुलगी फुलाचा बॅच घेऊन आली. मी लावून घेतला. ढवळे म्हणाले,

"चला आता. उद्या दुपारी तुमच्या घरी येतो."

खुर्चीकडे जाताना पाय कापायला लागले. पुणे स्टेशनवर आप्पांचा हार घेताना जी उभार होती ती आता उरली नव्हती. पण शेजारी आमचे मामा वरेरकर, मला आपलीच मुलगी समजणारे आमचे मामा होते. समोरच्या रांगेत धीर द्यायला दादा – वि. द. घाटे होते. माई वरेरकर होती. हे लोक माझ्यासाठीच तर आले होते! व्याख्यानानंतर माईने आम्हाला घरी पोहोचवले. जसा काही हा आकाशवाणीवरीलच अनुभव.

मामा मला म्हणाले, "मुली, तू छान बोललीस आणि छानच बोललीस."

मी भरून पावले! दुसरे कौतुक माईने अगदी मिठी मारून केले. आम्ही घरी येऊन दोन तास होतात, तोच दोन गृहस्थ आले. ते सेक्रेटरी होते हे ऐकताच, स्वयंपाकघरात वैनींशी गप्पा मारत बसलेली मी बाहेर आले. त्यांची नावे मला माहीत नव्हती. मला दारात बघताच एकाने विचारले,

"बेळगाव-मुंबई फर्स्टक्लासचे पैसे किती हो?"

मला एक अडाणी बाई समजून ते गृहस्थ असे शिष्टाचाराला न शोभणारे मला विचारत होते. मी थोडा वेळ गप्प राहिले. त्यांना वाटले असावे, मी हिशेब करते आहे. मी म्हटले,

"मी चौकशी केली नाही. मी तिसऱ्या वर्गाने बायकांच्या डब्यातून आले आहे. कारण एकट्या बाईनं पहिल्या वर्गात बसणं बरं नाही म्हणून. आणि मला त्याची सवयही नाही."

मग पुढे मला काही बोलावेसेच वाटेना. एक बंद पाकीट त्यांनी भाऊरावांच्या हातात दिले आणि ते 'जातो' म्हणून गेले. घरी आले तरी कित्येक दिवस मी ते पाकीट उघडले नव्हते!

...आणि मग त्या व्याख्यानावरही मजा मजाच लिहिली गेली. 'लोकसत्ता'कारांनी अग्रलेख लिहिला. 'किडूक-मिडूक आणि फोडणीचा भात!' पण मला वाईट वाटले नाही. खरेच होते ते. माझ्याजवळ साहित्यसंपन्नताही नव्हती. पण फोडणीचा भात अधिक चवदार लागतो, हे संपादकांच्या लक्षात आले नव्हते.

हा अनुभव मला का आला असेल? मी बरेचदा विचार केला, जाणवले ते असे... आपले साहित्यिक म्हणा, विचारवंत म्हणा, लेखनातून पुरोगामित्वाच्या किती उड्या मारत असले तरी प्रत्यक्षात मागासलेलेच असतात. निमंत्रित स्त्रीशी औपचारिक बोलणं त्यांना जमत नाही. घरी येऊन गप्पा मारतात, पण रस्त्यात

कुठे त्याच बाई दिसल्या तर हसून ओळख दाखवणे हेदेखील त्यांना जमत नाही. अशा उदारमतवादी साहित्यिकांच्या त्यांनी स्वत:च घालून घेतलेल्या धनुष्यरेखांचा हिशेब मांडला तर तो खूप होईल.

दुसरे म्हणजे, त्यांना स्वत:च्या दबदब्याचा मुखवटा काढून साधे-सोपे चार माणसांसारखे वागता येत नाही.

तिसरे म्हणजे, पुरुषवर्गाला तपशिलात शिरायची सवय नसते. कारण घरी हे काम त्यांची गृहस्वामिनी करत असते. बाहेर त्यांचे दुय्यम अधिकारी करत असतात.

या गोष्टी मी विसरू शकते, विसरलेच. पण एक गोष्ट मात्र मी विसरू शकत नाही. आणि अलीकडील साहित्यसंमेलनापूर्वीची वादळे – वादळे कसली धुळवड – पाहिली की तेच मनात रुजून राहाते. ते म्हणजे, कुणाला तरी टाळण्यासाठी तर माझ्यासारख्या त्या सर्वांच्या गावकुसाबाहेरच्या अशा मला बोलावले गेले नसेल? त्या वेळी या गोष्टी वृत्तपत्रात येत नसत – आणि मीही अशा संस्थांना आदर्श समजण्याच्या धुक्यात असल्याने अशा आतील प्रवादांविषयी अजाणच होते! ही शंका आली की माझी मलाच लाज वाटते. उगीचच या फंदात पडले...एकदाच.

पण अशा या धुळवडीतही एक सुंदर पीस माझ्या हाती आले. याच कोणत्या तरी कार्यक्रमाच्या शेवटी मला एका मुलीने 'या तुम्हाला बोलावतायत' म्हणून निरोप दिला. मी गेले. आतल्या बाजूला बैठकीवर एक बाई बसल्या होत्या. कृश बांध्याच्या, आजारी दिसल्या. मला बघताच म्हणाल्या,

"ये. बस इथे. तुला मुद्दाम बोलावलं. तू बेळगावची ना? माझं माहेर काकती. बेळगावच्या जवळचंच की. म्हटलं, आपल्या गावच्या या मुलीला भेटावं. अगदी बेळगावला आल्यासारखं वाटलं बघ."

त्यांनी माझ्या पाठीवरून हात फिरवला. त्या सौ. भालेराव होत्या हे समजले आणि उठताना मी त्यांना नमस्कार करूनच उठले.

मी काकती पाहिले होते. रस्त्यावरून जाताना त्यांचे घरही पाहिले होते. आज त्या घराची, बेळगावच्या लाल मातीची माहेरवाशीण मला बघून माहेर भेटल्याचा आनंद व्यक्त करत होती. कोणत्याही नात्यापेक्षा हे मातीचे नाते मी विसरणार नाही.

■

।४१।

धरित्रीच्या कविता

सात-आठ दिवस झाले, बाहेर सारखा पाऊस आहे. आभाळ झाकोळले आहे. आवतीभोवतीची झाडेझुडपे पाणी पिऊन सुस्त झाली आहेत आणि आमच्या घराच्या उजव्या अंगाचा माळ तर हिरव्या-भगव्या पाणीदार गालिचासारखा दिसतो आहे. आणि माळावरची पाऊलवाट! ती जशी काही चिमुकली नदीच झाली आहे. दोन्ही बाजूला काठ धरून लाल पाणी वाहाते आहे. मध्ये आलेल्या ढिगाऱ्यांना, दगडांच्या राशींना वळसा घालून मार्ग काढते आहे. जवळच्याच मोठ्या खड्ड्यात धबधब्यासारखे कोसळते आहे. बेळगावजवळच्या घटप्रभेच्या धबधब्याचा जणू अणूएवढा अंश तो. तोच उन्मत्त भगवा, लाल रंग, खड्ड्यात कोसळतानाचे तेच पाण्याचे पोत, तेच लाल-पांढऱ्या पिसाऱ्यांचे मयूरनृत्य आणि तसाच घोष. पुन्हा जमिनीवरून वाहाताना आलेला तोच संथपणा... विश्व व्यापून दशांगुळे उरलेल्या पिंपळपानावरील बाळकृष्णासारखेच हे बाळरूप. यात मला न बघितलेला नायगरा दिसतो, जोग फॉल्स दिसतो... दूधसागर दिसतो... मला तर वाटते, ही पाऊलवाट आता सर्वार्थाने नदीच झालेली आहे!

मी काही नदीकन्या नाही. नदीच्या गावी मी फारशी राहिलेली नाही. पुण्याला, कोल्हापूरला राहिले, पण ती गावे नदीची नव्हती. त्यांना नदीचा जिव्हाळा नव्हता. पुण्याला असतेवेळी, भर पावसात रोज लकडी पुलावर उभे राहून मुळा-मुठा बघणे हा आम्हा मैत्रिणींचा छंद होता. नेहमी स्वच्छ आणि वाळवंटाशी असलेले पाणी काय वेगळे रूप घ्यायचे! फुगत-फुगत वर आलेला तो लाल पाण्याचा प्रचंड वेग – त्यातील भोवरे बघताना भीतीच वाटायची. एकदा तर

पाणी इतके वर आले होते की दृष्टीभ्रमामुळे की काय, लकडी पूल वाहूनच निघाला असे वाटले! ते तुफान पाणी बघवेना आणि बघितल्याशिवाय राहावेना. मुळा-मुठेचा सहवास तो एवढाच.

पण कृष्णाबाई माझी लहानपणापासून ओळखीची. आमचे वडील वर्षाकाठी एक मोठी रजा घेत. तेव्हा तवंदीहून आम्ही बैलगाडीचा प्रवास करून नरसोबाच्या वाडीला आठ-पंधरा दिवसांसाठी राहायला येत असू. नंतर आईनेही कधी हा नेम चुकवला नाही. तिथे गेले की आवडीचे ठिकाण म्हणजे कृष्णाबाईचा घाट. आई वगैरेंच्या बरोबर स्नानाला म्हणून घाटावर यायचे ते आईचे सगळे देवाचे होईपर्यंत घाटावर बसून राहायचे. नदीत गळाभर पाण्यात डुंबायचे. समोर दत्तगुरू असल्यामुळे की काय, कृष्णाबाई इथे अगदी संथ वाहाते. तिची भीती वाटत नाही. या नदीला आम्ही नेहमीच 'कृष्णाबाई' म्हटले. कृष्णा किंवा नदी असे तिच्याविषयी कधी तोंडात आले नाही.

दर वर्षीच्या मुक्कामात तिची किती विविध रूपे पाहिली! तुफान पूर आलेली कृष्णाबाई आणि नावेतून जाऊन वर दिसणाऱ्या बोटभर कळसावर फुले वाहून येणारे पुजारी! बघावे तिकडे लाल पाण्याचा सागरच पसरलेला – त्यात वाहून आलेली झाडे, झोपडीची छपरे आणि एकदा तर बैलही पाहिला. हे सर्व घराच्या कौलावरून बघायचे. एकदा माघात तिच्या उत्सवाला गेलो होतो. तिची पूजा, तिच्या सुवासिनींनी भरलेल्या ओट्या, पाण्यातून डुलत-डुलत जाणारे द्रोणातील दिवे, तिच्याविषयीचे गाढ प्रेम, भक्ती हे सर्व मला त्या जमलेल्या यात्रेकरूत बघायला मिळाले. कृष्णाबाईदेखील आपल्या या लेकरांच्या संगतीत प्रसन्न, निर्मळ आणि हसरी दिसत होती.

कृष्णा-पंचगंगा संगमही वाडीजवळच कुरुंदवाडला आहे, तोही पाहिला. मी संगम बघायला गेले तेव्हा, दोन्ही नद्यांना गुडघाभर पाणी होते आणि दोघींच्या संगमाची रेषा अगदी स्पष्ट दिसत होती. कारण कृष्णाबाईचे पाणी होते पांढरट आणि पंचगंगेचे काळे. संगमात पांढऱ्यात काळे पाणी मिसळत असलेले अगदी स्वच्छ दिसायचे. आणखी एक गंमत म्हणजे कृष्णाबाईचे पाणी जाणवेल इतके कोमट आणि पंचगंगेचे पाणी आईच्या भाषेत 'विंचवासारखे थंड.' दोघी मिळतात तिथे एक पाय पंचगंगेत ठेवून मी हा अनुभव घेतला आणि मीच हा शोध लावल्यासारखी सर्वांना सांगत सुटले. पण तीन-चार वर्षांनी कोल्हापूरच्या अंबाबाईच्या देवळातील आजींनी मला एक ओवी दिली...

'भरली कृष्णाबाई,
पंचगंगा ये विसाणाला
दत्तगुरूंच्या आंघोळीला.'

आणि मग मी माझा अहंकार संगमार्पण केला.

संसाराला मी मिळाले आणि कृष्णाबाई मला दुरावली. आता तिचे दर्शन कधीमधी आगगाडीच्या प्रवासात कुडचीच्या पुलावरून होऊ लागले. नेहमी हा पूल रात्री यायचा. आगगाडी धाडधाड घुमायला लागली की पटकन खिडकीतून वाकून बघायचे... पुलाचे ते मोठे मोठे खांब आणि त्यातून दिसणारी कृष्णाबाई. कधी बेभानपणे लाललाल होऊन झाडेझुडपे ओरबाडत, भोवरे घेत चाललेली. कधी शांत, प्रसन्न अशी आकाशीच्या चंद्र-चांदण्यांचे गोंदण अंगावर काढत रमलेली, तर कधी दोन-चार प्रवाहांच्या धारांत विभागून मधले खडक, मोठमोठे दगडगोटे, वाळवंट अशा विमनस्क मनाने वाहात असलेली. तिचे कोणतेही रूप मला प्रिय वाटे. लहानपणी कृष्णाबाईला प्रथम नमस्कार करून मग मी तिच्यात उतरत असे. आता ती भावना नव्हती, पण डोळाभर पाहून मिटून ठेवण्याचे ते एक स्वप्न होते.

पण समोर बाकावर बसलेल्या बायका दंडावर मुडपलेल्या चोळीतून पै-पैसा काढून अति नम्रपणे तिला वाकून वाहात आणि 'आई कृष्णाबाई' करून मनोभावाने तिला हात जोडत. त्या तिच्या कन्याच असणार. सासूरवाशिणीचे नदीवर येणे म्हणजे माहेरी येणे, मैत्रिणींच्याबरोबर आपल्या सुखदु:खाच्या गोण्या गंगेत अर्पण करणे आणि सुखावून घरी परतणे. तीही त्यांची जीवनदात्री असते. त्यांचे कौतुक करते आणि बघतेही.

"नदीला आला पूर
मी ग सासरी कशी जाऊ?
हाताची केली नाव
राजसानी.''

या आठवणीच्या कौतुकाने जेव्हा कृष्णाबाई तिला लहरी-लहरींनी गुदगुल्या करते तेव्हा ती कन्या किती सुखावत असेल?

आमचा चंदू नोकरीनिमित्ताने कऱ्हाडला राहायला लागला आणि मला पुन्हा कृष्णाबाई भेटली. मी प्रथम कऱ्हाडला गेले ती पावसाळ्यात. त्याला न कळवताच गेले. स्टेशनवर उतरून टांगा केला आणि निघाले तो पूल लागला आणि बघते तर काय! कृष्णाबाईला महापूर आलेला आणि पुलाच्या रस्त्याशी तिचे पाणी हिंदकळत असलेले. बघावे तिकडे लाल तुफानी पाणी. भोवरे आणि वेग यांचे थैमानच दिसले.

"आता रे!'' मी घाबरलेच.

"बाई, घाबरू नका. आणि तासभर काही पूल पाण्याखाली जात नाही, मी नेतो तुम्हाला. आराम बसा,'' म्हणत त्याने हलके-हलके घोडे चालवले. मी हातांनी डोळे घट्ट झाकून घेतले. पूल संपला आणि बोलणी ऐकू आली तशी डोळे उघडले.

पण इतकी घाबरले होते की पुन्हा काही त्या तुफानाकडे वळून बघितले नाही.

कवितेतून आजपर्यंत वाचलेला 'प्रीतिसंगम' मी इथेच पाहिला. पाऊस जरा कमी झाल्यावर तिथे गेले. इथे कोयना कृष्णाबाईच्या कुशीत शिरत नाही, तर समोरासमोर तिला मिठी मारते. म्हणून हा नवलाचा संगम. इथे दोघींचे स्वभाव लक्षात येतात. कृष्णेचे पाणी अजून पावसाने रंगलेले असले तरी ती मोठ्या बहिणीसारखी संथ, शांत, गंभीर अशी दिसते. कोयना कोकणातून खाचगळग्यांतून धडधड धावणारी भाबडी पोर. खळखळत हसत, सोबत पालापाचोळा घेऊन धावत येतेशी वाटते. या बहिणी-बहिणींच्या प्रेमाचे फार कौतुक वाटते!

आता तर माळावरील पाऊलवाटेतच मी या नद्यांचे रूप बघते आहे, असे बघता-बघता वाटते. ही जमीन, डोंगर-पर्वत, पहाड-दऱ्या-टेकड्या हे सर्व स्थिर. यांत हे वारंवार रंग आणि वेग बघणारे मनस्वी प्रवाही रूप कुठून आले? त्या स्थिराचा आणि त्या अस्थिराचा असा काय ऋणानुबंध असेल? या धरित्रीचे आणि जलवाहिनीचे काय नाते असेल... असा एक विचार करत असतानाच एकाएकी कवितेच्या ओळी ओठावर आल्या कुसुमाग्रजांचे 'पृथ्वीचे प्रेमगीत'. पृथ्वीची सूर्यनारायणावरील ती प्रगाढ प्रीती, त्या प्रीतीने होणारी तिची उलघाल, त्या तेजोनिधीत विलीन होण्याचा तिचा ध्यास आणि तो दुरावा. धरित्रीचे हे प्रीतीचे विविध रूपांतील भाव; ते तर या जलवाहिनीच्या रूपाने प्रकट होत नसतील? या जलवाहिन्या म्हणजे मग धरित्रीच्या कविताच की!

मी एकच कृष्णाबाई पाहिली... तिला मिळणाऱ्या मोजक्याच नद्या पाहिल्या. ते आठवले आणि एकदम वाटले, खरेच, कृष्णाबाई हीच धरित्रीची एक कविता! कधी त्या तेजोभास्कराचा दुरावा इतका असह्य होतो... तो भाव उत्कटतेला पोचतो की त्याला सीमा नाही. कधी त्या प्रियकराच्या स्मृतींनी तिला प्रसन्नता येते. इतकी सुखावते की आभाळाची चंद्रकला ओढून, नेसून, सजून राहावे असे तिला वाटते! कधी त्याच्या दुराव्याने तो कधीच का भेटणार नाही, या भावनेने ती इतकी कासावीस होते, इतके वैफल्य तिला येते की तिचा सारा उत्साह, तिची जीवनाची आसक्ती आटून जाते. हाती आलेले गोटे बघत तपस्विनी होऊन जाते, तर कधी 'आम्ही काय कमी आहोत,' म्हणून तिची आराधना करणारे शुक्रचंद्र यांना टाळण्यासाठी ती जिथे असेल तिथून कोसळते... प्रपाताच्या रूपाने त्यांची निर्भत्सना करते.

हे सर्व भाव उत्कटतेने व्यक्त करताना ती तितक्याच उत्कटतेने आणि प्रशांत अशा प्रतिमाही जमवते... यातल्या पंचगंगा आणि कोयना या दोनच प्रतिमा मी पाहिल्या... अशा कितीतरी! कृष्णाबाई ही धरित्रीच्या प्रीतीचा उत्कट

भाव व्यक्त करणारी कविता... की ज्यांचा शेवटी महासागर झाला... त्याच्यापर्यंत पोहोचण्यासाठी त्या असंख्य लाटांनी, लहरींनी, तुषारांनी कधी उसळून, तर कधी निराशून एकच भाव व्यक्त करीत राहिल्या –

"गमे की तुझ्या रुद्र रूपात जावे
मिळोनी, गळा घालुनीया गळा
तुझ्या लाल ओठातली आग प्यावी
मिठीने तुझ्या तीव्र व्हाव्या कळा."

■

।४२।

भाववाहिनीच्या काठावरून

मला नदीच्या काठाने फिरायला फार आवडते. पण तशी संधी नेहमी मिळत नाही. पण जेव्हा मिळेल तेव्हा मी ती सोडत नाही. नदी असली तरी फिरण्याजोगा काठ असतोच असे नाही. मग मी घाटापासून दूर, जिथे प्रवाहात लांब-रुंद धोंडे टाकलेले असतात त्यावर जाऊन बसते. वेळ कोणतीही चालते. गुडघ्यापर्यंत पाय पाण्यात असतात आणि पाण्यावरचे गार वारे अंगाभोवती फिरत असतात. असे बसून वाहत्या पाण्यावर नजर लावली की आपणच त्या लहरींबरोबर सरकत आहोत असा भास होतो. हा संभ्रम मला फार सुखद वाटतो.

अशी मी एकदा सुखमग्न असतानाच, ध्यानीमनी नसताना केव्हातरी केलेल्या कवितेच्या ओळी मनावर तरंगत आल्या...

'न कळे, कशी पायाखालून वाळू घसरली.
न कळे, कशी लहरी-लहरीवरून फुलमाळ तरंगत गेली.'

आणि मी नकळतच त्या जलवाहिनीऐवजी या भाववाहिनीच्या काठावरती गुंगून गेले.

नदीचा जिथे उगम असतो तिथे तिला नदीपण कुठे असते? एक चिमुकला झराच असतो की तो! वसुंधरेच्या काव्याचा जणू उगमच तो. मी आजवर जे म्हणत होते, 'मी पुस्तके-मासिके वाचली आणि काव्याची गोडी माझ्यात निर्माण झाली', हे काही फारसे खरे नव्हे. ज्यांनी पुस्तके वाचली त्यांना कुठे ती गोडी लागली? मला वाटते, लहान बाळाच्या ज्ञानेंद्रियांचा विकास जसा त्याच्या खेळातून, अनुभवातून, हालचालीतून होतो, ते अनुभव घेण्याची त्याला जात्याच ओढ लागते तसेच हे काहीतरी असावे. निरनिराळ्या संवेदना ग्रहण करण्याची

शक्ती असते तशीच त्या संवेदनांतून निराळेच काही निर्माण करण्याची शक्ती प्रत्येकात कमी-जास्त असावी. म्हणजे कलेसाठी एक निळाकेशरी विद्युतकण जागृत असावा. त्याची प्रेरणाच आपल्याला हवे ते सर्व आखून घेत एक ब्लू प्रिंट तयार करत असावी. म्हणजे 'बोलविता धनी वेगळाची' हे खरे तर! त्या निळ्याकेशरी विद्युतकणानेच मला निरनिराळ्या अनुभवांची ओढ लावली आणि मी त्या ओढीबरोबर वाहात गेले. मला ती हवीहवीशीच वाटली.

तवंदीच्या वाड्याच्या माडीवरील छोट्याशा खिडकीत बसून मी वाचत असे. वाचता-वाचता खिडकीतून बाहेर पाहिले की, घाटाखालच्या निपाणीपर्यंत पसरलेल्या सपाट जमिनीवर भातशेतीचे चौकोनी हिरवे, पिवळे, काळे चौकच मांडलेले दिसत. निसर्गाचे हे कोलाज किती पाहिले तरी पुरे होत नसे...वाचायचे-बघायचे हाच छंद. त्याने बालकवींची 'निर्झर' कविता मला न शिकवताच समजली होती. 'भारत गौरव ग्रंथमाले'च्या खूप कादंबऱ्या वाचल्या आणि त्यातील भावतुषारांनी रंगून गेले. बायकांच्या जात्यावरील ओव्या ऐकल्या आणि त्यातून शब्दांचा साधेपणा, भाववृत्तींचा बाळबोध नितळपणा, थोडक्यात मोठा आशय सांगण्याची शक्ती हे सर्व मनात घर करून राहिले.

काका कुठे चिकोडीला, निपाणीला गेले की आम्ही शेतावर जात असू. त्या काळ्याशार सुपीक शेतजमिनीच्या बांधावरून ओळीने कितीदा चाललो असू. त्या जमिनीतील नांगरलेली ढेकळे, मशागत केलेले मऊ गालिचासारखी जमीन, उगवलेली रोपे, डोलणारी जोंधळ्याची कणसे, कवायतीला उभा राहिलेला तरतरीत तंबाखू, भुईमुगाचे वेल इथपासून ते खळ्यावरील राशीपर्यंत धरणीमातेची श्रीमंती त्या बांधांनी आम्हाला दाखवली. डोंगराचा उतार, दरीतील माचीला असलेली जिवंत झऱ्याची विहीर आणि ते सौहार्दाने थबथबलेले चिमुकले पठारावरील खेडे! हे सर्व मनमुराद अनुभवलेले. उटीसारखे त्याचे मनावर लिंपण केलेले. तो जबरदस्त पाऊस आणि दरीतून चढून वर येणारे धुके...हा सारा निसर्ग त्या विद्युतकणाने असा काही जवळ केला की कवितेतील ते पहाड, तो तिरपा पाऊस, ते हिरवेपण, ते आभाळ या सर्वांना त्या प्राणानेच जीवकळा लाभली. जणू एखाद्या सतारीसारखाच तो निसर्ग मनात उभा राहिला आणि भाववृत्ती त्यावर झंकारल्या, असे मला वाटते आहे!

खेडेगावातील कामे करण्याचा मला कधी कंटाळा आला नाही. सारवणे, रांगोळ्या शिकणे आणि त्या काढणे, अगदी चंद्र-सूर्य-गोपद्मापासून ते एकोणतीस ठिपके एकोणतीस ओळींच्या रांगोळीपर्यंत. शेजारच्या आबांनी यरनाळच्या डोंगरावरून पत्रावळीसाठी पाठीवरून ओझे भरून पाने आणली की ती निवडणे, धाटांच्या चोया बारीक, सरळ अशा चाकूने तासून तयार करणे आणि मध्ये एक मोठे पान

धरून बाजूने दुसरी पाने कडा मुडपून काढल्यासारखी टाचणे ही कामे मला फार आवडायची. सारवणीतील पंख्याची नक्षी, रांगोळीतील रेषांचे जुळवलेले सौंदर्य, पत्रावळीतील आकारात मिळवून घेतलेल्या टाक्यांची भुलावण या सर्वांतून माझे रेषाविषयक प्रेम वाढीला लागले. झाडांच्या फांद्या, गवततुऱ्यांचे आकार, पक्ष्यांचे आकार मला रंगापेक्षाही त्यातील रेषांनी जाणवू लागले. त्या विद्युतकणाने मला हे रेषांचे आकर्षण कशासाठी दिले असेल... ही शंका त्या वेळी आली नाही, पण आज मला तिचे उत्तर मिळालेसे वाटते आहे. माझ्या कवितारचनेत जी भाववृत्ती असते ती रेषास्वरूपात असते, असे मला वाटते. सरळ, वळणदार रेषा आणि पूर्ण वर्तुळ आणि त्याच्या कला यांच्या रचनाकौशल्यानेच छायाप्रकाशाचा भास निर्माण होतो. या भावरेषांनी शब्दरूपात प्रवेश केला की भाववृत्तींचा उत्कटतेपासून हलकासा खेळ छाया-प्रकाशाचे सौंदर्य निर्माण करतो, असे मला वाटते.

तवंदीला मी काही फार वर्षे राहिले नाही. पण त्या मुदतीत त्या निळ्याकेशरी विद्युतकणाने हे सर्व आखलेले-रेखलेले रसरसून शोषून घेतले होते. शिक्षणासाठी बेळगावी आले तरी ही सर्व लेणी बंदिस्तच होती. पण एक नवीच आवड निर्माण झाली आणि ती पुरवून घेण्यात मी यशस्वी झाले. हायस्कूलमध्ये सखदेवमास्तर आम्हाला मराठी शिकवत. त्यांच्याकडून मी कवितांची पुस्तके, इंग्रजी, मराठी कादंबऱ्या घेऊन वाचू लागले. ते पुस्तक देताना लेखकाचे वैशिष्ट्य आणि पुस्तकातील गुण-दोष थोडक्यात सांगत. पहिले मराठी पुस्तक त्यांनी दिले 'वज्राघात' कादंबरी. नंतर 'वाग्वैजयंती' आणि इंग्रजी पुस्तक 'लव्ह ॲन्ड लुइशॅम.' अशी कितीतरी पुस्तके मी वाचली. नंतर मास्तरच मला विचारत –

"कसे वाटले पुस्तक?"

हा एक योगायोग. पण याने काव्यरचनेची जाणीच मला आली.

आणि या सगळ्या देणगीचा एकवटलेला प्रसाद म्हणूनच की काय मी एक कविता लिहिली –

"पराधीन करून गेला लाडक्या जिवाला,
नाही काय ओळखले हो घातकी जगाला
वटारून डोळे कोणी पाहता नमावे
उर भरून येता, कोठे जाऊनी रडावे."

अशा तऱ्हेची.

पुस्तके वाचायला मिळत होती हेच माझे भाग्य होते. कवितालेखन आणि ते अशा भावदर्शनाचे, घरात कोण कसे खपवून घेईल? उगमाशीच ही काव्यवाहिनी वाळूत गुप्त झाली. पण तो विद्युतकण विझला नव्हता.

पुण्याला गेले आणि काव्यवाहिनीच्या उगमाजवळील वाळू दूर होऊ लागली. मी

पुन्हा कविता करू लागले. नादच लागला. आता ही काव्यवाहिनी विजनातून बाहेर पडली. कॉलेजच्या 'ज्योत्स्ना' या पुस्तकात कविता घेतली. ती कविता वाचून श्री. प्र. श्री. कोल्हटकरांनी आपल्या 'संजीवनी' या नव्या निघणाऱ्या नियतकालिकात माझ्या कविता प्रसिद्ध केल्या. 'सहवास' हा आमचा दोघांचा संग्रह निघाला. ज्योत्स्ना, प्रतिभा, साहित्य, सत्यकथा या मासिकांतून कविता येऊ लागल्या. कोकणातील लहानग्या नदीने खुशीत वाहावे तशीच ही वाहू लागली आणि अचानक दु:खाच्या कड्यावरून कोसळली!

वाटले होते– काव्यवाहिनी आता आटून जाऊन रखरखीत पात्र तेवढे उरेल. पण त्या विद्युतकणाची किमया खरीच. तसे झाले नाही. माझ्या व्याकूळ मनाला सावरण्याला तीच धावून आली. त्या दहा-पंधरा वर्षांत मी खूप कविता केल्या. कवितांची संख्या आणि तिची उत्कटता यांनीच तो प्रपात साकारला. अनुभवलेल्या, चटका लावून गेलेल्या सुख-दु:खांना उत्कटता आली आणि अनुभवायच्या राहिलेल्या भाववृत्तींना त्याहूनही उत्कटता आली. केव्हा त्यांचा डोहही झाला, पण शेवटी वाहिनीच ती... चार-पाच पुस्तकेही निघाली. या वेळी या कवितांच्या समीक्षकांनी एकमेकांना छेद दिल्यासारखे केले...एकीकडे बक्षिसे मिळाली, प्रा. वा. ल. कुलकर्णी-मर्ढेकर यांनी नावाजले आणि एकीकडे, 'कवितांचे अनुभवविश्व तोकडे आहे,' 'त्यांच्यात सखोल जीवनदर्शन नाही,' 'त्यांच्यात मौलिकता नाही,' 'त्यांच्यात सामाजिक जाणिवा नाहीत,' 'आता कवयित्री ओसरली,' अशाही टीका होऊ लागल्या. आधीच माझ्या कवितेविषयी कुणी लिहीत नसे आणि लिहिले तर ते असे. शुचितेचा अंगारा लावलेल्या एका नियतकालिकाने जेव्हा एक अत्यंत अनुचित असे विशेषण मला बहाल केले तेव्हा मात्र मला विषण्ण वाटले. 'पतिनिधनाच्या दु:खाचे वेळीअवेळी गळे काढणारी कवयित्री'... ही पदवी बहाल केली होती... पण अशा गोष्टी नेहमीच नष्ट होणाऱ्या असतात. वाटेत आड येणाऱ्या अडथळ्यांना वळसा घालून जाणे हा वाहिनीचा धर्म तिने पाळला आणि मी त्या गोष्टी विसरूनही गेले.

याच सुमाराला माधव आचवल यांनी माझ्या कवितेवर चार लेख लिहिले. शालिनीबाईंनी अगदी डोळ्यात पाणी आणून मला ते अंक दिले. त्यांनी आनंदाश्रू टिपले. मला तर मनांतरीचे समाधान मिळाले. त्या रसिक जाणकाराने गुण-दोषांसकट माझी कविता मानली आहे. 'किमया'कार आचवलांनी माझ्या कवितेतील भावरेखांनी कवितेला दिलेली उत्कटता जाणली आहे, हे मला फार आवडले.

आणि तेव्हापासून बाह्यविचारांनी, वादळांनी विचलित न होता ही काव्यवाहिनी आपल्या लहरीप्रमाणे आणि शक्तीप्रमाणे वाहात आहे...आणि मीही कधीमधी तिच्या...लहरींतून अशी सरकत जाण्याचा सुखद अनुभव घेते आहे...

।४३।

तीन ऋणे : तीन किरणे

''अग, दुकानात गुलाम अलींची नवी रेकॉर्ड आली आहे. ऐकून तर ये.''

''माझं एक ऐका, 'उंबरठा' पाहून या. मराठी असला तरी बघाच एकदा.''

'' 'साता उत्तराची कहाणी' हे ग. प्र. प्रधानांचं सातपदरी पुस्तक वाचा हो. अगदी वेळ काढून वाचा. पुन्हा विचार करायला लावणारं आहे.''

''काल मी एकीकडे जेवायला गेले होते. रस्सा इतका मस्त होता! मी रेसिपी विचारून आले आहे. तो करून तुला जेवायला बोलावणार आहे.''

स्नेहमंडळ जमले की अशा प्रकारची आग्रहाची सांगणी नेहमीच होत असतात. या सांगण्याने चर्चेत रंग तर भरतोच, पण हा आग्रह त्यासाठी नसतो. आपण एका निर्मळ आनंदाचा आस्वाद घेतलेला असतो. तोच आनंद दुसऱ्यालाही लाभावा, हीच एक मनोमन इच्छा त्यामागे असते. 'अवघाची संसार' सुखाने उजळून टाकण्यासाठी प्रकाशाचे हे बारीक-बारीक झोत असतात.

असे झोत फेकणाऱ्यांविषयी मला नेहमी आदर वाटतो. नकळत त्यांच्याविषयी स्नेहभाव अधिक वाटतो आणि त्यांचे सांगणे आपण मानायला हवे, असेही वाटू लागते. तिच्याकडे जेवायला गेल्यावर आधीच चविष्ट म्हणून गाजलेला रस्सा अधिकच चांगला लागतो. प्रधानांचा ग्रंथराज वाचला नाही तरी चाळावासा वाटतोच. त्याचे सर्वांचे आपल्यावर हे एक गोड ऋण असते.

असेच – पण यापेक्षा वेगळे, आपल्या अंधाऱ्या प्रवासात प्रकाशाचे झोत पसरणारे ऋण मी अनुभवले आहे. ज्या तीन व्यक्तींनी मला हे ऋण दिले, त्या व्यक्ती त्या वेळी मोठ्याच होत्या. पण आजही मला त्या तितक्याच मोठ्या वाटतात. त्यांचे हे ऋण मला अजूनही तितकेच मोलाचे आणि ठेवणीचे वाटते.

मला लाभलेले हे एक त्रिदल आहे, बिल्वपत्रासारखे.

हे पहिले दल आहे श्री. माधवराव पटवर्धन यांचे. कविश्रेष्ठ माधवराव ज्यूलियन यांचे.

कोल्हापूरच्या राजाराम कॉलेजमध्ये मी सीनिअरच्या वर्गात होते तेव्हाची गोष्ट. एकदा मी वर्गात जात असताना सरांनी मला थांबवले. म्हणाले,

"यशवंतराव, (कवी यशवंत) तुमच्याविषयी सांगत होते. कविता पाहायच्या आहेत तुमच्या. मी येईन एकदा घरी..."

हे मला अगदी अनपेक्षित. काय बोलावे सुचेना. मी मान डोलवली. ते हसले आणि पुढे गेले.

मग बरेच दिवस गेले. आम्ही दोघी (मी आणि कमला फडके) कॉलेजमधून घरी येऊन चहाकडे जातो तोच सर आले. आईने चहा-पोहे केलेच होते. सरांच्यासाठी तिने शिराही केला. अभ्यासाची वगैरे चौकशी झाल्यावर चहा घेता-घेता ते म्हणाले,

"म्हणा बघू तुमची एखादी कविता."

"छे!" असे म्हणतानाच मी घामाघूम झाले. बाजूला काका होते, आई होती.

"गाऊ नका. वाचाल तर खरी." सरांचा आग्रह आणि माझा पुन्हा स्पष्ट नकार.

ते जायला निघाले तसे ताईने माझी वही आणून माझ्या हातात दिली. मी जे केले ते तिला आवडले नसावे. मग ती वही मी त्यांच्याकडे दिली. "वा, वा!" म्हणत ते निघून गेले. आता हे एवढे मोठे कवी आपली कविता वाचून काय म्हणतील ते ऐकण्यासाठी प्राण गोळा करून मी वाट पाहात राहिले.

आठ-एक दिवसांनी सर वही घेऊन आले. थोडे बोलणे झाल्यावर वही माझ्याकडे देत म्हणाले,

"दिक्षित, मी तुम्हाला दोन विचार सांगतो. नीट लक्षात घ्या. कवीचा शब्दसंग्रह खूप मोठा हवा. शब्दासाठी...योग्य, सार्थ शब्दासाठी कविता अडावी इतके दारिद्र्य कधीच असू नये. त्यासाठी उद्यापासून मी सांगतो ते वाचा. 'ज्ञानेश्वरी' वाचायला सुरुवात करा. शब्द म्हणजे काय ते 'ज्ञानेश्वरी'च तुम्हाला सांगेल. हा एक विचार आणि दुसरा असा –

'जेव्हा कविता लिहावीशी वाटेल तेव्हा तुम्हाला कवितेत जे आणायचे आहे ते सर्व प्रथम गद्यात लिहून काढा. त्यासाठी एक वही करा. गद्य लिहून झाले की पुढे कविता लिहा. पुन्हा या कवितेत जर बदल हवा असेल तर तो मजकूर पुढे गद्यात लिहून काढा. गद्यात तुम्हाला कवितेमध्ये काय लिहायचे असेल ते अगदी स्पष्ट झाले, म्हणजे मग कविता लिहा."

मला हे सर्व नवीन होते. ते गेल्यावर मग मी वही उघडली. माझी वही लहानसर, काळ्या मऊशार कव्हरची आणि गुळगुळीत जाड कागदाची होती. कागदांना सोनेरी कडा होती. ही वही मला संतांनी मी पुण्याहून निघताना दिली होती आणि हसत म्हणाले होते,

"यात मला जपून ठेव."

ती वही उघडली तो लाल पेन्सिलीच्या खुणाच खुणा आणि शेवटी एक वाक्य – 'शुद्धलेखन सुधारा'. मला न कळत मी "शीऽऽ"! म्हणून वही आपटली आणि लगेच सावरले. मघाच्या त्या विचारांचे किरण माझे मन उजळून टाकत होते. त्यामुळे इतर मळभ नाहिसे झाले.

दुसरे दल आहे श्रीमती दुर्गाबाई भागवत यांचे.

आम्ही मुंबईला होतो तेव्हाची गोष्ट. मी प्रथमच मुंबई पाहात होते. ओळखीचे असे फारसे कुणी नव्हतेच. पण आमची माई होती. बेळगावच्या महिला विद्यालयात दोन वर्षे आम्ही एका वर्गात होतो. मैत्रिणी होतो. ही मामांची कन्या, माई वरेरकर. तिच्याकडे मी जात असे.

एकदा अशीच गेले. तिच्याशी थोड्या गप्पा केल्या. मग एकदम ती म्हणाली,

"आज मी तुझी एका विदुषीशी ओळख करून देणार आहे. आता येतीलच त्या. तू दारात दिसताच निरोप दिला आहे."

मी लगेच सावरून बसले. बुजल्यासारखी झाले. माझे बेळगावी बावळेपण अजून गेले नव्हते. या अवघडलेल्या मन:स्थितीतच मी दाराकडे पाहिले. दोन्ही हात चौकटीला लावून त्या क्षणभर उभ्या होत्या. उंच सडसडीत बांधा, लालसर गोरापान रंग, उभट तेजस्वी चेहरा, डोळ्यांत जेतेपणाची झाक, ओठांच्या त्या विशिष्ट नागमोडीवर पसरलेले हसू आणि तांबड्या काठापदराची ती नऊवारी चंद्रकळा. विदुषी खरीच. मी त्यांना मनोमन मानले.

थोड्या इकडच्यातिकडच्या गप्पा झाल्यावर त्यांनी एकदम प्रश्न केला –

"सध्या तुम्ही काय वाचता आहात?"

"तसे काही विशेष नाही. वेळ मिळाला की, मिळेल ते वाचते."

"मग जे वाचता त्यावर टिप्पण वगैरे ठेवता ना?"

"नाही हो!" मी गुदमरले.

मग एक अद्भुत झाले. त्यांनी मला क्षुद्र, अडाणी ठरवले नाही. त्या म्हणाल्या,

"कसे वाचन करावे, मी सांगते..." सांगता-सांगता त्यांनी गळ्यापासचे पेन काढले. जवळचाच एक पाठकोरा कागद ओढला आणि त्यावर रेषा मारून खण पाडून त्यांनी मला लिहून दिले. त्यांनी हे सगळे किती मनापासून आणि

जिव्हाळ्यान केले होते! तो कागद नंतर कित्येक दिवस मी जपून ठेवला होता. त्यांनी काय सांगितले हे आता मला त्यांच्याच शब्दांत देता येणार नाही. पण ते काहीसे असे होते –

"वाचन नेहमी जाणीवपूर्वक करावे. कोणतेही पुस्तक वाचा, शेजारी एक वही ठेवावी. त्या पुस्तकातील आवडलेले, न आवडलेले, पटलेले, न-पटलेले मुद्दे नोंदवावे. त्यापुढे आपले मत नोंदवावे. हे काम पुस्तक वाचत असतानाच करावे. पुस्तक वाचून झाले की एकूण पुस्तकाविषयी तुमचे मत मांडावे. ही नोंद स्वतंत्र करावी. मग पूर्वीच्या नोंदी व ही नोंद तपासून लेखनाविषयी तुमचे निष्कर्ष नोंदवावे. मग एकूण पुस्तकाचे, या सर्व टिपणांवरून स्वतंत्र असे एक टिप्पण करावे. तुम्ही कविता अशा तऱ्हेने वाचा... बघा तरी."

अशा तऱ्हेचे लिहून कागदाची घडी माझ्या हाती देत त्या, "माई जाते ग," म्हणून उठल्या, त्यांना काही काम होते.

" बघ, मी म्हटलं ना तुला, विदुषी आहे म्हणून!"

आता हे तिसरे दल आहे सुप्रसिद्ध कादंबरीकार, कथाकार, लघुनिबंधकार वि. स. खांडेकर यांचे.

'मेंदी' हा माझा कवितासंग्रह प्रकाशित झाल्यानंतरची ही गोष्ट आहे.

कधी कोल्हापूरला गेले की राजारामपुरीतील खांडेकरांच्या घरी जाऊन त्यांना भेटल्याशिवाय मी राहात नसे. अशीच एकदा गेले असताना बोलता-बोलता ते मला म्हणाले,

"तुमची कविता मी वाचतो. आणि म्हणून मी तुम्हाला एक काम सुचवणार आहे, बघा तुम्ही कविता प्रत्यक्ष कागदावर उतरू लागलात ना, म्हणजे हे करायचे. एक वही घ्यायची. एका पानावर तुम्हाला जेवढी कविता म्हणा, ओळ म्हणा सुचली तेवढी त्यात लिहायची. तारीख टाकायची. पुन्हा ओळी सुचल्या त्या मागच्या पानाच्या ओळीसकट पुढच्या पानावर लिहायच्या. शब्द बदलले तरी त्याची नोंद करायची. ओळींचा क्रम बदलला, काही काढून टाकले तरी ते लिहायचे. अशा संपूर्ण कविता उतरेपर्यंत नोंदी करत राहायच्या. नंतरही काही दिवसांनी काही बदलावे, मिळवावे, मथळे बदलावे असे काही जे त्या कवितेवर काम कराल त्याचीही तारीखवार नोंद ठेवायची. मनपसंत कविता झाली की शेवटी उतरून ठेवायची. थोडक्यात म्हणजे कवितेची वा कविता रचनेची डायरी ठेवायची, अगदी प्रामाणिकपणे. हे तुम्ही करू शकाल म्हणून तुम्हाला सुचवतो आहे. हे काम समीक्षेला पुढे नेणारे ठरणार आहे. म्हणून तुम्हाला सांगतो, 'इंदिराबाई, हे तुम्हीच करायला हवे. पुढच्या कवितेपासून लिहा. काय?"

ही ती तीन ऋणे. त्यांनी माझ्यावरील निरागस लोभाने मला दिलेली आणि

अजून माझ्या मनात बिल्वदलासारखी टवटवीत असलेली.

या मौल्यवान सूचना मी सहीसही अमलात आणल्या, असे झाले नाही. स्थळ, काळ, परिस्थितीप्रमाणे ते शक्यही होत नाही. पण त्या सूचनांचा गाभा मी आत्मसात केला आहे. माझ्या वाचन-लेखनाच्या प्रवासातील वाटचाल या तीन प्रकाशकिरणांनी थोडीफार उजळली आहे, हे मात्र निश्चित.

■

।४४।

बा इसापा ...!

वेळ जात नसला की, मी रमाच्या कपाटातील पुस्तके काढून बसते. त्या वयात आपण असताना जी वाचलेली नाहीत आणि जी माझ्यासाठी नाहीत, अशी ती पुस्तके वाचताना खूप गंमत वाटते.

असेच एकदा मी 'संपूर्ण इसापनीती' हे पुस्तक काढले. केव्हा वाचून संपले हे समजलेही नाही. वाचून झाल्यावर एक लक्षात आले की, या गोष्टी मुलांसाठी नाहीत. गुलामगिरीच्या खडतर जीवनापासून राजदूतापर्यंत वैभवी जीवन अनुभवणारा तो, इसाप. जसे-जसे त्याला अनुभव येत गेले, दुसऱ्यांनी त्याला आपले अनुभव सांगितले, त्याला सल्ला विचारला तेव्हा-तेव्हा त्याने केलेली दृष्टांतासहित भाष्ये म्हणजे इसापनीती. या गोष्टींतून मानवाच्या स्वभावातील सत्प्रवृत्तींचे आणि त्यातल्या त्यात कुप्रवृत्तींचे जे त्याने दर्शन दिले आहे ते केवळ अप्रतिम आहे.

पण मला वाईट एवढ्यासाठी वाटले की, या इसापाने मानवी स्वभावातील खाचाखोचा दाखवण्यासाठी त्या बिचाऱ्या, कुणाच्या एकात की दोनांत नसणाऱ्या वन्य प्राण्यांना का वेठीशी धरावे? जे-जे वाईट आहे ते-ते सर्व या निष्पाप प्राण्यांच्या माथी का मारावे? पण मला अधिक वाईट वाटले, ते त्या गोष्टीतील गुलाबाच्या फुलाबद्दल. त्या संपूर्ण इसापनीतीत अवघ्या दोनच गोष्टी फुलांवर आहेत. वनस्पतींच्या त्या विमल कोमल आविष्काराला स्पर्श करणे, त्याला जड गेले असावे. त्या दोन्हींतील मला आवडलेली गोष्ट अशी आहे :

"एकदा देवाने स्वर्गात सर्व प्राण्यांना एक मोठी मेजवानी दिली. तिकडे जाताना प्रत्येक प्राण्याने नेता येईल, ती वस्तू भेट देण्याकरता बरोबर घेतली. त्यात सापही तोंडात गुलाबाचे फूल घेऊन गेला. पण ते पाहाताच देव म्हणाला,

"इतर सर्व प्राण्यांनी दिलेल्या वस्तूंचा मी अवश्य स्वीकार करेन. पण तुझ्या तोंडातून आलेली कुठलीही भेट मी स्वीकारणार नाही.''

मला ही गोष्ट आवडली, ती तिच्यातील चित्रसौंदर्यासाठी. अगोदरच नागराज अतिशय देखणे. पिवळाधम्मक तेजस्वी रंग, त्यांची नागमोडी वळणे घेत लयबद्ध आणि डौलात सरपटणारी चपळशी चाल. त्यात देवाधिदेवापाशी भेट घेऊन येताना ते किती अदबीने आणि गतिसौंदर्याची उधळण करत येत असतील! मागे नागमोडी सळसळ, पुढे उंचावलेल्या, फडा काढलेल्या तोंडात गुलाबाचे फूल! गती, रंग, तेज, गंध आणि सुकुमारता या पाच अभिनवांचा हा संगम माझ्या मनालाच डोलायला लावतो! खरे म्हणजे तो नजराणा देवाने स्वीकारायला हवा होता. मला त्या इसापाच्या देवाचा रागच आला...

मग थोड्या दिवसांनी मनावरचे हे वादळ हळूहळू नाहीसे झाले. स्वच्छ पाण्यात नदीचा तळ दिसावा, इतके मन स्वच्छ झाले. मग वाटले, इसापाचे बरोबर होते. व्यवहारात आपल्याला असे अनुभव येतात. तो नाग भेट न स्वीकारल्याने केविलवाणेपणाने फडा आवरून परत गेल्यावर त्य इसापाच्या देवाला काय वाटले, कुणाला ठाऊक! पण माझ्या मनात मात्र अशा अनुभवांची खंत खोल रुतून बसली आहे. अनुभव अगदी साधे असतात. विसरूनही जातात. पण खंत जात नाही.

आम्ही पुण्याला माडीवाले कॉलनीत होतो, तेव्हाची गोष्ट. एकदा कुणाकडून तरी समजले की, एका मराठी चित्रपटाच्या चित्रणासाठी स्नेहप्रभा पुण्याला आली आहे. कॉलेजच्या वसतिगृहातील तिचा दोन वर्षांचा सहवास. ती कलावंत होती. बोलणे फार गोड होते. सुंदर गाणी म्हणायची. मला ती फार आवडायची. आणि आम्हाला तिचे फार कौतुक वाटायचे ते तिच्या धीटपणाचे. इतकी आवडती मैत्रीण आली आहे तर तिला भेटावे म्हणून मी तिला पत्र लिहिले,

"तू इथे आली आहेस. तुला फार भेटावेसे वाटते, तर घरी केव्हा येशील?''

तिचे उलट पत्र आले,

"मला स्टुडिओतून केव्हा निघता येईल सांगता येत नाही. उद्याचा दिवस मी इथे आहे. तूच स्टुडिओवर ये. मी वाट बघते.''

म्हणजे मी स्टुडिओत जायला हवे होते. त्याच वेळी हे मुंबईला गेले होते. नाहीतर आम्ही दोघे गेलो असतो. आता एकटीने जायचे म्हणजे प्रश्नच. त्या वेळी ते सिनेमाचे क्षेत्र म्हणजे एक प्रदूषणग्रस्त विभाग समजला जात असे. ही जाणीव मनावर फार होती. त्या क्षेत्रात माझे कुणी ओळखीचेही नव्हते. काय करावे, कळेना. स्नेहप्रभाला भेटायचे, छान गप्पा करायच्या, थोडे सुख-दुःखाचे बोलायचे आणि तासाभराने फुलासारखे आनंदून परत यायचे. ते चार-सहा शब्दांचे वाक्य या सुंदर बेताच्या आड येत होते. इतक्या साध्या गोष्टीवर किती

विचार केला असेल! त्या वेळी फोनच्या सुविधा आमच्या स्वप्नातही नव्हत्या. त्यांचा उपयोग करावा, हेही माहीत नव्हते. शेवटी गेले नाही. एक जिव्हाळ्याचा सुंदर अनुभव मी नाकारला. मनाला खंत लागली. ह्यांना सांगितल्यावर म्हणाले,

"एकटं जायला भ्यायचं काय त्यात! टांगा करायचा आणि जायचं.''

इतके साधे-सोपे होते जाणे? मग ती खंत अधिकच वाढली.

अशीच एक अरुण सरनाईक यांच्याबद्दलची माझी आठवण आहे. एकदा दुपारी एकच्या सुमाराला मी नोकरीवरून घरी येत होते. ठळकवाडीत 'मोहन विलास हॉटेल'च्या जरा पुढे आले आणि ज्योत्स्ना भोळे दिसल्या. त्यांच्याबरोबर दोघी-तिघी बायका आणि तीन-चार गृहस्थ होते. ती मंडळी 'मोहन विलास'मध्ये जेवायला चालली होती. 'आझाद टॉकीज'मध्ये 'भटाला दिली ओसरी' या नाटकाचा प्रयोग होता, त्यातील ती मंडळी होती. ज्योत्स्नाबाईंची माझी मैत्री नव्हती, पण ओळख होती आणि मला त्यांच्या कर्तृत्वाने त्या फार आदरणीय वाटायच्या. त्यांना बघून मला आनंद झाला. जेवणे झाल्यावर परतताना त्यांना आणि त्यांच्या सहकारिणींना मी घरी बोलावले.

मी झपझप घरी आले, जेवण केले आणि पुढची खोली व्यवस्थित करायला लागले. इतक्यात शेजारच्या माईंनी एका विद्यार्थिनीने आणून दिलेली पिशवी आणून दिली. तिच्यात कर्दळीच्या पानात गुंडाळलेले पाच-सहा सुरंगीचे वळेसर होते आणि एका डब्यात सावंतवाडीचे वैशिष्ट्य असे खमंग लागणारे कडक बुंदीचे आठ-दहा लाडू होते. म्हटले, 'देव पावला.' ज्योत्स्नाबाईंना देण्यासारखे सुंदरसे काही घरात आले!

ज्योत्स्नाबाई आणि त्यांच्या सहकारिणी आल्या. त्यांच्याबरोबर एक तरुण गृहस्थही आले. त्यांनी आपणच ओळख करून दिली,

"मी अरुण सरनाईक. तुमच्या कविता आवडतात म्हणून असा अनाहूत आलो आहे.''

त्यांचा तो 'अनाहूत' शब्द आणि बोलण्यातील आर्जवी स्वर मला फार आवडला. बाईंनी माहिती दिली,

"हा आमच्या नाटकात आहे. छान काम करतो... गातोही सुंदर...''

जाताना देण्यासाठी मी ताटातून वळेसर आणले. ते पाहून ज्योत्स्नाबाईंना इतका आनंद झाला. मी सर्वांना एकेक दिला. तसा अरुण सरनाईकांनाही दिला. ते आश्चर्याने एकदम खुर्चीवरून उठलेच.

"मला! मला हा?''

"हो. तुम्हालाच. वासाला. किती सुंदर वास येतो ना!''

आणि काही कल्पना येण्यापूर्वीच त्यांनी वाकून माझ्या पायाला हात लावून नमस्कार केला आणि म्हणाले,

"हा तुमचा आशीर्वाद आहे मला.''

"फार हळवा आहे अरुण!'' असे म्हणत ज्योत्स्नाबाई आपल्या नेहमीच्या

लकबीने गोड असे हसल्या. निरोप घेऊन सगळे निघून गेले. पण माझे भरून आलेले मन त्या नमस्काराचा निरोप घेईना.

यानंतर दोन-तीन वर्षांनी असेल, मी कोल्हापूरच्या राजाराम कॉलेजमध्ये मुलींच्या एका समारंभासाठी गेले होते. कार्यक्रम संपल्यावर एका मुलीच्या घरी जाऊन हॉटेलवर परत निघायला रात्री दहा वाजायला आले. सोबत दोन मुली होत्या. मोठ्या रस्त्याला लागले, तो समोर नमस्काराचे हात जोडून विस्मयचकित उभे अरुण सरनाईक. मी थांबले, थोडे बोलणे होताच ते एकदम म्हणाले,

"बाई, आमच्या घरी या. यायलाच हवं."

"आता नाही हो, मी इतकी दमले आहे दुपारपासून त्या कार्यक्रमात."

"मग उद्या सकाळी?"

पण मी पहिल्या गाडीचे रीझर्व्हेशन केलेले होते.

थोडे थांबून ते म्हणाले, "मग आत्ताच चला. फार नाही, पंधरा मिनिटं!"

मी थोडा विचार केला आणि म्हटले....

"रागवू नका... पुन्हा आले की मग नक्की येईन!"

"मग काय..." असे म्हणत ते पुढे गेले.

मी इतकी दमले, कंटाळले होते की, खोलीत आले ती कॉटवरच लोटून दिले. मुली अरुणच्या सिनेमाच्या गप्पा करत होत्या. जरा शीण गेल्यावर मनात आले – ज्यांनी मी दिलेला सुरंगीचा वळेसर आशीर्वाद म्हणून कपाळाला लावला, त्यांच्या त्या सद्भावाची उतराई होण्यासाठी तरी मी जायला हवे होते. दमले होते, पण दहा मिनिटांनी काही बिघडले नसते. त्यांची अभिनयकलेतील प्रगती, त्याची संगीतसाधना, त्यांचे चालू काम यावर चौकशी करायला हवी होती. घरच्या मंडळींबरोबर बोलायला हवे होते. त्यांच्या तोंडून अरुणचे कौतुक ऐकायला हवे होते. माझे खरोखरीच चुकले होते. आणि आता शांतपणे विचारात असताना माझ्या चुकीचे कारणही लक्षात आले. आणि माझी मलाच लाज वाटली.

मी जाते का, हे जाणून घेण्यासाठी मुलींचे ते माझ्याकडे विस्फारून बघत असलेले डोळे, "मला वाटलं, तुम्ही जाता की काय!" असे एका मुलीने काढलेले सहज उद्गार, हे परके शहर... कॉलेजच्या कार्यक्रमासाठी आलेली मी... या सगळ्या गोष्टींनी मी दबून गेले... आणि एका सुंदर स्नेहादरभावाचे निमंत्रण मी नाकारले.

म्हणून म्हणते, "बा इसापा, तुझ्यावर उगीच रागावले. तुझे ते सापाचे प्रतीक मला निराळ्या अर्थाने उमगले आहे."

प्रत्येकाच्या मनात सुंदरता फड्यावर घेणारे साप असतात. आणि त्या सुंदर मंगलाला नाकारणारा इसापाचा परमेश्वरही!

■

।४५।

आनंद अमृताचा

जी माणसे आपल्याला वंदनीय वाटतात, ज्यांच्याविषयी आपल्या मनात गाढ भक्तिभाव असतो ती आपल्या घरी आली की किती आनंद होतो! त्यांचे स्वागत कसे आणि किती करावे असे होऊन जाते. अशा आनंदासाठी संतवचन आहे : 'साधुसंत आले घरा, तोचि दिवाळी दसरा।' त्या सणांच्या उत्साहासारखा उल्लास आपले मन भरून टाकतो. दीपोत्सवासारखी आपल्या मनातही दिवेलागण होते! पण एक वाटते, हे दसरा-दिवाळीचे आनंद क्षणिक आणि लौकिक अर्थाचे. याहूनही या भेटींचा आनंद कितीतरी पटींनी वेगळा. तो शब्दांत राहू द्या, पण मौनातही न मावणारा सकल संवेदनांच्या पलीकडचा एक नितांत-सुंदर आनंद. त्या वर्णनाच्या वाटेवर मी तरी येथपर्यंत येऊन पोहोचते. हा आनंद या अवघ्या आयुष्यात मी दोनदा अनुभवून धन्य झाले आहे.

आम्ही पुण्यात माडीवाले कॉलनीत राहात होतो. रविवार होता. सर्व सावकाश चालले होते. दुसऱ्या चहाची भांडी विसळत असतानाच यांची बाहेरून हाक आली,

"इंदू, लवकर बाहेर ये. तुला महर्षी कर्व्यांना बघायचं आहे ना?"

मी तशीच बाहेर धावत गेले. खिडकीतून पाहिले तो भिकारदार मारुतीकडून येणाऱ्या रस्त्याने एक व्यक्ती खाली मान घालून जलद पावले टाकत येत होती. घोट्याच्या वर असे साध्या पद्धतीने नेसलेले धोतर, अंगात काळपट कोट, डोक्याला टोपी, असे ते कृश बांधणीचे धोंडो केशव कर्वे येत होते. "हे धोंडो केशव कर्वे?" असे आश्चर्याने म्हणत, एका सेकंदात मी ओचा, पदर नीट केला आणि गेटशी गेले. जराशी धावतच त्यांना आडवी गेले आणि मनोभावे नमस्कार

करून म्हटले,

"मी बेळगावची अहोबाईंची विद्यार्थिनी."

ते जरा स्मित करत चष्म्यातून बघत म्हणाले, "हां! हां! म्हणजे तू बनाबाईंच्या शाळेत शिकलीस, बरं. मॅट्रिकलाच थांबलीस की पुढे शिकलीस?"

मी त्यांच्या संस्थेची गृहितागमा ही पदवी घेतली नव्हती. बीए झाले होते. मी त्यांना सांगताच ते म्हणाले,

"हरकत नाही. शिकलीस ना? चांगलं झालं."

ते पुढे होणार, तोच मी म्हटले,

"हे आमचं घर. आपण घरी यायला पाहिजे."

त्यांना पुढे काम होते. जायची घाई होती. तेवढ्यात हे पण आले आणि आमच्या दोघांच्या आग्रहाने ते घरी आले. आरामखुर्चीवर बसले. मी त्यांच्याकडे बघतच राहिले... पाच मिनिटे बोलणे झाल्यावर म्हणजे तेच बोलल्यावर उठले. तोवर यांनी कॉफी आणली.

त्यांच्या हातातील कप दूर सारत ते म्हणाले, "मी काही घेत नाही. मला आग्रह नको. पण असं करा, या एका कॉफीला चार आणे पडतात – ते माझ्या आश्रमासाठी द्या म्हणजे मी कॉफी घेतली असं होईल."

असे कुणी लोकविलक्षण बोलले की माझे मन भरून येते. घुसमटल्यासारखे वाटते. मी आणखीच गप्प राहिले. डोळे ओले होऊ लागले. हे मोठ्या आदराने म्हणाले,

"आपण एकच घोट घ्या. मी मला आज शक्य ते देतो आपल्याला."

मी बशीत थोडी कॉफी घालून त्यांच्या पुढे केली... त्यांनी ती ओठापर्यंत नेली, घेतली नाही. बशी खाली ठेवून ते उठले. यांनी कोटाच्या खिशातून एक रुपया काढून त्यांना दिला. आम्ही दोघांनी त्यांना नमस्कार केला आणि रस्त्यापर्यंत पोहोचवून घरात आलो. अगदी एका मोठ्या शक्तीने भारवल्यासारखे झाले.

त्यांनी त्या पाच मिनिटांत मला जे विचार सांगितले, ते मी अजून विसरले नाही. त्या वेळी तर ते मनात विजेसारखे लखलखत होते – ते म्हणत होते..

"स्त्रियांची सर्वांगीण सुधारणा करण्यासाठी स्त्रीनेच पुढे आले पाहिजे. निरक्षरतेखेरीज कितीतरी भयानक खड्ड्यांत ती गळाभर रुतली आहे. तिला तुझ्यासारख्यांनी बाहेर येण्याला मदत केली पाहिजे. त्यासाठी तुम्ही स्त्रिया पुढे व्हा! पुरुष आपोआप तुमच्या मागून येतील. आपण कोणतेही सुख घेताना त्या सुखाला वंचित अशा स्त्रियांची आठवण आपल्या मनात जागी हवी. तरच त्यांच्यासाठी काही करण्याची प्रेरणा आपल्यात निर्माण होईल. हे एक सुखासीन असे सामाजिक काम आहे, ही भावना न बाळगता जिथे-जिथे जरूर तिथे

कामाला लागले पाहिजे. हे केव्हाही विसरू नको.''

केवढी थोर व्यक्ती आज माझ्या घरी आली होती आणि किती मोलाचे विचारधन सहजपणे देऊन गेली होती! आज जे स्वातंत्र्य, स्वावलंबन आणि सन्मान यांचे प्रवाह स्त्रीजीवनात मिसळून गेले आहेत, त्या प्रवाहांची ती गंगोत्री होती. त्यांचे कार्य मला माहिती होते... त्यांनी जी माणसे तयार केली, त्यांच्यापैकी एकीच्या कर्तृत्वाची – बनूबाई अहोंची, स्तुती, निंदा, नालस्ती यांच्यापलीकडे जाऊन केलेली तप:साधना मी प्रत्यक्ष पाहिली होती. त्या उदात्त प्रेरणांचे किरण फेकणारे केंद्रस्थान आज मी प्रत्यक्ष पाहिले... यानेच किती धन्य वाटले! हा आनंद काय दसरा-दिवाळीसारखा? छे, छे, हा तर 'भक्ताचिये भेटी परब्रह्म आले गा' या स्वरूपाचा. त्याचे वर्णन नाही!

संगीत क्षेत्रातील आणि नाट्य क्षेत्रातील एका परब्रह्माच्या भेटीचा आनंद मी असाच बेळगावी अनुभवला. गणपतीचे दिवस होते – एका दुपारी एक साधारण ओळखीचे गृहस्थ येऊन निरोप सांगून गेले –

''उद्या रात्री बालगंधर्व थोडेसे गाणार आहेत... तर तुम्हाला त्यांनी बोलावले आहे.''

ज्या घरी गाणे होते, ते ठळकवाडीतच होते. मलाही माहीत होते. त्या दिवशी रात्री आमच्या गणेश चौकातील गणपतीसमोर बालगंर्धवांचे भजन होते. त्याला मी आणि मुले जाणारच होतो. पण त्यांचा असा निरोप येईल, हे स्वप्नातही नव्हते.

मुंबईला त्या वेळी राहणारे माझे चुलत दीर भाऊकाका, नारायणरावांचे जिव्हाळ्याचे स्नेही होते आणि भाऊकाका त्यांचे गाढे भक्त होते. नारायणरावांची प्रकृती बरी नसताना ते त्यांच्या कॅडलरोडवरच्या घरी देवदर्शनासाठी जावे तसे नेहमी जात. रेडिओवर त्यांची 'स्वगते' ध्वनिमुद्रित व्हावीत म्हणून आपल्या शक्तीप्रमाणे ते सारखे प्रयत्नशील असत. नारायणरावही त्यांच्याशी सुख-दु:खाच्या गोष्टी करत... समाजाला ते दुरावले होते... भाऊंनी त्यांचे पाय घट्ट धरून ठेवले होते... मी मुंबईला गेले की, त्या थोर कलावंताकडे भाऊकाकांच्या बरोबर जात असे... सकाळी त्यांच्या पायांचे मालीश संपण्याच्या सुमाराला आम्ही जात असू. ते वरच्या दालनातील भिंतीशी घातलेल्या नवारीच्या खाटेवरून, बसूनच आमचे 'या देवा, या!' म्हणून गोडे स्वागत करत. प्रकृतीची, औषधयोजनेची, हकिमाची, आठवणींची बोलणी झाली की, अर्ध्या तासाने आम्ही निघत असू. मी फक्त ऐकत असे. त्यांचे ते नम्र बोलणे, त्या बोलण्याचा अतिशय लाघवी आणि आर्जवी स्वर आणि त्या स्वराचा गोडवा – कान अगदी तृप्त होऊन जात.

निघाले की मला म्हणत, ''तुम्ही भाऊरावांबरोबर आलात. फार आनंद

झाला, मातु:श्री!''

साधे बोलणेही किती श्रवणीय असते, हे मला तेव्हा समजले... आम्ही जिन्यावरून खाली उतरताना त्यांची हाक ऐकू येई, ''बाऽ बाऽऽ''

किती गोड ही हाक!

त्या तेवढ्या पाच-सात वेळच्या भेटीवर त्यांनी लक्षात ठेवून निरोप पाठवला होता. त्याने मन गलबलून गेले. ठरल्याप्रमाणे रात्री मी आणि रवी मैफलीला गेलो. तो एकटाच बरोबर होता. त्यामुळे मध्यंतरानंतर मी अडचण सांगून त्यांचा निरोप घेतला. त्यांच्या गाण्यावर अभिप्राय देण्याची माझी पात्रता नव्हती. मी ते ऐकून मन अमृताने भरून घेतले होते. त्यापुढे बोलणे तुच्छ होते. ''भाऊरावला मी तुमच्याकडे जाऊन येईन म्हटले आहे. उद्या संध्याकाळी मी येतो,'' असे त्यांनी सांगितले.

हा थोर कलावंत, गायनकलेतील जादूगार, अभिनयाचा सम्राट, उद्या आमच्या घरी आपण होऊन येणार होता... एकनाथ जेवायला घरी येणार या कल्पनेने त्या अंत्यज मुलीला झालेला आनंद आज मी अनुभवत होते. पुढच्या खोलीत चंदूने गादीची छान बैठक घातली आणि त्यांनी 'काही नको' म्हणून बजावले तरी माझ्या कर्नाटकी वळणाने ते न मानता मी मसाल्याचे दूध आणि साजूक तुपातला शिरा करून ठेवला. ते येण्याच्या सुमाराला एक सुंदर सुवासाची उदबत्ती आतमध्ये लावून ठेवली.

सात वाजता ते टांग्याने आले. बरोबर दोन सायकली. त्या वेळी ठळकवाडीला टांगे नसत. खासगी बसगाडीचा नेम नसे. मला वाटले... अगदी खरे-खरे वाटले, माझ्याजवळ मोटार हवी होती... तिच्यातून मी स्वत: त्यांना आणायला गेले असते!

ते आले, आरामात गादीवर बसले आणि मोठ्या प्रसन्नतेने म्हणाले, ''आलो बरं, मातु:श्री!''

साडेआठपर्यंत बसून ते निघाले... मोठ्या आनंदाने त्यांनी दूध घेतले. भाऊरावाचे कौतुक केले होते. मुलांच्या शिक्षणाची, माझ्या नोकरीची चौकशी केली होती. आपल्या गाण्यावर बोलले होते. आणि आता शेवटची बस चुकेल म्हणून चालत निघाले होते. त्यांना बसस्टॅन्डपर्यंत पोहोचवले. ''येतो मातुश्री,'' असे दोन-दोनदा मोठ्याने म्हणत, खिडकीतून हात हलवत त्यांनी निरोप घेतला. मी घरी परतले तेव्हा दोन हुंदके मनात दाटले होते... एक त्या दैवताच्या भेटीच्या आनंदाचा आणि दुसरा माझ्यासाठी त्यांना टांग्यातून यावे लागले, चालत बसपर्यंत आणि पुढे बसने जावे लागले, या दु:खाचा.

गायनाचा विषय त्यांनी मला किती आपलेपणाने अगदी सोप्या भाषेत दोन

उदाहरणे देऊन सांगितला होता!

ते म्हणाले होते, ''नुसतं शास्त्राच्या अंगानं जातं ते गाणं नव्हे. दोऱ्यात फुलं ओवावीत तसे स्वराला शब्द, अर्थ, रस यांची सोबत लागते. हा स्वर म्हणजे सहजभावाने गळ्यातून येताना एक उपजत लय घेऊन येतो. ही लय हा गाण्याचा, त्या स्वरावलीचा प्राण असतो. लय आणि ताल यांचे नाते प्रियकर-प्रेयसीचे. पार्वती-परमेश्वराचे. ताल हा नेहमीच लयीचा अनुनय करणारा आणि राग म्हणजे, त्यात या अनुनयाच्या परिचयापासून मीलनापर्यंतच्या विलासाचा आविष्कार असतो. माझी या विषयावर अतिशय भक्ती आहे, लय हे माझे दैवत आहे... मातुःश्री, काय सांगू... बोलण्यातदेखील ही लय हवी, ताल हवा.''

हे त्यांचे बोलणे मी मनावर सुवर्णाक्षरांनी कोरले होते... कित्येक वर्षांनी ते पुसट होऊन आता शिलालेखासारखे माझ्या शब्दांत लावले. मी संगीतशास्त्रात किती अडाणी हे माहीत असूनही त्यांनी मला हे आशीर्वादाच्या भावाने सांगितले, हा मला एक अप्रूप असा सोहळा वाटला. सांगतानाचा तो त्यांचा प्रसन्न चेहरा, त्यांच्या बोलण्यातली आर्जवी लय, त्यांच्या मुग्ध करणाऱ्या लकबी, त्यांचे वात्सल्य यांनी मी भारावून गेले.

कित्येक वर्षांपूर्वी त्या थोर समाजसेवकाच्या विचारांनी मन प्रकाशाने उजळून गेले. कॉफीच्या साध्या कपातही संस्थेचे प्रतिबिंब बघणाऱ्या त्या त्यागी, व्रतस्थ योग्याच्या दर्शनाने मन दिपून गेले होते, तर या थोर कलावंताच्या, या लयीच्या ब्रह्मदेवाच्या दर्शनाने आणि विचारांनी मन चांदण्यात न्हाऊन निघाले होते. 'शांता'च्या घरी सर्व रस माहेरी आल्याच्या आनंदाचा जो अमृतानुभव ज्ञानेश्वरांनी घेतला, त्या आनंदाच्या कणाहून कणाने माझ्या अडाणी मनाने हा आनंद अनुभवला होता!

■

|४६|
आनंद मांडवीचा राजहंस

माणूस आपल्यात असते. जवळ-दूर असते, तेव्हा आपण किती निश्चिंत असतो. जिथे ती व्यक्ती असते तिथे सुखात असते. इकडे आपणही. कधी मित्रमंडळीत तिच्या आठवणी येतात, कधी पत्राने कुशल येते-जाते, कधी भेटी होतात... सगळे कसे सुखात चालू असते. आपली सूत्रे एका अज्ञात शक्तीच्या हातात आहेत, ही जाणीवही असत नाही आणि त्या अज्ञात शक्तीने त्या व्यक्तीला अदृश्य केले की काय जे होते! पोटात खड्डा पडल्यासारखा होतो. सर्व निरर्थक आणि अस्ताव्यस्त होऊन जाते!

गेल्या चौदा जूनला पुण्यात बोरकर भेटले. एकदा शालिनीबाईंच्याकडे वासंती त्यांना घेऊन आली तेव्हा आणि पुन्हा त्यांच्या घरी. बोलता-बोलता प्रकृतीच्या संदर्भात ते म्हणाले, ''माझ्या प्रसन्न, मुक्त स्वभावानं मला मृत्यूही मनानं मलूल करू शकणार नाही. मी तो अनुभवही एक आनंदाचा उत्सव समजतो...!''

आणि नेहमीप्रमाणे त्यांनी एक नवी तमिळी म्हण सांगितली, ''उन्हात जे फूल उमलतं ते उन्हात कोमेजत नसतं!''

ते असे म्हणत होते खरे, पण त्यांच्या या उल्लासाशी त्यांची प्रकृती तह करायला तयार नव्हती. यक्षासारख्या आत्ममग्न दिमाखात रस्त्यावरून विहरताना पाहिलेल्या त्या आनंदमूर्तीने आता जिना चढताना, चालताना आधारासाठी खांद्याचा अधार घेतलेला बघितला आणि मनात गलबलून आले.

दोन तास त्यांच्या कुटुंबात घालवून परत आले आणि एकदम लक्षात आले, चटकन मी शालिनीबाईंना म्हटले, ''आज मी बोरकरांना कविता म्हणायला

सांगितली नाही! असं कसं झालं?"

या चाळीस वर्षांत ते कधी भेटले आणि त्यांची कविता ऐकली नाही असे झाले नव्हते! अशी कशी विसरले, ही जाणीव अजून ठसठसते आहे!

चार वर्षांपूर्वी ते वडगावी आमच्या घरी आले होते. येता-येताच म्हणत आले, "इंदिराबाई, सध्या आपण अशा वयात आहोत की, पुढच्या खेपेला भेटू, असं ठाम सांगता येत नाही. म्हणून मुद्दाम भाचीकडे थांबून आलो आहे."

त्या वेळीही त्यांची प्रकृती बरी नव्हती. पण मी सांगताच, "तुमची आवडती कविता म्हणतो," असे म्हणत त्यांनी नेहमीच्या लकबीने सिगारेटचा थोडा झुरका घेतला आणि नाकातून एक गोड असा सूर गुणगुणून कविता म्हटली :

"त्या दिसां, वडाकडेन, गडद तिनिसांजा
मंद-मंद वाजत आयली, तुझी गो पैंजणा"
मी ऐकलेली ही कविता शेवटची ठरली!

आम्ही नोकरीनिमित्ताने बेळगावी आलो. आमच्या आगेमागे संजीवनी, रामभाऊ व्यवसायासाठी इथे आले. डॉ. गं. ब. ग्रामोपाध्ये लिंगराज कॉलेजमध्ये आले. हे स्नेहाचे अतूट धागे आमच्याबरोबर आले. त्याच वेळी पु. म. लाड येथे न्यायाधीश म्हणून आले. इथे डॉ. याळगी, शालिनीबाई आणि बाबूदादा, वि. म. कुलकर्णी हे स्नेही लाभले. बेळगावचा आमचा आनंद म्हणजे मित्रमंडळींच्या भेटींचा उत्सव. अवघ्या अकरा वर्षांच्या संसारात ही बेळगावची चार वर्षे अतिशय सुखात गेली. त्याला दोन कारणे : हे जिवाभावाचे मित्रमंडळ आणि बेळगावचा निवांत असा हिरवा, तांबडा, निळा निसर्ग. त्या वेळी बेळगाव मुंबई इलाख्यात होते. तेव्हा पुण्या-मुंबईकडचे साहित्यिक मान्यवर धारवाड, गदग, मिरज, सांगली, गोवा इकडे वारंवार येत आणि आले की, बेळगावी एक दिवसतरी थांबल्याशिवाय जात नसत. सोपानदेव चौधरी, गजानन वाटवे, बोरकर ही मंडळी वारंवार येत. आमच्यापैकी कुणाकडेही उतरले तरी एक दिवस आम्ही एकत्र भेटत असू... या बैठकींना शालिनीबाई येत, आपला व्यवसाय सांभाळून डॉक्टर येत. एखादे वेळी ही सर्व मंडळी लाडांकडे भेटत. बोरकर तर बहुधा त्यांच्याकडेच उतरत.

एकदा संजीवनीकडे इतकी सुंदर मैफल जमली. गजानन वाटवेंनी त्या वेळी तांब्यांचे 'हृदय सांग चोरिले, कशास सुंदरी' ही नवीनच बसवलेली कविता, सोपानदेव चौधरींची 'झोक तोल तोल ग' कविता, त्यांच्या कोट्या, संजीवनीचे 'शांत सागरी' हे अवीट गाणे गायले आणि बोरकरांच्या कवितांचे गायन हे संपताना पहाटे तीन वाजले. प्रत्येक कार्यक्रमाला तीन-तीनदा वन्समोअर मिळाला,

तर उशीर होणारच!

बोरकरांची आणि यांची पहिल्या भेटीतच मैत्री जमली. बेळगावी ते कधीही येत, अचानक दारात उभे राहात. त्यांचा ठरलेला पोशाख. सोगा सोडलेले धोतर, झब्बा वा शर्ट आणि दोन बोटांत सिगारेट. मंद-मंद वलये निघणारी. आले की, ह्यांना अगदी कडकडून भेटायचे. स्नेहाचा आनंद त्यांच्या डोळ्यांतून, चेहऱ्यावरून ओसंडून यायचा. मग गप्पा, वाद, विनोद, वाचन, कविता गायन – वेळेचा हिशेब उरतच नसे. जाताना फक्त एक कप कडू काळी कॉफी.

हे म्हणत, "बोरकर आले की कोजागिरी साजरी केल्यासारखं वाटतं."

त्यांच्या चालण्यातील दिमाख, त्यांची प्रसन्नता, निर्व्याज बोलणे, त्यांचे काव्य, हे सर्व मिळून होणाऱ्या व्यक्तिमत्त्वामुळे आम्ही त्यांचे नाव 'राजहंस' ठेवले होते... बऱ्याच दिवसांत कवी आले नाहीत की मी यांना म्हणे, "तुमचा राजहंस आला नाही बरेच दिवसांत?"

हे म्हणत, "होय गं, आठवण येते नाही?"

आणि मग हसत म्हणत, "कुणी बांधून ठेवला असेल सुतळीनं."

बोरकरांचा प्रत्येक भेटीत ह्यांना आग्रह असे.

"तुम्ही दोघंही आमच्या बोरीला या. माझ्या डोळ्यांनी गोवे बघा."

जावेसे वाटे, पण मला बरोबर घेतल्याशिवाय हे जायला तयार नव्हते आणि आमचा रवी लहान होता. ठेवून जाण्याइतका किंवा घेऊन जाण्याइतका मोठा नव्हता. शेवटी बोरी राहिलीच. तेही गोवा मुक्तीच्या राजकारणात पडले आणि त्यांची बोरी सुटली. पुणे हे त्यांचे कार्यक्षेत्र झाले.

त्यांच्या प्रेमळ स्नेहाचा लाभ आम्हाला भरघोस मिळाला. पण त्यांनी माझ्यासाठी जी एक गोष्ट केली ती जन्मात न विसरता येणारी अशी. पुण्याची नोकरी सोडली आणि इथे आम्ही आलो ते ट्रेनिंग कॉलेजचे प्रमुख म्हणून नेमणूक होणार यासाठी. पण इथे आल्यावर संस्थेने हा प्रश्न तीन-चार वर्षे लोंबकळत ठेवला. शेवटी त्याचे कारणही संपले. माझ्या मनात त्यामुळे खंत होती. मी त्याच वर्षी बी. टी.चा कोर्स घेतला. परीक्षेला चार महिने असताना शांताबाई कशाळकर मला भेटायला मुद्दाम आल्या होत्या. "तू परीक्षा दिलीस की मला पत्र टाक. मी सांगलीला तुझ्या नोकरीची व्यवस्था करते," असे आश्वासन देऊन त्या गेल्या. संस्थानातील मुलींच्या शाळा-तपासनीस म्हणून त्या अधिकारी होत्या. त्यामुळे मी पुढील व्यवस्थेबद्दल निश्चिंत होते. मला ट्रेनिंग कॉलेजमध्ये नोकरी करायची नव्हती. परीक्षा पार पडताच सांगलीचा विचार मनात सुरू झाला आणि एक दिवस रात्री बाराच्या सुमारास दारावर कुणी थाप मारली. मी जागी झाले. मला चोराचे फार भय. मी चंदूला उठवले. कंदील मोठा केला आणि खाली गेले.

मागे धुणे वाळत घालायची काठी हातात घेऊन चंदू उभा, "कोण आहे?" मी विचारले.

"मी कवी बोरकर," त्यांचा आवाज आला आणि हायसे वाटले. दार उघडले. दारात बॅग घेऊन बोरकर आणि त्यांचे बंधू. दोघेही आत आले. चंदूच्या गालावरून हात फिरवत बोरकर म्हणाले,

"बघितलंत इंदिराबाई, मुलांना कसं आपसूक कर्तेपण येतं!"

मग घड्याळ्याकडे बघत म्हणाले, "आज सकाळी मी इथं आलो. दुपारभर बाबूराव ठाकुरांच्याबरोबर बोलणी केली आणि आता तुम्हाला निरोप सांगून गोव्याला निघणार. हे बघा, उद्या आठ वाजता बाबूराव तुमच्याकडे येतील, तर त्यांना होय म्हणा."

हे नोकरीचे काम माझ्या लगेच लक्षात आले. "तुम्हाला सगळं माहीत आहे," मी तटकन् म्हणाले.

"हे बघा, संत माझे मित्र होते. तुमचा माझ्यावर विश्वास आहे ना?"

हे विचारताना त्यांचे डोळे पाणावले. मला अवघड वाटले. "असं काहीतरी काय विचारता?" म्हणून मी गप्प बसले.

"विश्वास आहे ना? मग माझं ऐका. बाबूरावांना नकार देऊ नका."

"बरं," मी म्हटले. पण माझा आवाज जड गेला असावा.

ते म्हणाले, "बरं नाही! वचन!"

"हो! वचन!"

हे ऐकून ते निघून गेले. माझी झोप उडाली. नको होते ते करावे लागणार. पण बोरकर कधीही चुकीचे सांगणार नाहीत, या विश्वासाने मी तो मनातील विचार काढून टाकला. सांगितल्याप्रमाणे बाबूराव आले. मी ट्रेनिंग कॉलेजची नोकरी स्वीकारली. मला यांच्यापेक्षा दहा रुपये अधिक पगार मिळणार होता. बोरकरांनी हे काम करून मला केवढे ऋणी करून ठेवले! ही नोकरी मला फार यशाची आणि सुखाची ठरली. त्या सांगलीच्या पांढऱ्या मातीशी संधान बांधणारी मी; माझे आयुष्य या तांबड्या मातीशी निगडित होऊन गेले. बोरकरांचा हा स्नेहभावाचा ऋणानुबंध मी कशी विसरणार?

बोरकर बेळगावी कुटुंब आणून स्थायिक झाले. ते इथे कधी असत, कधी नसत. त्यांचे वडील घराची सर्व व्यवस्था बघत. दर पंधरा दिवसांनी तिन्हीसांजा टळल्यावर, बोरकरांची आई दोन बाटल्या घेऊन येत. "बाकीनं सांगून ठेवलंय – रॉकेल इंदिराबाईंना दे. त्यांच्या घराला वीज नाही," असे म्हणून जरा गप्पा मारून, "तूज काय हवा ता सांग गो." असे मला समजणाऱ्या कोकणीत म्हणून जायला उठत. मला भरून येई. हा स्वप्नात धुंद असणारा कवी रॉकेलची काळजी

करतो आणि त्याची वनवासाला लागलेली आई मला म्हणते,

"तुझी अडचण काय असेल ती सांग."

एकदा बोरकर म्हणाले, "मी कादंबरी लिहीन म्हणतो. पण घरात येणं-जाणं फार, जमत नाही."

लगेच मी म्हटलं, "मी कॉलेजला गेले की घरी कुणी नसतं. मला यायला सहा वाजतात. शेजारी माईंकडे किल्ली असते. केव्हाही येऊन लिहीत बसा."

मी नोकरीवरून आले आणि टेबलावरचे रक्षापात्र भरलेले दिसले की, ते येऊन गेले असे समजायचे.

त्यांच्या त्या 'भावीण' कादंबरीचे पहिले वाचन आमच्याच घरी नेहमीच्या मित्रमंडळासमोर झाले. सर्वांना खूपच आवडली. शेवटी तिला गोव्याचे सुवर्णपदकही मिळाले.

हे कुटुंब पुण्याला स्थायिक झाल्यावर मी एकदा त्यांच्या घरी गेले. आक्का काही वाटत होत्या. बोरकरांचे आणि त्यांचे गोमंतकी कोकणीत काही खटमधुर चालले होते.

मला बघताच ते पाट पुढे सारत म्हणाले, "तुम्हाला सांगीन म्हणतच होतो. प्रसंग आला की, स्त्रीच्या सुप्तशक्ती किती प्रकट होतात, याचाच आता अनुभव घेतोय मी. आत ही बघा. माझ्या आईच्या छत्राखाली वाढलेली. जबाबदारी म्हणजे काय ते माहीत नसणारी. व्यवहारात तर शून्यच. कधी बाहेर पडली, तर वईजवळची ओवळं वेचायला... अशी ही आता किती समर्थपणे सगळं सांभाळते आहे! मुलांच्या शाळा, त्यांना पोहोचवणं, रेशन, बाजारहाट आणि हे सर्व मी दिलेल्या पैशांत. पुन्हा माझ्या आवडी-निवडी सांभाळते ते वेगळंच. मी चकित होऊन गेलो आहे."

वाटणे थांबवून आक्का हसत म्हणाल्या, "तुम्ही बेळगावहून हरभऱ्याची झाडं आणलीत वाटतं?"

आणि लगेच पतिराजांना कोकणीत म्हणाल्या, "तिला जेवायला ठेवून घे."

मासळीचे जेवण, गोव्याचे तापलेले राजकारण आणि मग कविता गायन, हे सगळे झाल्यावर मी निघाले तो दुपारचे तीन वाजले होते. जाताना मनात विचार करत होते. या बोरकरांच्या स्वभावात एक प्रकारचे मूलपण आहे. ते आक्काने सांभाळले आहे म्हणून ती साक्षात क्षमा झाली आहे.

ते म्हणत, "माझ्या बायकोला आठ मुलं. सात तिची आणि मी आठवा."

"म्हणूनच तर तुमचं नाव बाळकृष्ण..." असे मी म्हटले की कौतुकाने इतके आनंदून जायचे. आपल्याविषयी, आपल्या काव्याविषयी कुणी कौतुक केले की ते लहान मुलासारखे आनंदाने ओसांडून जायचे.

पुन्हा केव्हातरी त्यांच्या पुण्याच्या घरी गेले तेव्हा बोरकर आणि आक्का अगदी खुशीत होते. ते म्हणाले,

"जरा उशीर केलात, आत्ताच एक नवरानवरी आमच्याकडे वरणभाताचं लग्नाचं जेवण जेऊन गेली."

मंगेश पाडगावकर आणि यशोदा हे ते नवविवाहित जोडपे होते. "आता आपण लग्नाची पंगत पुरी करू या." असे त्यांनी म्हणताच आक्कांनी ताटं घेतली. या वेळी टेबल होते. वरणभात, सोलकढीबरोबर त्या दोघांच्या लग्नातले साहस, त्यांचे कौतुक, मग जेवणानंतर आपल्या कवितांची मेजवानी. पाडगावकरांवर त्यांचा मुलापेक्षा अधिक लोभ.

आमच्या आप्पांना कवितेत अजिबात रस नसे. पण बोरकरांची कविता ते आवर्जून वाचत.

एकदा त्यांच्या वाचनात ही कविता आली,

"मी नंदाघरची बावडी गं,
दिसूनी क्षणभर श्यामममनोहर
त्यासम झाले लालडी गं!"

लगेच त्यांनी बोरकरांना बोलावून घेतले. त्यांना म्हणाले,

"मी तुमची कविता वाचली. वाचतानाच तो 'ड' किती नाजूक वाटला. मला तुमच्याकडून ती कविता ऐकायची आहे."

त्यांनी दोनदा कविता म्हणवून घेतली, अगदी खूश होत म्हणाले,

"बालगंधर्वांनी खाडिलकरांच्या खडबडीत कठोर ओळींना आपल्या स्वराचा स्पर्श केला आणि त्या ओळी रेशमाच्या गोफासारख्या झाल्या. तुमच्या प्रतिमेनं या 'ड'ला केवढा कोवळेपणा दिला! तुमच्या भाषेत म्हणजे, 'चांदण्याची कोवळीक!' बरोबर ना?"

आप्पांनी ती कविता आपल्या एका कादंबरीत घेतली आहे.

बोरकरांची भेट झाली की एखादा नवा विचार, नवा अनुभव, नवी म्हण, कवितेतील एखादी ओळ, किंचित नाकात म्हटलेल्या कवितेतील सूर व कल्पना यांच्या संगमाच्या सुंदर जागा, त्यांचे विभ्रम, यातले काही ना काही मनात रुजल्याशिवाय राहात नाही. असे सहज काही सुंदरसे देऊन जाणारी व्यक्ती विरळच.

आजवर त्यांच्या किती कविता वाचल्या. त्यांच्या मुखातून ऐकल्या. कवितेतील भाव सुंदर की शब्द सुंदर; स्वर सुंदर की विभ्रम सुंदर या संभ्रमात श्रोता असतानाच कविता संपायची. केव्हाही त्यांची कविता पुस्तकातून वाचू लागले की त्या ओळींमधून त्यांचा स्वरही मिसळतो. दृष्टीचा आणि श्रुतीचा हा संगम मोठा

मनोहारी वाटतो. त्यांचे व्यक्तिमत्त्व आणि त्यांची कविता एकरूप आहेत. संसारात, राजकारणात, मैत्रीत, प्रेमात, अध्यात्मात, कुठेही ते गुंतले तरी त्यात बुडून जाण्याचा किंवा कशाची तमा न बाळगता झोकून देण्याचा त्यांचा स्वभाव नव्हता. तसे ते अलिप्तच असत. जीवनातील आनंद, रस, अनुभव यांचा सहज स्वीकार करत, स्वच्छंदाने सतत आत्ममग्न असणे, हा त्यांचा स्वभावधर्म. या सर्वांतूनच त्यांच्या कविता अंकुरल्या. त्यांच्या कवितेतील भाववृत्ती – मग ती प्रीतीची, देशभक्तीची, अध्यात्माची... कोणतीही असो, ती उत्कटतेने कधी घुसमटत नाही किंवा कोसळत नाही. दुधसागरासारखी डोंगरावरून सांभाळून, नाजूकपणे निनादत धावणाऱ्या बालिकेसारखी ती वाटते.

आज 'चांदणवेल' चाळता-चाळता या ओळींवर आले आणि थांबले.

"विश्व हवे, सर्वस्व हवे आणि मृत्यू, समोर सयंत्र हवा.

"शरात परिही विव्हळशी तनू, उरात अमृतमंत्र हवा."

ज्या दिवशी बोरकर बेशुद्ध झाले त्याच दिवशी त्यांनी अमृतमंत्र जपायला घेतला. देहाची काळजी त्यांना कुठे होती... आनंद मांडवीचा तो राजहंस. दूधसागराच्या मोत्यांचे त्याचे दाणापाणी. सहज-सहज एखाद्या यक्षासारखा तो विहरत गेला. माय मराठीला संपन्न करून, जवळच्यांना, स्नेह्यांना, दूरस्थांना आपल्या आठवणी देऊन...

■

। ४७ ।

रत्न-मंजुषा

आईची एक मोठी ट्रंक होती. ती नेहमी झोपायच्या खोलीत असे. आई कधी दुपारी, कधी रात्री ती उघडून बसत असे. या वेळी खोलीचे दार मात्र ती लावून घ्यायला विसरायची नाही. 'दूर बसून बघायचं, हात लावायचा नाही कशाला' अशा अटींवर मी मात्र या वेळी तिथे असायची. भले मोठे कुलूप काढून आई ती ट्रंक उघडून, तिचे झाकण भिंतीला टेकून मग आतील एकेक वस्तू बाहेर काढायची.

झाकणापर्यंत दाटलेले सणंग पहिल्यांदा, घडी उचलून हलक्या हाताने खाली जाजमावर ठेवायची. तिचे काठ न्याहाळायची. तिच्यावरून हलकेच हात फिरवून दुसरी घडी उचलायची. वडिलांचा निळागर्द रुईफुलांचा काठाचा कद, जांभळी पामरी, त्यांचा चार बोटे रुंद जरीकाठाचा जांभळा पीतांबर, एक फिकट गुलाबी रंगाचा रेशमी शेला – वर जरीचे नाजूक बुट्टे असलेला... आईची दोन रुंद काठा-पदराची रेशमी लुगडी – आई त्यांना 'महावस्त्र' म्हणायची आणि सर्वात खाली एक जांभळी पैठणी या सर्व घड्यांवरून हात फिरवून बघावा. जरा घडी उलगडून बघावी, असे मलाही वाटे. पण मन आवरून, असे वाटणाऱ्या हातांची घडी घालून मी बसत असे.

नंतर अगदी तळाला मोठी नक्षीदार अशी चांदीची तबके, ताटे, कडेने बसवलेली फुलपात्रे, तांब्या, वाट्या, द्रोण, अत्तरदाणी, गुलाबदाणी ही सर्व भांडी हळूच बाहेर काढून आई ती पदराने पुसत असे. आणि मग मला त्याची ओढ, तो दागिन्यांचा डबा ती बाहेर काढे. पितळेचा, पेढेघाटी, कडी-कुलुपाचा असा तो चकचकीत डबा असे. या डब्यालाही कुलूप असे. याला मी 'जादूचे

कुलूप' म्हणे. हे आडवे कुलूप असे. त्यातील प्रत्येक कांड्यावर इंग्रजी अक्षरे असत. ती फिरती कांडी मागे-पुढे करून अक्षरे जुळवली की कुलूप उघडे. आणि ते आईने उघडले की मी नकळतच हातभर पुढे सरकत असे....

आई एकेक दागिना काढून, न्याहाळून, पदराने पुसून खाली ठेवायची. बाजूबंद, तोळबंदी, लसण्या, बिल्वदलाची टिक्का-पुतळ्याची माळ, सरी, ठुशी, केवढाली नथ, गोठ, पाटल्या असे कितीतरी... पूजेला देव मांडतात तसे ते दागिने मांडून डोळभर पाहायची आणि पुन्हा ते एकेक हलक्या हाताने डब्यात रचायची. मग पुन्हा सर्व वस्तू, सणंग ट्रंकेत नीट ठेवून, कुलूप ठोकून ती तिथेच आडवी व्हायची. मीही तिथेच बसून.

आईचा चेहरा लाल, कसनुसा व्हायचा. डोळ्यांच्या कोरेत पाणी लकलकायचे. मी काही विचारले की, "पडू दे मला" म्हणून कुशीला वळायची. मीही मग मुकाट्याने दार उघडून बाहेर जायची.

आता वाटते... ते सगळे सणंग, दागिने यांचे दर्शन तिला अस्वस्थ करत असणार. हा पतीकडून रुसूनफुगून मागून घेतलेला, हा लग्नातला, हा पाडव्याच्या ओवाळणीत तबकात घालून लक्ष दिवे उजळल्याचा आनंद देणारा, हा 'थोरल्यांना आहे –' मलाही हवाच म्हणून पतीवर रागावून मागून घेतलेला... कितीतरी आठवणी त्या दागिन्यांभोवती निगडित असतील... कडू-गोड असल्या तरी त्या हव्याहव्याशा आठवणी... त्यासाठी ती हे दागिने उघडून बघत असेल... मन शांतवीत असेल. तिच्या मनातील काहूर तिने स्वत:पुरतेच ठेवले – मलाही ते तिने उमगून दिले नाही.

तो दागिन्यांचा डबा, ते जादूचे कुलूप, ती ट्रंक हळूहळू मी विसरून गेले... निरनिराळ्या व्यवधानांत त्यांच्याकडे वळून बघण्याचेही अवधान राहिले नाही. मी शिक्षण पूर्ण केले, संसाराला लागले आणि कविताही लिहू लागले... या कविता लिहीत असताना मलाही माझ्या मनात एक मंजुषा सापडली. जादूच्या कुलुपाची. पण अलंकारांची नव्हे – एका अलौकिकाची मंजुषा. ज्या प्रेरणाशक्तीने मला कविता लिहिण्याला प्रवृत्त केले, त्याच प्रेरणाशक्तीने मला ही मंजुषा दिली. आणि तिने त्यात ठेवण्यासाठी जे बहुमोल असे धन, त्याची जडणघडण करण्याची मनाला कुशलता दिली. सोन्याचा दागिना करताना ते प्रथम मुशीत घालून त्यातील जे सोने नाही ते नष्ट करायचे, मग ते सोने वाकवून, वळवून, पत्रा करून, साच्यात घालून त्याचे अलंकार घडवायचे. तसेच हे काहीसे.

आपले आयुष्य हे प्रवाही आहे. या प्रवाहात अनुभवाच्या लाटा आपल्याला सारख्या स्पर्श करत असतात... सुखाचे, दु:खाचे, कडू, गोड असे ते अनुभव मना-शरीराला भावले की त्यांना मनात स्थान मिळते, स्मृतिरूपाने. इथून पुढे

निर्मितीचे काम सुरू होते... ती प्रेरणा हा अनुभव पुन्हा आपल्यापाशी आणते, तो मुशीतून काढून, त्यातले सर्व 'स्व'पण म्हणजे अनुभव घेणाऱ्याचे स्वपण काढून तो निखळ लोलकासारखा करून – हा लोलकही विविध भावदर्शी असतो. कारण अनुभव घेतानाच आपण तो विविध अंगानी घेतलेला असतो. 'फूल पाहाणे' हा अनुभव डोळ्यांपुरताच नसतो आणि त्या फूल या वस्तूपुरताही नसतो. त्याचा आकार, रंग, गंध याबरोबरच त्याचे डोलणे, त्याच्या पाकळ्या गळणे, त्याच्यावर रुंजी घालणारा भ्रमर, त्याच्या पाकळ्या बघून, रंग बघून पुन्हा या संदर्भात मनात उमटलेली पूर्वानुभवाच्या साम्य-विरोधाची असंख्य भाववलये... हे अर्थ त्या फूल पाहाण्याच्या अनुभवात असतात. म्हणूनच हा निखळ अनुभव हा विविध जाणिवांचा एक लोलकच असतो. आणि या लोलकातही ती प्रेरणाशक्ती ठिणगीसारखी स्पंदने टाकत असते. ही निर्मितीची प्रेरणा आपल्याला आलेल्या असंख्य अनुभवांतील जे लोलक घडवून देते, ते आपण या अलौकिक मंजुषेत जमा करतो. आणि गंमत म्हणजे, जे एकूण काम जाणीवपूर्वक होत नसते, ते ती निर्माणाची प्रेरणाच सर्व करत असते. मी आईचे दागिने पाहून सुखावले. पण या माझ्या मंजुषेतील एक कण मला बघता येत नाही, कारण त्याला जादूचे कुलूप असते. आणि ती जादू फक्त त्या प्रेरणेला ठाऊक असते.

ती प्रेरणा आणि हे लोलक यांनीच तर कविता घडवलेली असते ना! म्हणजे ही मंजुषा कवितेला रूप देणाऱ्या रत्नांची खाणच म्हणायची. या लोलकांनीच माझ्या आजवरच्या कविता साकार केल्या. हे लोलक मला माझ्या अनुभवातून मिळाले.

'मृण्मयी' या कवितेबद्दल असेच. ही प्रेमकविता नव्हे. वाचकाला 'माझी अशी' जी कविता वाटते, त्यातही ती बसत नाही. पण ही कविता माझी फार आवडती आहे. तिचे सर्व लोलक या मंजुषेतीलच. यातील अनुभव काही कालानुक्रमाने आले नाहीत आणि कविताही काही लगेच लिहिली गेली नाही. त्यातले दोन अनुभव आगेमागे असे किती वर्षांपूर्वी येऊन गेले. आम्ही प्रथम बेळगावी राहायला आलो ते मेच्या अखेरीस... पाऊसकाळात. एकदा संध्याकाळी आठच्या सुमाराला दाराशी टांगा थांबला... दारात जाऊन पाहिले, तर हेच टांग्यातून उतरले. प्रथम शंका त्यांच्या आजरपणाची; म्हणून टांग्याकडे धावले. पण ते हसत-हसत उतरले आणि म्हणाले, "चल, आपल्याला जायचं आहे एकीकडे."

कुठे, कशाला, बोललेच नाहीत. घरात येऊन ताईला म्हणाले,

"तेवढे जेवणाचे उरकून घे... मी हिला घेऊन जातो आहे, कामासाठी."

नेसलेले पातळ चांगलेच होते. ओचा, पदर नीट केला आणि निघाले. चंदूने मी बाहेर पडताच पदर धरून गळा काढला. मग त्यालाही घेतले. टांग्यात

बसल्यावर कितीदा विचारले,

"अहो, कुठे सांगा ना?"

तर म्हणाले,

"थांब थोडं!"

कँपमध्ये एका चौकातील बसक्या पुलाशी टांगा थांबवला. आम्ही उतरलो आणि हे म्हणाले,

"ते बघ तिकडे.'

आणि त्यांनी सांगितलेल्या दिशेला बघते तो काय! बाई गं! असा उत्सव मी जन्मात पाहिला नव्हता! टांग्यात पाठमोरे बसल्याने उतरेपर्यंत काहीच दिसले नव्हते. चंदू तर नाचायला लागला. वर ढगाळलेले आभाळ, किट्ट काळोख, गारगार थेंब टाकणारा वारा, कँपमधले अवाढव्य फांद्या पसरलेले ते उंच, भरगच्च वृक्ष आणि त्या वृक्षांना पाना-फांद्यांतून झिळमिळ लखलखणारे असंख्य काजवे! त्यांच्या हिरवट पारदर्शी, शांत अशा प्रकाशबिंदूंची ती झगमगणारी अगणित नर्तनवलये. त्या पुलावर बसून किती वेळ आम्ही त्या नक्षत्रवृक्षांत हरवलो. टांगेवाल्याने हटकल्यावर नाइलाजाने उठलो. उंबऱ्यातच चंदूने मोठ्या आनंदाने गौप्यस्फोट केला –

"आम्ही काजवे बघायला गेलो होतो."

आणि रुमालात धरलेले काजवे त्याने पुढे केले. हा अनुभव, लोलक होऊन त्या मंजुषेत जमा झाला. केव्हा, कसा... माहीत नाही.

दुसरा, मातीच्या ताजेपणाचा. इथली हिंदवाडी तेव्हा नुकती घडत होती. एकदा नोकरीवर जाताना पाहिले, तो लाल तजेल मातीची केवढी मोठी रास. ती माती मानवी स्पर्श झालेली नव्हती. धरतीच्या गाभ्यातून खणून काढलेली, अगदी ताजी, ओलसर, लाल कावेच्या रंगाची. आणि ती हातात घेऊन पाहिली तर, स्पर्श तरी किती स्निग्ध आणि शीतोष्ण. हाही अनुभव त्या मंजुषेत जमा झाला.

आणि केव्हातरी, कितीतरी वर्षे मध्ये गेल्यानंतर प्रेरणेने कुलूप काढले आणि त्या निमित्ताच्या शक्तिरूपाला हे लोलक उसळून येऊन चुंबकासारखे चिकटले – एकजीव झाले. मग मधले लोलक आले. हे लोलक आपले शब्द, आपली लय घेऊन आले आणि एक स्वप्नशिल्प तयार झाले – 'मृण्मयी!'

माझी असलेली आणि नसलेलीही अशी ही अलौकिक मंजुषा आहे.

■

।४८।

तवंदी सोडून सुखाच्या भोवऱ्यात

पहाटे कोंबडा आरवला की भागूबाईला जाग यायची. उठली की तोंडबिंड धुऊन दळणाला बसायची. माजघरात जात्याजवळच आईपाशी मी झोपत असे. शेजारी भागूबाईचे दळण. समोरच्या देव्हाऱ्यातील नंदादीपाच्या उजेडात तिचे दळणे आणि ओव्या, गाणे सुरू होई. ओव्या अगदी उंच स्वरात. पण माझी झोपमोडीची तक्रार नसे. त्या आवाजांच्या दुहेरी लयीत मी ऐकत, झोपत असे. कोंबडे तर काय एकामागून एक बांग घालत. ही बांग कुणाच्या कोंबड्याची हे भागूबाई ओळखायची. गंमत वाटायची. पुढच्या अंगणात सड्याचा आवाज ऐकू आला की, मी चटकन उठत असे. तिच्या सडासारवणावर रांगोळी घालणे, हे दिवस उजाडण्यापूर्वीचे माझे काम. रांगोळी, हळद-कुंकवाची मोठी ती – खणी लाकडी कोयरी घेऊन मी तिच्या मागे उभी.

कुठे कोणती रांगोळी हे आईने शिकवून ठेवले होते. दारापुढे पारिजातक, कोयरी असे काही. उंबऱ्यावर दुहेरी रेघांनी केलेल्या भागात मध्ये स्वस्तिक, दोन्ही बाजूला चंद्र-सूर्य, उंबऱ्याला हळदी-कुंकवाची बोटे. देवापुढे स्वस्तिक, बाजूला शंख, चक्र, गदा, पद्म. स्वयंपाकघरात चुलीवर रेघाळे, तुळशीपाशी प्रथम 'श्रीराम' ही अक्षरे. मग खाली विठ्ठल-रखुमाईच्या भावल्या. चंद्र, सूर्य, गोपपद्मे, गोठ्याच्या उंबऱ्यावर कमळे, गोप. प्रत्येक रांगोळी झाली की वर हळद-कुंकू. हे सर्व काम सूर्याची किरणे येण्यापूर्वी माझ्याकडून ती करवून घेई.

तोवर भागूबाई दळण संपवून न्हाणीच्या चुलीकडे येई. चुलवणातील राख काढायची, हंडा भरायचा, लाकडे, फाटे, शेण्या आणायच्या हे तिचे काम. आणि स्वयंपाकाच्या चुलीतील झगऱ्यात आईने अर्धे शेणकूट रात्री पुरून ठेवलेले

असे ते मी काढायचे. तांब्याच्या हंड्याच्या चकचकीत झळाळीसारखे ते झगझगत असे. आईला कधी काड्याची पेटी लागली नाही. आम्ही याला 'अग्निहोत्र' म्हणत असू. कोणत्याही वेळी आईच्या चुलीत हा अग्निदेव उभा असायचा. तव्यावरून हे झगरे नेऊन चुलीत टाकायचे. वर पाचोळा, धाटे, तूरकाठ्या, शेणी रचायच्या, एक मोठे लाकूड खुपसायचे आणि हंड्याखाली येता-जाता भरपूर जाळ करायचा, पाणी तापवायचे. हे माझे काम.

मग आईबरोबर गोठ्यात. गुरांचे लाड करायचे. सत्यप्पा धारा काढायचा. आई आपल्या आवडत्या गाई-बैलांबरोबर खूप बोलायची आणि गुरे पण छान ऐकत राहायची. मीसुद्धा मग त्यांच्याशी बोलू लागे. माझ्या आणि ताईच्या दुधासाठी दोन पंचपात्रात धारा काढायच्या. ते दूध तिथेच प्यायचे आणि मग काशीमावशींच्या आप्पांच्यापाशी अभ्यासाला रंगण धरायचे, आमचे आणि आमच्या पाटी-पुस्तकांचे. जो हवा तो अभ्यास करावा, श्लोक म्हणावे, लिहावे-वाचावे, गोष्टी ऐकाव्या. दोन-तीन तास यात सहज जात. गुरे पाण्यावर वा चरायला सोडली की, आम्ही पुस्तके आवरायची आणि पोहे, उप्पीट, कण्या असे काही भरपूर खाऊन, लहान केळी, तांब्या, कपडे घेऊन आप्पा, काशीमावशी, तारा, बाबू असे आम्ही विहिरीवर. कधी बरोबर माकणीची घोडी – गंगा असायची.

थंड पाण्याच्या घागरी ओतून घेऊन छान स्नान, कपडे धुणे, केळी घासून झाल्यावर भरणे, हे सर्व रमत-गमत आटपून घरी यायचे. डोक्यावर आलेला सूर्य हातभर कलंडला की, ताज्या हिरव्यागार पत्रावळी मांडायच्या, पाट ठेवायचे. डाव्या बाजूचे वाढायचे हे माझे काम. जेवण झाले की, घरातले काही काम नाही. झोपावे, शेजारी काकूंच्याकडे पत्रावळी, रांगोळी शिकावी, भातुकली खेळावी. काका गावात नसले की भागूबाई, शेजारची मुले, आम्ही घरची अशी सगळी मिळून शेतावर जावे, ब्रह्माच्या देवळात उतरावे. घोलात मोरांच्या मागून हिंडावे... तिन्हीसांजेच्या आत घरी यावे. काका असले की शेजारी जावे, उरल्या वेळात मिळेल ते वाचावे आणि घरात आईने जे भाताचे तांदूळ करण्याचे, डाळी करण्याचे, पोहे कांडण्याचे काम काढले असेल त्यात गुंतावे. ही कामे गोठ्यात चालत... मला फार-फार आवडणारी.

तिन्हीसांजेला आईने धुपारती केली की, मग आम्ही देवापुढे बसून स्तोत्रे म्हणावी. धारा काढून झाल्या की मुलांची जेवणे. मग सोप्यात लोळत गप्पागोष्टी. या वेळी आईशी गप्पा करायला तिच्या मैत्रिणी येत, रयत येत. त्यांच्याकडे गोष्टींचा आग्रह धरावा. भूताखेतांच्या, वेताळांच्या, हडळींच्या, राक्षसांच्या, जादूटोण्याच्या त्यांनी सांगितलेल्या गोष्टी ऐकत भिऊ-भिऊ अवस्थेतच झोपून जावे. आईने आपण झोपते वेळी मग आम्हाला ठिकाणी नेऊन झोपवायचे....

असे माझे सगळे आरामात चालले होते आणि आमच्या शिक्षणासाठी बेळगावी जाण्याच्या गोष्टी सुरू झाल्या. वर्षाचे लोणचे, मसाला करण्यात आई गुंतली आणि मला अस्वस्थ वाटायला लागले. कशाला बेळगाव? कशाला शिक्षण? इथे मी कितीतरी शिकत होतेच की! किती छान आहे तवंदी. मोकळी-मोकळी. मी बेळगाव पाहिले नव्हते. पण मला अगोदरच ते आवडेनासे झाले. का आवडेना, ते नंतर समजले. खेड्यातील जीवनाची आसक्ती माझ्यात निर्माण झाली होती. डोंगर-दऱ्यांची ओढ लागली होती. कसलाही काच नव्हता. बेळगावला गेल्यावर भाड्याच्या घरात राहायचे. कुठे बाहेर जायचे नाही. शाळेत कंटाळवाणा वेळ काढायचा, अभ्यास करायचा... काय न् काय. हे सगळे विचार माझ्या मनात भय निर्माण करत होते.

खेड्यातील जीवन कसे वेगळेच असते. ते निसर्गाला धरून असते. दिवस, रात्र, ऊन, वारा, पाऊस-पाणी यांचे बोटच धरून जणू चालत असते. निसर्गाच्या या रूपांवर माणूस त्याचा भक्त होऊन प्रेम करतो. जाते दगडाचे, पण भागूबाई दळण संपून पीठ भरले की पाच दाणे राखून ठेवलेले सूप जात्यावर पालथे घालून त्याच्यावर माथे टेकून नमस्कार करून उठते. चुलणावरचा हंडा दर सोमवारी घासून धुऊन त्याच्यावर हळद-कुंकवाची बोटे टेकते. आई रोज गोठ्यात जाऊन गाई-म्हशींच्या कपाळावर कुंकू-हळदीचे नाम ओढते. गाईंना गोग्रास काढून मग जेवते. दर शनिवारी मारुतीला तांबलीभर तेल घेऊन जाते. नरसोबाच्या वाडीला गेल्यावर कृष्णाबाईला खणा-नारळाची ओटी देते. शिवारातील अवजारांची, धान्याच्या राशींची, तिथल्या माता-माउल्यांची पूजा मांडते. हे असले सर्व आणि ते रान, डोंगर, शेते आणि त्यांचे रूपाविष्कार यांच्याबद्दल माझ्या मनात विलक्षण आकर्षण निर्माण झाले होते. बेळगावी जाताना हे सर्व इथेच ठेवून जावे लागणार असते. आणखी काही विलक्षण गोष्टींत मी नव्याने पाऊल टाकणार होते. ती मात्र मला कल्पनाही नव्हती!

काका पुढे गेले. घर वगैरे सर्व व्यवस्था केली आणि नंतर मी, आई, ताई, भागूबाई, सत्यप्पा असे गेलो. घरच्या गाडीला घरचेच बैल आणि सत्यप्पा गाडीवान. बैलगाडीतून सगळा प्रवास करून बेळगावी, घरी रात्री नऊच्या सुमाराला पोहोचलो. जेवण गाडीतच. तेव्हा आलो ते झोपलोच. सकाळी जाग आली ती चुलीकडून भर्रर्ऽऽ आवाज आला त्याने. उठून धावत जाऊन पाहिले तो काकांनी स्टोव्ह पेटवला होता, चहासाठी. हे नवेच काही मी पाहिलेले. स्टोव्हच्या प्रखर निळ्या ज्वाळा बघून गंमतच वाटली. मी पाहिलेले हे पहिले यंत्र.

काका म्हणाले, "या स्टोव्हमुळे काम लवकर होतं. कष्ट वाचतात आणि फुंकायचे त्रास वाचतात. डोळ्यांना धूर लागत नाही."

खरेच. मी मनात चुलीशी त्याची तुलना करून पाहिली. मला ते यंत्र, तो स्टोव्ह आवडला. दोन दिवसांत मी स्वतः तो पेटवू लागले. एका पसरट बाटलीत स्पिरिट, एक छानसा काळा काकडा आणि हलक्या हातांनी पंप सारणे, अशी गंमत काही तवंदीला नव्हती. आता आमच्या शाळेच्या वेळची भाजी-भाकरी, सकाळ-दुपारचा चहा, खाणे या स्टोव्हवरच होणार तर...

थोड्या वेळाने काकांनी शाळेसाठी एक वस्तू खरेदी केली. माझ्या हातात देऊन म्हणाले,

"तुमच्या शाळेसाठी हे घड्याळ."

किती छान होते! ओंजळीत मावणारे, गोलाकार तबकडीचे, नाजूक अशा तीन एवढ्याशा डेखांवर उभे राहाणारे. माथ्यावर छोटीसी कडी आणि मध्ये एक सुंदर आणि दाबले तर खालीवर होणारे बटण. मागे दोन किल्ल्या. एक चंद्राकार खाचीत आकड्यांचा ठसा. काकांनी घड्याळ शिकवले, गजर कसा लावायचा हे शिकवले – आणि गजराचा मंजूळ नाद ऐकून आनंदाचे कल्लोळ उठले. हे घड्याळ, वेळ दाखवणारे. नादबिंदूच्या माळेने जागे करणारे. त्याने मीच नादावल्यासारखी झाले. सकाळचा गजर लावून उठू लागले. "आई सात वाजले. चहा झाला का?", "साडेनऊ वाजले, स्टोव्ह पेटवू का?", "साडेदहा झाले पान घेऊ का?", "अकराला दहा मिनिटं आहेत, शाळेला चलू का?" असे माझे आईला सासूरवास सुरू झाले. शाळेतून घरात पाऊल टाकताच काका गरजायचे, "साडेपाच झाले. उशीर का झाला? कुठे रमली होतीस?"

मग मात्र घड्याळ नसते तर बरे झाले असते, असे वाटे.

पण आता मी कशी काय – ती कोंबड्यांची बांग, ते सूर्याचे वावभर खालीवर येणे, ते चुलवण, त्या रांगोळ्या... पार-पार विसरले. जणू दुसऱ्या जगात आले. स्थिर, शांत, अनंत अशा काळातून मी सेकंदांच्या टापांखाली काळाला तुडवत जाणाऱ्या वेळाच्या क्षेत्रांत पाऊल टाकले. 'कमी काम, जास्त आरामा'च्या जाणिवेच्या क्षेत्रात पाय टाकून डोकावून पाहू लागले. या दोन यंत्रांच्या किमयेने मी झपाटल्यासारखी झाले. नव्हे त्या पहिल्या पावलाने मी त्या धारेलाच लागले. पुन्हा मागे पाहिले नाही.

माझ्या संसारात स्टोव्ह होताच. पण वातीचे स्टोव्ह, ओगल्यांचे स्टोव्ह असे करत-करत बेळगावला गॅस प्रथम आला तेव्हा पहिल्यांदाच मैत्रिणींच्याबरोबर मी त्याला सामोरी गेले. नळ आले, वीज आली, दळणाची गिरणी वरदहस्तासारखी आली, आता स्वयंपाकघरात विजेची उपकरणे आली, पदार्थांना सदासतेज ठेवणारा फ्रिज आला... फिरण्यासाठी, प्रवासासाठी काळ्या-बाळ्याची बैलगाडी कुठली, पद्मिनी दारात उभी राहिली. सांगाव्यासाठी फोन आला. यंत्रयुगात मी पहिले

पाऊल टाकले आणि त्या सुविधांत अशी गुंतत-गुंतत गेले, या सर्व प्रवासाचे मर्म एकच : कामाची गती आणि काळाची गती यांची अखंड अशी स्पर्धा. म्हणजे एक सुखाचा भोवरा... सर्व विसरायला लावणारा आणि शेवटी गिळून टाकणारा. हे आता उमगते आहे. मोठमोठ्या शहरांतील जीवन म्हणजे एक प्रचंड भोवराच. नशिबाने मी त्यात सापडले नाही. पण इथे जो थोडा संथ गतीचा भोवरा आहे, त्यातून मी सुटू शकले नाही. शकणार नाही.

पण मध्येच कधी त्या संथ, शांत, प्रसन्न अशा काळाची आठवण खोलातून वर तरंगत येते, तेव्हा अंगावरून गार झुळूक गेल्यासारखी वाटते – काही हरवलेले सापडल्यासारखे वाटते. वाटते, या भोवऱ्याने मनात मूळ धरले नाही, हे किती चांगले झाले. मी नाहीतरी माझ्या कवितेने हे मनोज्ञ आकाश धरून ठेवले आहे. पवित्रपणे जपले आहे. या निष्ठेचा आनंद काही वेगळाच.

∎

।४९।

सहशिक्षणातील आंबट-गोड

घरी अभ्यास करून मी एकदम चौथ्या इयत्तेच्या बोर्डाच्या परीक्षेला बसले. त्यासाठी बेळगावच्या मुलांच्या एक नंबरच्या शाळेत दोन-तीन महिने अगोदर माझे नाव घातले. हे माझे शाळेतील आणि त्या वेळी दुर्मीळ अशा सहशिक्षणातील पहिले पाऊल. मी पाटी-दप्तर घेऊन शाळेत गेले तशी, हेडमास्तरांनी मला चौथ्या इयत्तेच्या वर्गात मास्तरांच्या टेबल-खुर्चीशेजारी एका स्टुलावर बसायला सांगितले. समोर रांगेत बसलेली मुले बघून मी अगदी चूप होऊन गेले. मुलेही भयंकर आश्चर्याने टकटक बघत राहिली. मला काही सुचेना. मास्तरांनी माझी चौकशी केली. माझी पुस्तके पाहिली आणि वर्गाच्या अभ्यासात मला सामावून घेतले. एकटे आणि वेगळे वाटू दिले नाही.

दुपारची सुट्टी झाली तशी मुले 'हुईऽऽ' करून उधळली. घरी जायला हवे होते, पण शाळेच्या दारात मुलेच मुले. मी वर्गातच बसून राहिले. मास्तर वर्गात आले. मी आपली स्टुलावरच.

त्यांनी चौकशी केली, "घरी गेली नाहीस?"

"मला दारातून वाट मिळेना," मी अडचण सांगितली. तेव्हापासून रोज दोन्ही वेळा मास्तर मला बरोबर घेऊन दारापर्यंत पोहोचवू लागले.

स्टुलावर बसायचे म्हणजे भारी अवघड. पुस्तके, वह्या, दौत, टाक खाली जमिनीवर ठेवावे, तर एक-दोनदा वाकताना तोल गेला. मास्तरांनी मग सगळी अवजारे आपल्या टेबलवर ठेवून घेतली. भेंड्या लावताना मुलांच्या दोन फळ्या करत. दोन्ही फळ्या मास्तरांच्याकडे माझी मागणी करायच्या. कारण माझे कवितांचे पाठांतर त्यांच्यापेक्षा खूप होते. मला एक बाजू दिली की, मास्तर दुसरी बाजू

लढवायचे. मला वर्गात बोलायला मिळत नव्हते, पण मी अभ्यासात रमले होते. त्रासाचे वाटत नव्हते.

पण हा त्रास मला घरून, शेजारून होत होता. शेजारणी आईला सतावीत. "मुलांच्या शाळेत का जाते मुलगी? बरं नाही हे! मुलींच्या शाळेत घाला तिला."

त्या अधिकाराने, अगत्याने सांगत हे खरे. पण त्याचा राग आई माझ्यावर काढायची.

शाळेला जाणाऱ्या मुली पावडर वगैरे लावून जात. मी आईला 'पावडर हवी' म्हणून सांगताच तिने सांगितले,

"शाळेला जातीस, तेही पोरांच्या. उद्यापासून नटणं-मुरडणं बंद. पावडर नाही, वेणीत फुलं नाहीत – सरळ खाली मान घालून शाळेत जायचं आणि यायचं. कशाला शाळेत घातली, असं काही होता कामा नये."

हे तिने बजावलेच, पण शाळेसाठी साधे, चिटाचे परकर-पोलके शिवले. "छानसे काठ असलेलं धारवाडी खणाचं परकर-पोलकं हवं," हा माझा हट्ट चालू दिला नाही. आणि रोज शाळेला जाताना मी तो कसातरी नेसेन, म्हणून आपण मला नेसवायची. नाडी इतकी घट्ट बांधायची की दिवसभर कंबरेला चावत राहायची. आता वाटते, त्या वेळी घरातल्या वाढत्या मुली आणि घराची अब्रू यांचा इतका गुंतागुंतीचा तपशील असे की सांगता सोय नाही. पावलोपावली मुलीला त्या काचातून जावे लागे. नागरी कुटुंबात इतके नसेल, पण आमचे खेड्यातील वळण. शिक्षण बाजूला राहायचे आणि हा गुंताच वाढत जायचा.

मी मिशन हायस्कूलमध्ये नाव घातले आणि ही गुंतागुंत अधिकच वाढली. मुलींची शाळा नव्हती, त्यामुळे या शाळेवाचून गत्यंतर नव्हते. इंग्रजी पहिलीत मी आणि विमल. बसायला मुलांच्या काटकोनात भिंतीशी मांडलेल्या, हाताला फळी असलेल्या खुर्च्या. पुस्तके, दौत, टाक सर्व त्या फळीवर. फळ्यावरचे आम्हाला दिसायचे नाही. दर विषयाला वेगळे मास्तर. ते तर आमच्याकडे वळूनही बघायचे नाहीत. मग प्रश्न विचारणे, वाचून घेणे दूरच. त्या अरुंद फळीवरून नेहमीच आमचे टाक खाली पडून घरंगळत मुलांच्या बाकाखाली जायचे. पाहिलेल्या मुलांनी मास्तरांच्या देखतच, "टाक दे बे" म्हणून चावटपणाने ललकारायचे. पण मास्तर लक्ष देत नसत. मला आधीच्या शाळेतील मास्तरांची आठवण यायची. त्यांनी नक्कीच मुलांना सांगितले असते,

"अरे, तुझ्या बाकाखालचा टाक दे बघू तिला."

मास्तर शिकवायचे आणि मुले गलका करायची, असा हा एकमेकाला छेद देणारा संमिश्र कार्यक्रम चालायचा. आमची तेवढीच करमणूक. पण असेच पास होत आम्ही दोघी तिसरीत गेलो. त्या वेळी तिसरीच्या वर्गापासून मुली पार्टिशनच्या

पडद्याआड बसत. आम्ही पहिल्याच दिवशी पडद्याआडच्या बाकावरती जाऊन बसलो, तर मुलांनी होऽऽ म्हणून वर्ग डोक्यावर घेतला. या पडद्याआडून मुलेच काय, पण मास्तरही दिसत नव्हते... फळा दिसायचा. पण तो चकाकत असायचा. "छान, छान. फर्स्टक्लास!" म्हणत आम्ही त्या दिवशी पडद्यात बसलो. प्रिन्सिपलकडे अडचणी सांगितल्या आणि "पडद्यात बसणार नाही." हेही सांगितले. वर्गात गेलो, तो पडदा नव्हता. एकदम मोकळे वाटले.

मधल्या सुट्टीत बहुतेक मुली घरी जायच्या. मुलींच्यासाठी खोली नव्हती. प्रिन्सिपलच्या ऑफिसच्या पायऱ्यांवर बसायचे; आडोसा म्हणून पत्रे मारले होते. इमारतीला मोठमोठे व्हरांडे होते. पण सगळीकडे मुले... तिथे जाणे अशक्यच. तर राहिलेल्या मुलींचा विषय एकच. 'या मुलाने असे केले, त्या मुलाने तसे केले, या मुलाचे नाव मी मास्तरना सांगितले...' हे सगळे घरी बोलण्यासारखे नव्हते. एकमेकींकडे मन मोकळे करत त्या फुशारकी मारत होत्या. असे सारे ऐकून-ऐकून आम्ही दोघींनीही स्फूर्ती घेतली आणि मास्तरना सांगितले,

"अमूक-अमूक एक मुलगा सारखा आमच्याकडे बघत असतो."

बघत होता खरा आणि मुलेही त्याची मास्तर वर्गात नसताना चेष्टा करत. "ए इकडे बघ बे" अशी. दुसऱ्या दिवशी आम्ही वर्गात गेलो. मास्तर आले. त्याच्या बाकाजवळ येऊन त्यांनी त्याला कान धरून उभे केले. टेबलापाशी आणले आणि त्याच्या हातावर सपासप पाच छड्या ओढल्या. प्रत्येक छडीसरशी तो पोटाशी हात घेऊन वाकत होता. मास्तर त्याला कानाला धरून ताठ उभे करत होते. हे अकराळविकराळ बघून आम्हाला रडूच कोसळले. आपल्या हातून काहीतरी भयंकर घडले असे वाटून गेले. 'माझ्या हातून असे व्हायला नको होते,' या क्षणांची जी मनात रास जमली आहे, त्यात हा एक क्षण अजूनही आहे.

कसे, कुणाला ठाऊक, एक दिवस मी दुपारच्या सुट्टीत विमलकडे पाणी प्यायला गेले होते, ते काकांना समजले. संध्याकाळीच आल्या-आल्या त्यांनी मला खडसावले,

"आज गेलीस ती गेलीस, पुन्हा सुट्टीत कुणाकडे गेल्याचं कळलं, तर क्षमा करणार नाही."

का गेले, हे मी त्यांना सांगणे शक्य होते काय? शाळेत ऑफिसच्या बाजूला जरा दूर असा मुलींसाठी पत्र्याचा संडास उभा केला होता. त्या संडासावर आणि त्या बाजूच्या ऑफिसच्या भिंतीवर इतके विचित्र शिलालेख असायचे की, आम्हाला कुणालाच तिकडे फिरकावे असे वाटायचे नाही. मग सुट्टीत मैत्रिणीकडे पाणी पिण्यासाठी जावेच लागे... आणि ही तक्रार शाळेत तरी कुणाला आणि कशी

सांगायची?

या सगळ्या अडथळ्यांच्या शर्यतीतून कशीबशी बाहेर पडले आणि माझ्या ध्यानीमनी नसताना काकांनी एक दिवस म्हटले,

"फर्ग्युसन कॉलेजमध्ये तुझं नाव घातलं आहे."

पहिला विचार मनात आला – चौथीपासून मुलींच्या शाळेत आले... फार छान वाटले. पण विद्यार्थी वर्गात नसले, तरी बाहेर होतेच. त्यामुळे आमची बंधने चालूच होती. आता तरी त्यातून सुटेन!

त्या वेळी बेळगावसारख्या मागास अशा गावातून आम्ही दोघीच फर्ग्युसनच्या वसतिगृहात राहायला गेलो. मी आणि मालू. मी आता जाणती झाले होते. इंग्रजी, मराठी वाचनाने समज आली होती. सगळी मुले वाईट नसतात. उलट चांगली मुलेच अधिक असतात, हे माहीत झाले होते. आगाऊ वाटणाऱ्या मुलाशी कसे वागावे, हेही मला कळू लागले होते. बेळगावसारखी मी इथे घरीदारी भयग्रस्त नव्हते. मुलींचे वसतिगृहप्रमुख प्रिन्सिपल होते. ते समोरच्याच बंगल्यात राहात. त्यामुळे त्यांचा आमच्यावर वचक असायचा आणि ते कडक शिस्तीचे होते. मुलींना वसतिगृहाचे सर्व नियम मान्य होते. पण एका बाबतीत त्या चिडत. वसतिगृहाला व्हिजिटर्स रूम नव्हती. आणि कोणाही पुरुषाला वसतिगृहाच्या कुंपणाच्या आत येण्याची मनाई होती. त्यामुळे लांबून-लांबून आलेल्या या मुलींना कोणी भेटायला आले, तर त्याच्याबरोबर बोलण्यासाठी फाटकाबाहेरील रस्त्यावर जाऊन उभे राहावे लागे. त्यामुळे केव्हा पाहावे तेव्हा रस्त्यावर अशी द्विदले, त्रिदले उभी दिसत. या गोष्टींवर प्रिन्सिपलसाहेब फार चिडत. किती वेळ उभ्या असतात यावर वैतागत... मुलींना कधी सुनवतही... आणि शेवटी म्हणत....

तुम्ही फार वेळ थांबत नसाल, पण पात्र बदलली तरी सीन तोच असतो ना!

एकदा आम्ही वसतिगृहाचा गणपती बसवायचा ठरवला. हार्मोनियमवादनपटू शरद होती. नृत्य, संगीत, नाट्यकुशल स्नेहप्रभा होती. यातच ज्योत्स्नाबाईंचा भावगीतांचा लहानसा कार्यक्रम करण्याचे ठरवले. ज्योत्स्नाबाईंनी होकार दिला. "साथीचं तेवढं बघा" म्हणाल्या. शरद पेटी वाजवायला तयार झाली. आणि स्नेहप्रभा मोठे-मोठे डोळे करून म्हणाली, "माय गॉड! तबला..."

इथेच सर्व अडले. शेवटी प्रतिनिधीमंडळ प्रिन्सिपलसाहेबांच्याकडे गेले. अडचण सांगताच त्यांनी एका वाक्याची वाटाण्याची अक्षत लावली,

"तुम्हाला तबलजी वसतिगृहात आणता येणार नाही."

मुलींनी फारच गयावया केले तेव्हा त्यांनी कुणाच्या तरी मुलाचे नाव सुचवले. मुली आनंदाने उकळतच खोलीवर आल्या. इंटरमध्ये असलेल्या अनुभवी शांताबाईंनी त्या उकळीवर पार पाणी ओतले.

"अग, तो परवाच शिकायला लागला. थाप मारायचीही त्याला कळत नसेल... अकरा वर्षांचा तो... त्याला दुर्गाबाईंसाठी बोलावता... छी!"

मग जे काही झाले, मुली चिडल्या आणि गणपतीच रद्द केला.

वसतिगृहासमोर प्राध्यापकांसाठी टेनिस कोर्ट होते. आम्ही गॅलरीतून तो खेळ बघत असू. गंमत वाटायची. पण एक दिवस काय झाले... आम्ही कॉलेजमधून येतो तो गॅलरीच्या बाजूने कोर्टाच्या कडेने तट्ट्या उभा केलेला.

आणि हास्याचा फुलबाजा पसरला. शोवटी हे पालकही आमच्या घरच्या पालकांसारखे कडक.

अशा शिस्तीतच संत भेटले. पण ते खटमधुर एक वेगळेच! लक्षात न येता चहा आटोपून गॅलरीत गेलो तो काय; समोर तट्ट्याची भिंत! आमचे टेनिस बघणे बंद झाले. जेवणघरात चर्चा झाली, "मुली बघतात ना म्हणून हा पडदा."

एका मुलीने म्हटले..."सरांचे मुलींच्याकडे लक्ष जाते, म्हणून?"

आणि हास्याचा फुलबाजा पसरला. शेवटी हे पालकही आमच्या घरच्या पालकांसारखे कडक.

अशा शिस्तीतच संत भेटले. पण ते खटमधुर एक वेगळेच!

■

।५०।

विहंगावलोकनाची किमया

दुपारी, रात्री, निवांत वेळी अंगणातील झोपाळ्यावर एकटेच बसणे मला फार आवडते. अंगठ्याने जमीन टोपून वितभर झोका घेत, तारे-पाखरे बघत, स्मरणात, स्वप्नात रमून जाणे, हा माझा एक छंद आहे. असे रमत असतानाच कधी विचार येतो, आजवर आपले जीवन गेले ते कसे-कसे होत गेले असेल? घर बांधण्याआधी त्याचा नकाशा काढतात तसा या माझ्या जीवनाचा नकाशा कसा आणि कुणी तयार केला असेल? कुणी रचला असेल? आखला असेल? यात आपला भाग किती असेल? अशा या विचारांच्या चाळवणीला मी सिंहावलोकन म्हणत नाही. तसे मागे पाहाणे एका टप्प्यापुरतेच असते. त्यामागील टप्पे त्यात दिसून येत नाहीत. शिवाय दिसणाऱ्या टप्प्यातील भय, राग, लोभ, कटुता हेही सर्व त्याबरोबरच असते.

हे असते एक विहंगावलोकन, खाली धरित्री निरनिराळ्या रूपरंगांत आणि ढंगांत विस्तारलेली असते. आणि तिच्यापासून दूर होऊन, उंचावरून पाखरू नजरेने खालचा वेध घेत असते. तसेच हे विहंगावलोकन. सर्व पूर्वजीवनाला त्याच्यापासून दूर होऊन, त्याला – त्या अवघ्या जीवनपटाला एकाच वेळी न्याहाळणारे. प्रवाहात सोडलेली होडी जशी लहरी लाटांवरून लहरत जाते, आपले आयुष्य असे घडत-घडत लहरत असते. जे-जे घडते ते आपोआप घडत असते. त्याचे विहंगावलोकन त्याला एक रम्य स्वरूप देत असते.

आपल्या मुलीला खूप शिकवायचे हा वडिलांचा विचार, माझ्या आईने त्यांच्या मागे ताईतासारखा जपून ठेवला. मोठ्या धीराने तिने त्या विचाराचा पाठपुरावा केला म्हणून मी मॅट्रिक झाले. मला त्या वेळी डॉक्टर होण्याची फार इच्छा होती. मी आईला म्हटले,

"मी एलसीपीएस होणार. मला मिरजेला पाठव." आईने ते बोलणे काकांना सांगितले.

ते पटकन म्हणाले, "ही? आणि डॉक्टर होणार!" आणि हसले. त्यांच्या निकालापुढे अपील नसे. मला त्यांचा खूप राग आला. खूप वाईट वाटले. पण इलाज नव्हता. मला वाटले, माझे शिक्षण संपलेच. पण एक दिवस आमच्या काकू चकल्या तळायला लागल्या आणि त्यांनी सांगितले, "उद्या तू पुण्याला जाणार शिकायला – म्हणून हे बरोबर थोडंस." मी तोंडाशी नेलेली चकली परत ताटात टाकली. पुण्याला फर्ग्युसन कॉलेजमध्ये आणि तेही वसतिगृहात जायचे हे समजले आणि धक्काच बसला. आम्हाला मैत्रिणींच्याही घरी जाऊ न देणारे काका इतके कसे बदलले, हे कोडे मला अजून उमगले नाही.

कोंडलेल्या पाखराला आकाश किती आनंद देते याचा अनुभव मी कॉलेजमध्ये घेतला. शरद वेदक, वत्सला भाटे, स्नेहप्रभा प्रधान, नमूताई शहाणे या कलावंत, खेळकर मैत्रिणींबरोबर खूप उन्हा-पावसात फिरले, बालगंधर्वांची नाटके पाहिली, मोठमोठ्या गायकांची गाणी ऐकली, द्वारका वाळिंबेबरोबर जमेल तेव्हा एस. एम. जोशी, नानासाहेब गोरे यांच्या चर्चा ऐकल्या. त्यांनी भरवलेल्या एका अधिवेशनाला उपस्थित राहिले. नेहरूंना, रविंद्रनाथ टागोरांना, सुभाषचंद्रांना पाहिले. वाडिया लायब्ररीत वाचायला जाणे, हा एक रोज अभ्यासाइतकाच मोठा उपक्रम केला. थॉमस हार्डीच्या कादंबऱ्या वाचल्या. हा माझा इंग्रजी वाचनाचा पहिला संस्कार. तो अजून पुसला जात नाही. त्या वेळी गोदूताई गोखले मेसमध्ये जेवायला येत. त्यांच्या चर्चा ऐकल्या आणि या मोकळ्या आभाळात मनातही एक पाखरू भिरभिरायला लागले. कधीकधी कविता लिहून ठेवू लागले. ही गोष्ट फक्त शरदला माहीत होती.

आणि एकदा, एक दिवस गंमतच झाली. तो रविवार होता. दुपारी साडेअकराच्या सुमाराला मी न्हाणीघरातून न्हाणे-धुणे आटपून रमत-गमत खोलीकडे चालले होते. केसांनी गुंडाळलेल्या टॉवेलचा अंबाडा, खांद्यावर पिळे, एका हातात साबणाची पेटी आणि एका हातात तांब्या अशा अवतारात मी होते. गेटवरून खोलीकडे येताना दोन-तीन सायकली दिसल्या. मी झटदिशी पुढे होऊन खोलीवर आले. खांद्यावरचे पिळे उतरते तोच द्वारकाची हाक आली, "इंदिरा, कुणी वाट बघत आहेत, लवकर जा."

मी गोंधळले. कोण असतील? पण जायला हवे होते. जरा नीटनेटकी होऊन कुंकू टेकले. डोक्यावरून पदर घेऊन मी गेटकडे गेले. त्या तिघांचे माझ्याकडेच काम होते. एक होते संत, मराठी मंडळाचे चिटणीस. दुसरे होते अ. ह. लिमये, तेही चिटणीस. आणि तिसरे होते अ. ह. जोशी, हे वर्गप्रतिनिधी. हे माझ्या वर्गात होते, पण मी ओळखत नव्हते.

लिमये म्हणाले, "आम्ही मंडळातर्फे एक संग्रह काढतो आहोत. तुम्ही

नोटिस वाचली असेल. त्या संग्रहासाठी तुमच्या कविता –''

त्यांना पुढे बोलू न देता मी लगेच म्हटले,

''माझ्या कविता? मी नाही कविता करत.''

संत थोडेसे हसले आणि म्हणाले,

''तुमच्या दोन कविता प्रो. श्री. बा. रानडे संग्रहासाठी निवडल्या आहेत. उद्या सकाळी घेऊन येतो. तेवढी लेखी परवानगी हवी आहे.''

मग या पुस्तकातील लेखांच्या निवडीच्या चर्चा वगैरेंना मी जात नसल्याने, संत मला सांगण्यासाठी येत असत. त्यांचे अक्षर मनस्वी आणि कलावंताचे होते. मी त्या वेळी अक्षरांचा अभ्यास करत होते ना! मला जरा बरे वाटले. मग समजले, त्यांना कविता करण्याचा नाद आहे आणि ते व्हायोलिनही सुंदर वाजवतात.

श्री. नी. चाफेकर आणि रा. श्री. जोग हे माझे, तसेच त्यांचेही सर होते. मग पुस्तकासंबंधी थोडे आणि इतर गप्पा फार, असे होऊ लागले. पण पंधरा मिनिटे झाली की मी घड्याळाकडे बघत असे कारण प्रिन्सिपलसाहेबांची शिस्त मला माहीत होती. समोर त्यांचा बंगला होता. बाजूला त्यांचे टेनिस कोर्ट होते.

एक दिवस काय झाले, नेहमीप्रमाणे रस्त्यावर चार-पाच द्विदले उभी होती. प्रिन्सिपलसाहेब बंगल्यातून बॅट घेऊन बाहेर पडले, ते आमच्यापाशीच थांबले. आपल्या 'त'कारी इंग्रजीत त्यांना सुनावले,

''किती वेळ उभे असता...काय काम असतं... शिस्त तुम्हाला माहीत नाही काय....''

आणखी कितीतरी. संत घाबरलेच असावेत. त्यांनी कागद पुढे करून सांगितले, ''या कामासाठी –''

सर उखडले, ''मला सबबी सांगू नका. पुन्हा इथे बोलत थांबायचे नाही.''

आणि एक वाक्य त्यांनी असे फेकले, ''व्हाय डोंच्यू टेक हर फॉर अ वॉक?''

त्या वाक्याने माझ्या मनात डोंब उसळला. मी तडक तिथून धावले ती कॉटवर पडले. ढसाढसा रडू यायला लागले. सगळ्या मुली गोळा झाल्या. त्यांनाही ते जे बोलले ते आवडले नव्हते. वाट्टेल त्या प्रतिक्रिया त्या व्यक्त करत होत्या. माझी समजूत घालत होत्या. पण मला तो माझा भयंकर अपमान वाटला होता. ते वाक्यच मला आवडले नव्हते. मनाची तगमग थांबेना. रात्री कितीवेळ स्नेहप्रभा आमच्या टेनिस कोर्टातील बाकावर मला समजावून सांगत होती. धीर देत होती. मी दोन दिवस कॉलेजला गेले नाही.

आठ-दहा दिवस गेले आणि एका संध्याकाळी सायकल घेऊन संत गेटशी उभे. मला त्यांचा भयंकर राग आला. ''झालं तेवढं पुरे नाही झालं का?'' असे विचारून

त्यांना परतवण्यासाठी मी तणतणतच गेले. माझे ऐकून घेऊन संत समजुतीच्या स्वरात म्हणाले, "असल्या साध्या गोष्टींना काय भ्यायचं? चला. चला फिरायला."

मी काही बोलणार तो प्रो. जोग समोर उभे. आमच्याकडे बघून हसत म्हणाले, "फिरायला निघाला? जा. जाऊन या."

हे बोलतानाचे त्यांचे किंचित दात दाखवणारे खट्याळ हसू, जाड भिंगातून रोखलेले त्यांचे मिश्कील डोळे, बोलण्याची लकब, या सगळ्यांनी मला सुचेना. मी हातांना डोळे, बोलण्याची लकब या सगळ्यांनी मला सुचेना. मी हातांनी डोळेच झाकून घेतले. मोठ्याने हसून ते निघून गेले, तशी मी डोळ्यांवरून हात काढले. संतांनी सायकल वळवली आणि आम्ही निघालो.

गॅलरीतून कुणी म्हटले, "बकऽप!"

मी वळूनही पाहिले नाही. हे आमचे पहिले फिरणे. नंतर किती फिरलो! कधी टेकड्यांच्या टोकांवरून, कधी उतारावरून,कधी बाभूळ-बनातून, कालव्यावरून, भांडारकर रोडवरून वसतिगृहाच्या बाजूने. रसायनविभागाकडून जी उभी टेकडी लागते तीच आमची आवडती टेकडी. त्या टेकडीवरून संध्याकाळचा वारा लुटावा. झगमगणारे पुणे बघावे. तपस्विनी पर्वती बघावी. कालव्याच्या संथ पाण्याला सोबत करत फिरावे. महामार्गावरून बुचाची फुले गोळा करावी. उन्हाळ्या-पावसाळ्यात त्या निसर्गाने आपला सौंदर्याचा खजिनाच आमच्या हवाली केला. त्याने आमचे इतके कौतुक केले! एका तिन्हीसांजेला, आवडत्या टेकडीवर, लाल पश्चिमेकडून ठळकपणे आमच्याकडे बघत असलेल्या त्या चांदणीच्या साक्षीने आम्ही एकमेकांचे जीवनसाथी होण्याचे ठरवले.

डॉक्टर व्हायचे मनात असताना काकांनी मला होऊ दिले नाही याचा आता मला राग येत नाही. प्रिन्सिपलसाहेबांचे आम्हाला निसर्गाची वाट दाखवणारे ते वाक्य, तो झालेला अपमान माझ्या मनावर येत नाही. आता वाटते, असे हे घडले नसते तर? पण नकोच ते विचार. मनोमनी मी त्या दोघांची अतिशय कृतज्ञ असते. ही त्या विहंगावलोकनाने मला दिलेली एक देणगीच आहे असे वाटते. असेच जिथे मला रूक्ष वाळवंट वाटले, त्यावर विहंगावलोकनाने चांदणेच पसरले. ही त्याची किमया!

■

।५१।

हिरवे ऋणानुबंध

मी इंग्रजी दुसरीत होते, तेव्हाची गोष्ट. एके दिवशी शाळेतून आले. हात-पाय धुऊन सोप्यावर टाकलेले दप्तर कपाटात ठेवू लागले, तो आंबेवाडीकर गुरुजी आले. ते काकांच्याकडे नेहमी येत.

मी म्हटले, "काका घरात नाहीत."

"नसू दे! त्यानंच पाठवलंय मला. तुला शिकवायला आलो आहे. बस अशी!"

मला समजेना. ते बसले. एक पुस्तक पुढ्यात उघडे ठेवले. एक नवी वही समोर ठेवली आणि म्हणाले, "आजपासून तुला 'रघुवंश' लावायला शिकवणार आहे. पेन्सिल घे आणि बैस इथं!"

मी मुकाट्याने बसले. अर्थ लावायचा म्हणजे काय, मला कल्पना नव्हती. पण त्यांनी सुरू केले,

"वाग म्हणजे शब्द. भाषा. अर्थ म्हणजे तिचा अर्थ. 'वागर्थौ' म्हणजे शब्द आणि अर्थ दोन्ही. इव म्हणजे सारखे."

असेच पुढे-पुढे मी शब्दार्थ वहीत लिहून घ्यायचे. मग अन्वय लावून तो लिहायचा. मग शब्दार्थ पाहून श्लोकाचा अर्थ लिहायचा. इतके झाले की ते सांगतील त्याप्रमाणे बरोबर येईपर्यंत श्लोकाचे पठण करायचे!

असे ते रोज येणार होते.

माझ्या दमलेल्या मनाला आणि भुकेल्या पोटाला हे कळमळायला लावणारे होते. रामरक्षा वगैरे नुसते म्हणायचे असे. आता हे प्रकरण फारच मोठे. 'असे काय माझ्या वाट्याला' – या कल्पनेने माझे मलाच वाईट वाटू लागले. पण

तेवढ्यात ताई थालीपिठाच्या दोन थाळ्या घेऊन आली आणि मी आधी 'पोटोबा'त गुंतले. शेवटी सरदीने आजारी पडले. मग सहामाही जवळ आली आणि या रघुवंशाला कायमची रजा दिली. पण तेवढ्यातच मला एक न आवडलेला ग्रंथ मला एक सुंदर देणे देऊन गेला. कंटाळा रोजचाच. पण एक दिवस गुरुजींनी जे दोन श्लोक शिकवले ते मला खूप म्हणजे खूपच आवडले.

"अमुं पुरः पशयसी देवदारुं,
पुत्रींकृतोऽसौ वृषभध्वजेन
यो हेमकुंभस्तन निसृतानां,
स्कंदस्य मातुः पयसां रसज्ञ।। "

मी तोपर्यंत महाभारत-रामायण माझ्या बुद्धीप्रमाणे वाचले होते. आईनेही खूप सांगितले होते. प्रत्येक देवाची एक आवडती वनस्पती असते. गणपतीच्या दुर्वा, विठ्ठलाच्या तुळशी, मारुतीची रुईची पाने असे. पण यांपैकी एकाही देवाने त्या वनस्पतीचे संगोपन केले नव्हते. माया लावून त्याला वाढवले नव्हते. देवीबद्दल तर नाहीच वाचले. सीतामाई भूमिकन्या आणि वनवासातही गेलेली. पण तिने कधी पर्णकुटीबाहेर वेलाचे झाड वाढवले नव्हते. लव-कुशाच्या वेळीही तिने त्यांच्याबरोबरच एखादा चंपक वा आम्रवृक्ष जोपासला नव्हता. तिचा हा वृक्षराजींविषयीचा दुरावा खेड्यातील माळणींनाही जाणवला आणि त्यांनी ओवी रचली –

"अटंग्या वनामंदी
कोन रडती आई का
सीताला समजावीती,
बोरी बाभळीबाई का"

सत्यभामेच्या अंगणात लावलेला पारिजात कुणी वाढवला, कुणाला ठाऊक. फक्त सवतीमत्सराची झळ लागून त्याची पाने मात्र खरखरीत आणि कडूशार झाली. म्हणूनच जेव्हा शंकराने देवदारू वृक्ष पुत्रवत सांभाळला आणि पार्वतीने त्याला रोज पाणी घालून वाढवले, हे समजले तेव्हा खूप गंमत वाटली. पार्वतीला तर त्याचा लळाच लागला. एकदा एका हत्तीने त्याच्यावर गंडस्थळ घासले आणि त्या नाजूक, लाडक्या देवदारूचे सालपट निघाले, तर पार्वती मुलालाच जखम झाली इतक्या दुःखाने कळवळून गेली. पार्वती-परमेश्वराचा आणि भाग्यवान देवदारूचा हा ऋणानुबंध किती सुंदर! त्या दोघांचे देवपण एका वृक्षावर पुत्रवत प्रेम करण्याच्या आड आले नाही.

आम्ही दोघांनी हा रघुवंश' लग्नानंतर वाचला असता, तर किती सुंदर जाणिवा मनोमनी उमळून आल्या असत्या! या जीवनात ज्या-ज्या लाटा आपल्या

अंगावरून जातात, त्यांचे सर्वांचेच काही आपल्याशी ऋणानुबंध जुळत नाहीत. तो कोणत्या लाटेला आणि का लाभेल, हेही सांगता येत नाही. लहानपणी कधी वाचलेल्या रघुवंशातील तो देवदारू अजून माझ्या मनात इतका सतेज उभा आहे, तो काय ऋणानुबंधाशिवाय!

असाच लहानपणचा माझा एक ऋणानुबंधी वृक्ष आहे, कडुनिंब. तवंदीच्या चावडीसमोरचा अफाट वृक्ष, 'चावडीम्होरला लिंबारा'. भोवताली मोठा पार. त्या पारावरही लहान उंबऱ्यासारखी वर आलेली त्याची मुळे. केवढा जाडजूड भक्कम बुंधा आणि लांबवर विस्तारलेल्या, हत्तीच्या पायासारख्या त्याच्या शाखा. तितकाच नाजूक आणि हिरवागार असा नक्षीदार पानांचा झुबका. पिवळीजर्द पाने वाऱ्याने आमच्या दारासमोर विखुरली की सोनसडा घातल्यासारखा दिसायचा. पिवळ्या पिकलेल्या निंबोण्यांचा झाडाखाली खच असायचा. माझा आणि त्या लिंबाऱ्याचा ऋणानुबंध खेळगडी म्हणून नव्हता – तो माझा आधार होता. घरात काही वादावादी झाली, मलाच कोणी बोलले, घरातील हवा गरम झाली की मला भय वाटायचे. कधी एकदा त्या लिंबाऱ्यापाशी जाईन असे व्हायचे. घाबरून त्याला चिकटून बसायचे. स्वतःशीच काय-काय मोठ्याने बोलत राहायचे. चावडीत घुमीजवळ बसलेला सात्या तराळ उठून जवळ यायचा. "गप्प ऱ्हावा लेकी" म्हणून मला समजावायचा. मला वाटे, तो लिंबाराच मला धीर देतो आहे. लहानग्या मनाला हवा असलेला वडीलधाऱ्याचा प्रेमळ स्नेह मला त्याच्यापाशीच मिळाला. अजून मनात जरा प्रक्षोभ उमटला की त्या लिंबाऱ्याची आठवण मला गारवा देते.

माझ्याशी जन्माचा ऋणानुबंध जोडणारे एक झाड मला भेटले ते पुण्यात. फर्ग्युसन कॉलेजच्या मुलींच्या वसतिगृहासमोर प्रिन्सिपलसाहेबांचा बंगला आहे त्याच्या आवाराच्या एका कोपऱ्यात. वसतिगृहाच्या गेटसमोर साधारण मोठा वृक्ष होता. फांद्या दोन्ही बाजूंच्या रस्त्यावर आलेल्या असायच्या. त्या बकुलवृक्षाशेजारीच झोपाळा होता. तो झोपाळा, तो बकुळवृक्ष आणि त्यावरून लहरत खाली उतरणारी बकुळे... ते एक चित्रकाव्यच होते. माझ्या खोलीतील खिडकीतून ते काव्य मला सारखे खुणावत राहायचे.

गेटशी सायकलची घंटी वाजली की कुणीतरी मला हाकारायचे,

"दिक्षित, बाहेर ये."

जरा नीटनेटके होऊन गेटशी जाते तो संत आलेले असायचे. मग आम्ही कालव्याच्या काठाला किंवा टेकडीकडे फिरायला जात असू. कालव्यावर बऱ्याच अंतरावर एक लहानसा फरशीवजा पूल होता. त्यावर जाऊन बसायचे. मग ते माझ्या हातावर बकुळीची दहा-पंधरा फुले ठेवायचे. मी एकदा त्याचा वास

घ्यायची. पण असे काही देऊघेऊ नये, असेही मनात आल्याशिवाय राहात नसे. ही फुले हवीशी होती... पण जडही वाटत होती. ही फुले आम्हाला साध्या-सरळ मित्रभावातून पुढे नेत होती... ते समजत होते. मग मी तिथलीच दुर्वांची काडी घेऊन त्यात ती फुले ओवून ठेवी. निघताना त्यांना म्हणे, "ही घ्या एक गंमत!"

ती अंगठी असली तर ते बोटात घालत. त्यांनाही काही बोलावे, जरा राग दाखवावा असे वाटत असावे. पण त्यांचेही असे माझ्यासारखेच होत असेल. अजून शब्द उमलत नव्हते. पण बकुळ उमलत होती. आमच्या उमलत्या प्रेमाला सांभाळत होती. मी तिला कशी विसरेन?

बेळगावी ज्या लहानशा घरात आम्ही राहायला आलो, त्याला पुढे खूप मोठे अंगण होते. मी आल्या-आल्या पावसाळ्याच्या सुरुवातीलाच दारासमोर केळीची रोपे लावली. केळीचे झाड मला फार आवडते. अनागर मुलीसारखी रसरशीत आणि मोकळी. तिच्या कोवळ्या पानाच्या सुरळीच्या रंगाला तर नावच नाही. पोपटी... हिरवे... पिवळे... तलम सोनेरी असे काही रेशमाच्या लडीसारखे. ही लड जशी-जशी उलगडते तसे पान रंगारंगाच्या छटा घेऊन आकारते. पान तरी केवढे मोठे – मधोमध दांडोरा. अशी चारी बाजूंनी विस्तारलेली केळी आमच्या दारात उभी होती. उंच होत गेली तशी, तिच्या पानांच्या तोरणमाळा वाऱ्याबरोबर 'अशी लवे; तशी लवे' करू लागल्या की मन भरून यायचे. आमचा सर्वांचाच तिच्यावर जीव जडला. मुले तर तोंड धुवायला केळीखालीच यायची. मुलांचे वडीलही, तिला जरा अधिक पाणी लागते म्हणून हौसेने विहिरीची घागर ओढून तिला तृप्त करत.

तिनेही आम्हाला असेच तृप्त केले. केवढा मोठा घड लागला आणि ती पिवळी अमृतासारखी केळी शेजाऱ्यांना, आल्या-गेल्यांना, मुलांना दिली. हे घरचे सोने असे लुटताना एक प्रकारचा अवर्णनीय आनंद वाटला.

त्या अमृततुल्य घडाला वाढवताना तिने मला जी शिकवण दिली ती कधी न विसरण्याजोगी. तिने शिकवले – 'बघ माझे जीवन. असे रसरशीतपणे, समृद्धपणे जगायचे. जगाला देण्यासारखे जे काही आपल्यापाशी असेल ते द्यायचे आणि देण्यातून जगायचे. जगाला देण्यासारखे जे काही आपल्यापाशी असेल, ते द्यायचे आणि देण्यातून मुक्त होताच जीवन संपवून टाकायचे.' या शिकवणीने माझ्या मरगळून गेलेल्या मनाला किती आधार दिला! ती केळ आता नाही. पण तिचा हा ऋणानुबंध सरणार नाही. माझ्या मनात ती तजेल केळ पिवळा घड तोलत झुकते आहे. त्या पार्वती परमेश्वराच्या लाडक्या देवदारूसारखी!

■

।५२।

मलयगिरीची चंदनबाधा

वसतिगृहात शांता काकडे आणि मी एका खोलीत राहात असू. शांताबाई मुंबईच्या. इंटरच्या परीक्षेतून त्या सुटतच नव्हत्या. केव्हाही पाहा, परीटघडीचे, शुभ्र निळ्या घारीचे, अगदी चापून-चोपून नऊवारीचे नेसण, डोळ्याला जाड चष्मा आणि किंचित करारी असे व्यक्तिमत्त्व. मला त्या आवडायच्या. त्यांना टेनिस, बॅडमिंटन हे खेळ आणि साहित्याचे वाचन याची फार आवड होती.

एकदा अभ्यास करता-करता माझ्याकडे वळून बघत त्या म्हणाल्या,

"इंदिरा, तुझ्याकडे तो कवी येतो ना त्याची कवितांची वही घे ना गं मागून. फार चांगल्या करतो म्हणे."

"मागायची मला भीती वाटते हो!" मी म्हटले.

आमच्या लेडीज-रूमच्या दाराशी टिपणा-पुस्तकांच्या मागणीसाठी मुले घोटाळताना मी पाहिली होती. टिपणाच्या वह्या मागणे सोपे. पण "तुमची कवितांची वही द्या," असे मागणे किती अवघड! कॉलेजच्या मराठी मंडळातर्फे एक पुस्तक निघणार होते त्यात माझ्या कविता असल्याने त्या पुस्तकासंबंधीचे प्रगतीचे काम सांगण्यासाठी ते चार-आठ दिवसांनी येत असत. मुलांना भेटायला गेटबाहेर उभे राहावे लागे – तेही दहा-पंधरा मिनिटे. त्या वेळात कवितांच्या वहीचा शिरकाव कसा होणार? सरांचे शिकवणे आणि अभ्यासाचे विषय यावरच थोडे चौकशीवजा बोलणे होत होते तेवढेच.

पण काही दिवसांनी प्रिन्सिपलसाहेबांच्या शिस्तीला अनुसरून आम्ही बाहेर फिरायला जाऊ लागलो. कधी कालव्याच्या काठाने, कधी टेकडीच्या पायथ्याजवळून, कधी तिच्या माथ्यावरून असे फिरताना भोवतालचा रांगडा निसर्ग आणि संध्याकाळचा

भरभर वारा यांच्या संगतीने आमच्या बोलण्यात नकळतच मोकळेपणा आला. अभ्यासावरून साहित्य-कलांच्या चर्चेत मी कधी शिरले कळलेच नाही.

मी त्या वेळी हार्डी वाचत होते. मला त्याने भुलवले होते.

संत म्हणत, "त्यापेक्षा तुम्ही टॉलस्टॉय आणि दोस्तोव्हस्की वाचा."

'एरियल' हे कवी शेले याचे चरित्र त्यांचे अत्यंत आवडते. त्याच्या कविताही. मी ते काहीच वाचले नव्हते. मग मला त्यांनी शेलीचे चरित्र सांगितले. त्यातील उत्कट भाव सांगितला. ते फार चांगले कथन करत, मग मला 'एरियल' इतके आवडले की, मी ते वाचनालयातून आणून वाचले. मग त्याच पुस्तकावर आम्ही किती दिवस बोलत होतो.

शेलीचा स्वभाव, त्याचे बंडखोर विचार, त्याचे चंडोलासारखे व्यक्तिमत्त्व, त्याची सागराची ओढ आणि सागरात झालेला त्याचा शेवट... मला वाटले, शेले हे एक जळरूपच आहे. जळाची गतिमानता, त्याचे कोसळणे, त्याच्या नाजूक चंचल लहरी, त्याच्या मनस्वी लाटा या साऱ्यांनी घडलेले त्याचे व्यक्तिमत्त्व आणि त्यातून कारंजासारखी स्फुरणारी त्याची कविता. कवितेतील तीव्र आर्तता यावर आम्ही खूप बोलत असू. संतांचे पाठांतर चांगले. शेलीच्या कवितापंक्तींनी ही चर्चा एक वेगळेच रूप घेत असे.

त्या वेळी माधव ज्युलियन यांच्या कवितांचे विद्यार्थ्यांमध्ये फार वेड होते. मीही त्याला अपवाद नव्हते. अभ्यासाच्या क्रमिक पुस्तकातच त्यांचे 'स्वप्नरंजन' आणि 'विरह तरंग' बसलेले असे. माधवरावांच्या कवितेतील धीट मोकळेपणा हवाहवासा वाटायचा. त्यांच्या कवितेतील फारसी शब्द एक वेगळा ढंग निर्माण करायचे. कविताही किती नव्या-नव्या वाटायच्या. 'विरह तरंग' तर आमचे दोघांचेही फार लाडके. कॉलेजच्या पार्श्वभूमीवरील हे नाट्य आम्हाला फार मनोज्ञ वाटे. नायिकेची निरनिराळ्या भाववृत्तीतील रूपे, काव्यात असलेले चित्रसामर्थ्य, त्यातील त्या दोघांचा सोबती निसर्ग, त्यातील नाट्य, संवाद. या सर्वांवर किती बोलावे ते थोडे. एखाद्या झाडाखाली किंवा टेकडीच्या माथ्यावर बसून कविता आणि बोलणे, या चर्चेत वेळ कसा गेला समजायचे नाही. मला अशी मग वाचलेल्या पुस्तकावर आपले कच्चे-पक्के विचार व्यक्त करायची सवयच लागली. साहित्याचे वाचन आणि त्याचे आपल्या मनावर झालेले चित्रण यांत फरक असतो... तो समजून घेणे हे फार आनंदाचे असते, असे मला संतांच्यामुळे कळले.

गाणे मला आवडत असे. पण त्याची जाण नव्हती. कॉलेजमध्ये निरनिराळ्या विषयविभागांतर्फे कार्यक्रम होत. त्याला आमचा ग्रुप नेहमी जायचा. आमची या क्षेत्रातील मार्गदर्शक शरद. ती गात असे आणि इथे तर ती जी. एन. जोशींच्या पेटीच्या गायनाच्या क्लासलाही जात होती. तिच्यामुळे आमच्या खोलीखोलीतून

‘शीळ’ घुमत असते. या शिळा कधी कावळ्या-कोंबड्यांनी गायल्यासारख्याही असत. तिच्या संगतीने संगीतातील थोडेसे कळत होते. संत तर गातच असत, पण फिडलही सुंदर वाजवत, असे मुली म्हणायच्या. कॉलेजमध्ये शांता आपटे, पद्मा शाळिग्राम, मास्टर कृष्णा यांची गाणी मी ऐकली... संतांना मैफिली ऐकण्याचा फार नाद. या कारणाने गाण्यावर ते खूप छान बोलत. इथे चर्चा नाही. माझे फक्तच ऐकणे. कारण देवाने मला बोलायला आवाज दिला हेच फार मोठे होते. मी फारसे गाणे ऐकून-समजूनही घेतले नव्हते. या निमित्ताने संतांनी घेऊन दाखवलेली एखादी तान, एखादी सम मला फार आवडून जायची. मास्टर कृष्णा हे त्यांचे दैवत. त्यांची नाट्यगीते, भजने, चीजा हे सर्वच त्यांच्या आवडीचे. ‘कोटि चंद्र निढळी’ आणि ‘उधो मन’ हे नेहमी त्यांच्या ओठावर. त्यांच्या छोट्या तानांची नक्कलही संत फार छान करत.

सिनेमावरही खूप बोलत असू. त्या वेळी आमचा लाडका म्हणजे ‘अयोध्येचा राजा’ आणि आमच्या मनीमानसी जाऊन बसलेली नटी म्हणजे ग्रेटा गार्बो. नाटके गंधर्वांची... माझे आवडते नाटक ‘सौभद्र’, ‘स्वयंवर...’ त्यांचे ‘संशयकल्लोळ’ मग गप्पांना काय तोटा. इतके मोकळेपणाने चर्चेत रंगल्यावर मग मी एके दिवशी विचारले, “तुम्ही कविता करता, पण मला अजून तुम्ही वही दिली नाही.”

“मी वही तयार केलेली नाही आणि माझी कविता तुमच्या कवितेएवढी चांगली नाही.”

“दुसरे वाक्य मी ठरवणार,” असे काही मी बोलते तो टेकडी चढून येणाऱ्या मित्राला त्यांनी हटकले आणि वहीचा विषय थांबला. पण माझ्या मनाला एक विलक्षण समाधान स्पर्श करून गेले... त्यांना माझी कविता आवडली होती.

दुसऱ्या की तिसऱ्या भेटीत त्यांनी मला वही दिली. थोड्या कविता होत्या. वाचून वही परत केली तेव्हा त्यांनी विचारले,

“काय वाटतं, तुम्हाला?”

काय सांगू असे मला झाले. कविता सुंदर होत्या. पण ‘तुमची ही कविता फार आवडली, ही फार सुंदर’ असे कसे सांगायचे, असे वाटायला लागले. बराच वेळ विचार केला आणि “कविता छान आहेत” एवढेच बोलले.

बस्स, इतकंच?” त्यांनी प्रश्न केला. मला सुचेना, पण मी बोलून टाकले,

“हे शार्दूलविक्रीडिताचं शिवधनुष्य तुम्हाला इतकं आवडतं?”

“शेवटी हाच निष्कर्ष काढलात होय?” म्हणत त्यांनी वही आपल्यापाशी ठेवून घेतली. यांना राग तर आला नाही, असे काही मला वाटून गेले. पण तसे नव्हते. लगेच म्हणाले,

“माझी वही मागितलीत, वाचलीत. पण तुमची एक तरी कविता मला

दाखवायची होती!''

पुस्तकाच्या निवडीसाठी वही नेली. त्यातल्या थोड्या फार कविता त्यांनी वाचल्याच होत्या. त्यानंतर मी एकही लिहिली नव्हती.

मग ते म्हणाले, ''आता लिहिलीत की दाखवायची. लक्षात असू दे.''

पण त्यांनी आपली वही पुन्हा दिली नाही. कधी मागितली तर ते म्हणायचे, ''नको. ते शिवधनुष्य तुम्हाला पेलणार नाही.''

नाताळच्या सुट्टीचे दिवस जवळ आले, तेव्हा एका संध्याकाळी टेकडीवर चढून जाऊन बसताच मी म्हटले,

''मी माझी कविता आणली आहे. दाखवू का?''

बघू, बघू!'' माझ्या हातातून कागद घेताना त्यांच्या डोळ्यांत आनंद तुडुंब भरला होता.

ते वाचू लागले आणि मी दूरच्या पर्वतीकडे टक लावून बसले... त्या कवितेचे नाव होते 'केव्हापासून ही' आणि ओळी होत्या –

'केव्हापासून ही लागे हूरहूर,

फुलले अंतर अवचित

दिवसाच्या मनी, चांदणे दाटले,

तसे भारावले मन माझे'

याच ओळी मोठ्याने वाचून ते एकदम म्हणाले,

''किती गोड लिहितेस गं!''

मी चमकलेच. काय चुकले त्यांच्या लक्षात आले असेल, पण न दाखवता पुढे म्हणाले,

''किती सुंदर, किती सांगून जाणाऱ्या या तुमच्या ओळी.''

''काय तरीच काय!'' मी भांबावून म्हटले आणि पुढे बोलणे उमटेचना. त्यांनाही. त्यांनी कागदाची घडी करून खिशात टाकली. दोघेही त्या संध्येच्या रंगबावऱ्या मौनात बुडून गेलो. त्या मौनाच्या प्रवाहातूनच वसतिगृहाच्या गेटाशी आलो. त्यांनी मुकाट्याने सायकल रस्त्याकडे वळवली.

जिना चढून खोलीवर येताना माझा जीव दडपून गेला.

मलयगिरीवर दरवळणाऱ्या त्या चंदनगंधाची तर आम्हाला बाधा झाली नाही ना... या विचाराने तनामनावर दव डवरून आले आणि सबंध रात्र गॅलरीत उभी राहिले. ढगाच्या पिसाऱ्यातून झरझर धावणारा चंद्र न्याहाळत राहिले.

■

।५३।

प्रीतपाखरू रुणझुणते

हे रुणझुण पाखरू आपला सांगावा माहेरीच पोचवते असे नाही. आपल्या प्रीतीच्या विश्वातदेखील ते भरारी मारते. पायात बांधलेला नाजूक घुंगूर, चोचीत सांगाव्याचा मोतीदाणा असे सजलेले ते गोंडस पाखरू, आपल्या जिव्हाळ्याच्या माणसाच्या ओंजळीत उतरते. प्रीतीच्या आकाशात झेप घेणारे हे पाखरू मला तर वेड लावून जाते!

आम्ही त्या वेळी गदगला होतो. वडील बाहेरगावी गेले होते. दुपारची वेळ. आई झोपली होती. मला उद्योग काय? कोनाड्यातील फणेरी पेटी घेऊन मी वडिलांच्या बैठकीच्या खोलीत गेले. हेतू हा की तिथे बसून आरसा उघडायचा आणि त्याच्या पुढे तोंडे वेडीवाकडी करून बघायची. हसायचे, रुसायचे, रागवायचे आणि अभिनयाचे धडे असे स्वत:च घेत रमायचे. म्हणून मी पेटी उघडली. सहज म्हणून आतला कप्पा बाहेर ओढला. त्यात आईचे मुगवट होते. एक कुडीजोड आणि मासोळ्या होत्या आणि नवीन म्हणजे वडिलांच्या अक्षरात एक कार्ड होते. त्यांचे अक्षर तिरपे, मोठे आणि टाकाने लिहिलेले असे. टाकाच्या रेखण्याने, रेघांच्या बारीक रुंद वळणाने त्याला एक गोडवा आलेला होता. मी नुकतीच वाचायला शिकले होते. पत्र संस्कृतमध्ये होते. सुरुवातीला 'श्री' आणि शेजारी 'राणीबेन्नूर' हे शब्द होते. नंतरचे जे लावून वाचलेले आता लक्षात आहे ते शब्द म्हणजे, ''इंदिरायाः कमलाचाः'', ''इत्यलम्'', ''त्वदीय गोपाल।''

शेवटचा शब्द वाचून खुदकन हसूच आले. आई काय वडिलांना गोपाळ म्हणते की काय! ''इकडं समजलं तर मार खाशील'', ''इकडून यायचं झालं'', ''इकडून सांगणं झालं'' असे तिचे नेहमी असते आणि इथे म्हणे 'गोपाळ', असे

म्हणत मी मोठ्याने हसले. तरी किती वेळ पत्र लावत राहिले. "काय गं, काय चाललंय" असे म्हणत आईने येऊन वाकून पत्र काढून घेतले. आणि मीही जरा रागावून "राधा... राधा" करत पेटी बंद करत उठले. आई आत निघाली होती आणि तिचा गोरापान चेहरा गोरामोरा आणि लाल-लाल झाला होता. मला गंमत वाटली. वडिलांनी आईला लिहिलेले आणि मी पाहिलेले हे पहिले पत्र. एक कार्ड. अगदी साधे, पण अगदी जवळचे. 'इकडून'च्या आणि 'अगं'च्या मर्यादा ओलांडून मनोज्ञ अशा जिव्हाळ्याच्या क्षेत्रात प्रवेश करणारे. व्यवहाराच्या खडकातून पाझरण्यात दोन निर्झरांचा संगम करणारे. एका मानसकमलातील फुलाचा सुगंध दुसऱ्याच मानसकमलापर्यंत पोहोचवणारे, प्रीतीच्या आकाशात झेप घेणारे एक रुणझुण पाखरू!

जरा मोठी झाल्यावर मी महाभारतातील शकुंतलाख्यान वाचले. पण त्या वाचनापेक्षा त्यातील चित्रात मी रंगून गेले. तळ्यात लाल, पांढरी कमळे झुलत आहेत. कमळाची पाने जलतरण सुंदरीसारखी आकाशाभिमुख अशी तरंगत आहेत. काठाशी हिरवळीवर शकुंतला एका कुशीवर पहुडली आहे. जमिनीवर कोपर टेकलेल्या हातावर गाल टेकून, हृदयासरशी ठेवलेल्या कमलपत्राकडे पाहात लेखन करण्याच्या तयारीत आहे. तिने आपल्या नाजूक आरक्त बोटात धरलेली नाजूकशी काडी. पण कमलपत्रावर लिहिणे ही कल्पनाच किती रम्य! त्यावर त्या नाजूक लेखणीतून हृदयातील किती तरलसुंदर भावबंधांचे रसायन किती कोमलपणे उतरत असेल! शकुंत पक्ष्यांनी जिचा सांभाळ केला, हरिणशावकांवर आणि वृक्षवल्लरींवर जिने स्नेहाचा वर्षाव केला, तिच्या मनातील प्रीतीच्या पहिल्या भावाविष्काराला कमलपत्राइतके दुसरे सुंदर काय असणार! दुष्यंताच्या मणिबंधावर बसण्यासाठी झेपावून जाणारे ते शेवाळी, जरतारी रुणझुण पाखरू. त्याला कसली उपमा शोधणार? ते चित्र पाहून मी अळूच्या पानावर काडीने 'श्री' काढली आणि पानच फाटून गेले!

असेच दुसरे पत्रलेखन त्या यदुवराच्या रुक्मिणीचे. खऱ्या कथेत काही का घडेना, स्त्रीगीताने त्याचे अप्रतिम असे वर्णन केले आहेः

"काही नेत्रीचे अंजन, सखीची लेखणी
पत्रिका रुक्मिणी लिहितसे
लिहिली पत्रिका, सुदेवाच्या हाती
यावे रातोराती, यादवराया.
येऊनि उतरावे, अंबिकेच्या स्थळी
सिगार रुक्मिणी पाठवावा"

किती चतुर रुक्मिणी! तिने काजळाची जडावाची डबी घेतली. सखीच्या

हातातील लेखणीने यादवरायाला 'या' लिहिले आणि येण्यापूर्वी खूण म्हणून अलंकाराचे ताट पाठवण्यासही लिहिले. ते ताट रुक्मिणीच्या मनाच्या कानात सांगणार होते, रुक्मिणी,यादवराया मागून येतो आहे बरं!' हे रुणझुण पाखरू श्रीकृष्णाच्या ओंजळीत किती सुखावले असेल आणि त्यालाही किती आनंद झाला असेल!

एका करुणरम्य अशा शेलारी सोनेरी पाखराची अशीच एक रुणझुण झेप मला निरखायची होती. पण डोळे तिथवर जाऊन रिकामेच परत आले. हे भरजरी रुणझुण पाखरू मस्तानीचे. श्रीमंत थोरले बाजीराव पेशवे यांच्या कमळाक्ष पिंजऱ्यात बंदिस्त होण्यासाठी झेपावणारे किंवा त्यांच्याकडून रेशमी बटव्यातून त्यांच्या हृदयस्वामिनीपर्यंत पोहोचणारे. पण मस्तानीच्या महालाला ठायीठायी चौक्या-पहाऱ्यांनी वेढलेले! मुलुखगिरीत घोड्याला क्षणभर विसावा देऊन पेशव्यांनी सोडलेले ते पाखरू किंवा मस्तानीकडून झेपावणारे पाखरू तो सगळा पहारा ओलांडून त्यांच्यापर्यंत पोहोचणार तरी कसे? मला वाटते, ती बुद्धिमत्ता त्या पत्रलेखनाच्या वाटेला गेलीच नसेल. तिच्या महालाच्या सौधावर जाण्याला तिला कोण अडवणार? पायात घुंगरू बांधून त्या सौधावर ती नृत्यसम्राज्ञी जात असेल. त्या चंद्रशीतल अवकाशावर आपल्या नृत्यातील मुद्रांच्या असंख्य खुणा उमटवत असेल. मधुमधुर नादबिंदूचे वर शिंपण करीत असेल आणि हा अलौकिक खलिता मुलुखगिरीवर असलेल्या त्या शूरवीरापाशी वाऱ्याच्या चोचीतून पाठवत असेल. कमलपत्र नको, काजळ नको. त्यांचे ते प्रेम सूर्याला सामोरे जाणारे आणि त्या प्रेमाचा हा अनोखा आविष्कार त्या प्रेमाला शोभेल असाच.

आमच्या प्रीतीच्या आकाशात मात्र हे रुणझुण पाखरू फारसे कधी विहरले नाही. स्नेह आणि प्रीती यांच्या सीमेवर एकदा भिरभिरलेले हे पाखरू खटका उडवून गेले. एकदा गावातून वसतिगृहात संतांचे मला दोन ओळींचे पहिले पत्र आले, स. न. वि. वि. ने सुरुवात केलेले.

"तुम्ही पुढील रविवारी आमच्या घरी याल का? कळवा. मी टांगा घेऊन येईन."

मी विचारात पडले. माझ्या आतेभावाला सल्ला विचारला.

तो म्हणाला, "तुला त्यांच्याशी स्नेह वाढवावा असं वाटत असेल तर 'येईन' म्हण."

दोन दिवस विचार केला. कॉलेजवर भेटत होते, तेव्हाच काकांची भीती मनात होती. त्यांना कळले तर किती रागावतील! माझे शिक्षण बंद करतील. नकोच तो विचार, असे मनाशी ठरवून मी लिहिले,

"कॉलेजवर भेटतोच की घरी आणि कशाला!"

आणि रविवारी मला त्यांचे एका ओळीचे पत्र आले, "कॉलेजवर तरी कशाला?"

पंधरा दिवस सुने गेले आणि मग पुन्हा जमले. तो खटकाही विसरला. आता ते पत्राचे तुकडे पाहिले की गंमत वाटते.

एका दिवाळीच्या सुट्टीत घरी आल्यावर ट्रंकेच्या तळाशी लपवलेली दोन-तीन पाखरे काकांनी पकडली. आणि संपलेच. त्या मस्तानीसारखेच माझ्याही हालचालीवर घरात, बाहेर पहारे बसले आणि पत्रलेखन मुष्किल झाले. कधी चुकून पत्र आलेगेले तर त्यात घबराटीचा सूर असायचा. काळजीने झाकोळून गेलेले असायचे. त्यात गोडवा कुठला? नंतर आम्ही केव्हा-केव्हा पत्रे लिहिली. पण ती त्या संस्कृत पत्रासारखी. जिव्हाळ्याची, जबाबदारीची, मुलांसंबंधीची, संसारातील तापत्रयांची. 'प्रिय' आणि 'तुझाच' या दोन इंद्रधनुष्यामधील जो ताणाबाणा असायचा तो एक धागा सुताचा आणि एक धागा रेशमाचा अशा गर्भरेशमी पोताचा. प्रीतीच्या स्वच्छंद रेशमी पोताचा नव्हे.

स्नेह जेव्हा प्रीतीच्या पायघडीवरून चालत असतो, त्या प्रवासातील रुणझुण पाखरे वेगळीच. त्यांना प्रीतीचा कोवळेपणा असतो, स्वप्नांचा तजेला असतो. त्यांचे पूर्वीचे गद्यरूपच पालटून जाते. आता त्या लेखनात आपापल्या मनोहारी अनुभवांचे वर्णन नसते, तर त्या अनुभवात एकमेकांच्या उपस्थितीची उणीव जाणवू लागते. त्या कोवळ्या पावलांतून तिची नोंद पैंजणासारखी रुणझुणते. शब्द बदलतात, अर्थ बदललात. हृद्गात्रअनुभवातून निकटता उमलत जाऊ लागते आणि पत्र हृदयंगम होत जाते. या अशा आनंदी रुणझुण पाखरांच्या विहाराच्या उणिवेने केवढ्या मोठ्या सुंदर अनुभवावाचून आपण दरिद्री राहिलो, असे वाटते!

■

।५४।

तप्तमुद्रा

संध्याकाळचे सात वाजायला आले होते. चहा घेऊन मी इंदू गुणाजीकडे गेले होते, ती आता परतत होते. जरा उशीरच झाला होता. तिने केलेली थट्टा अजून मनावर रंगत होती. आणि तिच्या वडिलांनी वाचायला दिलेले बूकर टी वॉशिंग्टनचे चरित्र हातात होते. तशीच मी स्वयंपाकघरात गेले. काकू चुलीशी गप्प-गप्प अशा बसून होत्या.

"आज मी जेवणार नाही हं. इंदूनं इतकं खाऊ घातलं," असे म्हणत मी पाण्याचे भांडे तोंडाला लावले. तो पुढच्या खोलीतून काकांची चढ्या आवाजात हाक ऐकू आली,

"इंदू, आधी इकडे ये."

फटाक्यात दारू भरलेली असते तसा संताप त्यांच्या हाकेत कोंडला होता. एवढे काय घडले होते? मी धसकलेच.

भीत-भीत खोलीत गेले. तो एक वेगळेच वातावरण. आई कपाळाला घट्ट पट्टी आवळून बसली होती. काका खोलीत येरझारा घालत होते. मध्ये ढणाढणा पेटलेला कंदील होता. मला दारात बघताच काका ओरडले,

"इकडे ये! बैस इथे!"

आईने माझ्याकडे बघितलेही नाही. मी मुकाट्याने बसले.

माझ्यासमोर उभे राहून काका विचारत होते,

"हे पत्र कुणाचं? हा कोण आहे? कॉलेजला घातलं त्याचे चांगले पांग फेडलेस. कोण आहे हा मवाली?" असे म्हणत त्यांनी पाकीट माझ्यापुढे धरले.

दोन दिवसांपूर्वी आलेले संतांचे पत्र होते. दिवाळीच्या सुट्टीत घरी येऊन

मला आठ-दहा दिवस झाले होते आणि त्यांनी पत्र लिहिले होते. मी ते ट्रंकेत ठेवले होते. मी इंदूकडे गेल्यावर काकांनी ट्रंक तपासली असावी. ह्याच आलेल्या पत्राबद्दल सांगितल्यावर इंदू माझी चेष्टा करत होती आणि त्याच वेळी इकडे हे भयनाट्य उभे राहिले होते. खरे म्हणजे त्यांच्या या रागाने मी भिऊन जायची, गप्पगार व्हायची. पण कुठले बळ आले, कुणाला ठाऊक! मी म्हटले,

"उगीच काही बोलू नका. ते मवाली नाहीत. एमएच्या पहिल्या वर्षाला आहेत. त्या 'ज्योत्स्ना' पुस्तकाच्या निमित्तानं त्यांची ओळख झाली. मी तुम्हाला म्हटलं होतं."

माझा हा धीटपणा काकांना मुळीच आवडला नाही.

ते म्हणाले, "फार बोलू नको."

"नुसती ओळख आहे काय?" पत्र उघडत त्यांनी विचारले.

"नाही. आता मैत्री झाली आहे."

"मैत्री?" केवढ्याने ओरडत त्यांनी हातच उगारला.

मी जेव्हा जाणिवेत आले तेव्हा जमीन थरथरल्यासारखी वाटत होती. आणि काकांनी तोफा डागायला सुरुवात केला होती. आईकडे पाहिले तो तिला काही माझ्याविषयी वाईट वाटत होते असे दिसले नाही. मी भिंतीला मान टेकून ऐकत होते.

"मैत्री काय? कुठपर्यंत गेली आहे ही मैत्री? आठवण येते त्याला?"

एवढ्यावरच ते थांबत नव्हते. माझी उलटतपासणीच घेत होते. "त्याच्याबरोबर फिरायला गेलीस काय? हॉटेलमध्ये गेलीस काय?" असे प्रश्न. आणखी खूप. अशा वेड्यावाकड्या प्रश्नांना मी काय उत्तरे देणार होते? माझ्या अंगाचा भडका उडाला होता. त्याही परिस्थितीत मला द्रौपदीची आठवण झाली. तशीच मीही इथे. आणि मला यातून सोडवेल असा तो मित्र दोनशे मैलांवर. आणि तो काही देव नव्हता. मलाच उत्तर देणे भाग होते. घसा कोंडला आणि डोळ्यांतून पाणी लोटले.

"हे बघा; मला वाटेल ते प्रश्न विचारू नका आणि बोलूही नका. आणि त्यांना शिव्या देण्याचं काम नाही. आम्ही फक्त फिरायला टेकडीवर जात होतो एवढंच खरं."

चटकन काका माझ्या पुढ्यात येऊन बसले.

"खरं सांगतेस? खरं? अगदी खरं?"

"हो. अगदी खरं"

असे मी बोलते तो त्यांनी केव्हा माझा उजवा तळवा उचलून कंदिलाच्या माथ्यावर दाबला कळलेच नाही. डोक्यात जाऊन भिनली ती एक तीव्र वेदना. आणि वाचाच बंद झाल्यासारखे झाले. आता माझ्यात मी उरलेच नव्हते. गुडघ्यावर उताणा हात ठेवून बसलेले मी एक जखमी जनावर झाले होते. जणू माझ्याभोवती

कुणी नव्हतेच. फक्त मी आणि तो दाह आणि ती करपल्याची जाण! काकू दारात येऊन उभ्या होत्या. मागे बहीण, कोपऱ्यात आई गुडघ्यावर कपाळ टेकून. काकांच्याकडे मी पाहिलेच नाही. काकू वाटीत तूप घेऊन माझ्यासमोर येऊन बसल्या. मी डाव्या हाताने त्यांच्या हातातील वाटी हिसकावून बाहेर फेकून दिली. केवढा मोठा आवाज झाला आणि मग हळूहळू झापड आली.

हे दुखणे आणि त्या अनुषंगाने येणारे भोग मला महिनाभर पुरले. भांडी घासणारी धोंडूबाई सवडीप्रमाणे माझे केस बांधत होती. पुढ्यात येणाऱ्या ताटातील फक्त भाकरी मी उचलत होते. चार दिवसांनी एकदा कशीतरी स्नान करत होते. माझाच मला तिटकारा आलेला होता. माझ्या आयुष्यातील एका अतिशय कोवळ्या, हळव्या अनुभवाची इथे विटंबना झाली होती. आणि त्याला नख लावण्याचा प्रयत्न झाला होता. हाच मनाचा दाह त्या जखमेपेक्षा फार वाटत होता.

त्या वेळी डागणे, भाजणे या शिक्षा आजच्याइतक्या राक्षसी समजल्या जात नसत. शेजारच्या एका मुलाने देवापुढचा रुपया घेतला म्हणून त्याच्या आईने त्याच्या हाताला पळी तापवून डाग दिल्याचे मी पाहिले होते. लहान मुलाने एकदा लाथ मारली तर आमच्या समोरच्या मामींनी त्याच्या पायावर उदबत्तीचा चटका दिला होता. मीच त्याला दवाखान्यात घेऊन गेले होते. पण एका मुलाशी मैत्री हा अपराध होता का? आणि त्या अपराधासाठी, तो पुन्हा हातून होऊ नये यासाठी ही शिक्षा होती का? की हे दिव्य माझ्याकडून करून घेऊन माझ्या निर्दोषीपणाची खातरी पटवून घेतली होती? आणि ती का म्हणून? या असल्या प्रश्नांनी माझे डोके भणाणून जात होते.

बऱ्याच दिवसांनी जखम बरी झाली. मनही निवळत होते. आणि मग उमजले की, आपल्या संस्कृतीने हे असले निर्व्याज स्वातंत्र्यही स्त्रीला नाकारले आहे. सर्व बाजूंनी तिला 'शीला'च्या रेशमी धाग्यांनी करकचून आवळून टाकले आहे. कोल्हापुरात ओव्या गोळा करताना त्यात मला हे प्रश्न शांतपणे सोडवणाऱ्या दोन ओव्या भेटल्या.

"लेकीचा गं जन्म, बाळपणा ब्येस
तरुणपणामंदी, उभे राहिल्याचा दोष."
"परक्या पुरुषाच्या उभे राहू ने सावलीला.
बोल लागतो माउलीला."

आणि मग माझेही मन जरा शांत झाले. कारण कुणी एका शूद्राने घेतलेल्या शीलाच्या शंकेमुळेच प्रभू रामचमद्रांनी सीतेचा त्याग केला. तिच्या पोटी रघुकुलाचा वंश वाढत असतानाही त्यांनी हे दिव्य केले. मग आमच्या काकांनी मुलगी बिघडेल या पुढील शंकेने तिच्या हातावर तप्तमुद्रा उठवली तर त्यात विशेष काय?

लग्नानंतर मी या तप्तमुद्रेची गोष्ट यांना गंमत म्हणून सांगितली. यांनी कितीवेळ माझा उजवा तळवा निरखून पाहिला आणि मग एकदम तो आपल्या डोळ्यांशी धरला. त्यांच्या डोळ्यांतील पाण्याने तो ओला झाला होता. मला कसेतरीच झाले. "उगीच काय?" म्हणत त्याच हाताने मी माझे डोळे पुसले. त्या तप्त पण आता सुप्त असलेल्या मुद्रेने असा गारवा प्रथमच अनुभवला होता.

या तप्तमुद्रेची आणखी एक आठवण आहे. ज्यांच्यासाठी ही उमटली, त्यांची शेवटची. जितकी गोड तितकीच मन ढासळून टाकणारी. त्यांच्या शेवटच्या आजारात एका सकाळी मी यांचे अंग पुसत होते. टॉवेल देणे, कोरड्या केलेल्या अंगाला पावडर लावणे अशी कामे करत आमचा चंदू मला मदत करत होता. गळ्याशी मी पुसत असताना, यांनी क्षीण हातांनी माझा उजवा हात उचलून आपल्या ओठांवर टेकवला. मी चंदूकडे बघत यांच्यावर डोळे वटारले. तरीही हात बाजूला करून हे चंदूला म्हणाले,

"अरे, आईच्या हाताला काटे आहेत का बघत होतो. टोचले ना मानेला."

त्या अजाणाला ते पटले आणि तो म्हणाला,

"तुझ्या हाताला काटे? बघू!"

आम्ही दोघेही त्या भोळ्या सांबाकडे बघून मिस्किलपणे हसलो. हा आमच्या त्रिकुटाचा शेवटचा सुखसंवाद! माझ्या मनावर उमटलेली ही सुखमुद्रा. सतत अश्रूंत भिजवणारी, पण सतत टवटवीत असणारी अशी.

∎

|५५|
आंधळ्यांची माळ

अलीकडे वारंवार मला ती आठवण येते. मी फर्ग्युसन कॉलेजला होते तेव्हाची गोष्ट. त्या वेळी सुभाषचंद्र बोस पुण्यात आले होते. विद्यार्थ्यांच्या वसतिगृहात ते येणार असे कुणा विद्यार्थिनीला समजले आणि सर्वांनी त्यांना आपल्या वसतिगृहालाही भेट देण्याची विनंती करण्याचे ठरवले. प्रिन्सिपल अतिशय कडक. पण कशी कुणाला ठाऊक, परवानगी मिळाली आणि आम्ही धन्य झालो. दहा मिनिटे भेट होती.

ठरल्या वेळी ते आले. सोगा सोडलेले धोतर, घोळदार अंगरखा, खांद्यावर शाल, जाड भिंगाचा चष्मा... त्यांच्या त्या व्यक्तिमत्त्वाने आम्ही दबूनच गेलो. ते बैठकीवर बसल्यावर आम्ही आमची ओळख करून दिली आणि गप्प झालो. वाटले, ते आता बोलतील.

ते म्हणाले, ''तुम्ही शिकता आहात. प्रश्न विचारा. मला फार बरं वाटेल.''

सगळे शांत. थोड्या वेळाने एकीने उठून एक प्रश्न केला... पुन्हा शांत. शेवटी ते म्हणाले, ''सुशिक्षित स्त्री ही देशाची मोठ्यात मोठी शक्ती आहे. तुम्ही शिक्षण घेता आहात. तुम्ही प्रश्न विचारून मला भंडावून सोडायला हवे होते. शिक्षणाने काय होते? शिक्षण आपल्यासमोर प्रश्न उभे करते. शिक्षणामुळेच त्या प्रश्नांची उत्तरे शोधण्याची प्रेरणा निर्माण होते. आणि शिक्षणामुळेच त्या उत्तरांना निर्भयपणे सामोरे जाण्याची शक्ती आपल्याला मिळते. तुम्ही प्रश्न विचारायला भिता. निर्भय व्हा!''

असे काही बोलून, पुष्पगुच्छाचा स्वीकार करून प्रसन्नपणे निरोप घेऊन ते निघून गेले.

ते त्यांचे विचार प्रत्येकीच्या मनात घुमत राहिले. आताही माझ्या मनात घुमत आहेत. म्हणून तर ती आठवण नेहमी येते. नव्या रूपात प्रगट झालेला नवा गायत्री मंत्रच हा. देवडीवर ठेवलेला नंदादीप. आत-बाहेर प्रकाशाचे झेप फेकणारा. स्त्रीने हे तेजाचे कण यथाशक्ती स्वीकारावे म्हणून स्त्रीशिक्षण सुरू झाले. समाजाला ते नकोच होते, कितीतरी कारणांसाठी. आणि त्यातील मंत्र तर त्याला नजरेसमोरदेखील नको होता. स्त्री ही अबला. फक्त गुलाम. पिता, भ्राता व भ्रतार यांच्या पिंजऱ्यात कोंडलेली. चूल-मूल या घाण्यात फिरत राहिलेली, वेसण घातलेली गरीब गाय. पायातील वहाण आणि सर्व पापांची खाण... ही ज्या समाजाची स्त्रीविषयक धारणा, त्या समाजात अजूनही स्त्री 'साक्षर' नाही, यात काहीच नवल नाही.

रांगत्या बाळाने दारातून डोकवावे तसे स्त्रीशिक्षण आशीर्वादाच्या रूपाने आमच्या घरी आले. मी लहान असताना कधीकधी वडील मला बोलावून पायावर पाय द्यायला सांगत. भिंतीचा आधार घेऊन पायावर हळूहळू नाचायला गंमत वाटे. त्यांनी 'पुरे' म्हटल्यावर मी उतरले की म्हणत, ''विद्यावंत हो!'' मला त्या आशीर्वादाचा अर्थ समजायचा नाही. पण मला तो शब्द आवडायचा – 'विद्यावंत.'

पण हा आशीर्वादच राहिला. कचेरीची कामे आणि आजारपण यात त्यांना पुढे जमले नसावे. याच सुमाराला मी ती विद्या कुणाला नकळत शिकवत होते. आम्ही जिथे राहात होतो, त्या घराच्या मागच्या बाजूला शांतीचे घर होते. ती रोज सकाळी पुढच्या ठरावीक कट्ट्यावर पाटी घेऊन येऊन बसे. आणि मोठ्या आवाजात 'क क रे कऽऽक... का का रे काऽऽका' असे ताला-सुरात म्हणत पाटीवर लिहीत असे. मी रोज तिच्याजवळ जाऊन बसायची, तिला साथ करायची. काही दिवसांनी मला छानच अक्षरओळख झाली. त्याच वेळी वडिलांच्या कामकाजाच्या खोलीत मला तांबडीबुंद, सोनेरी अक्षरांनी झळकणारी मोठी पुस्तके दिसली. ते महाभारताचे खंड होते.

वडिलांच्या कामकाजाच्या खोलीत चौकोनी गादीवर वाघाचे सुंदर कातडी अंथरलेले असे. त्या मऊ आसनावर पालथे पडून मी खंड चाळू लागले. उघडलेले पान वाचायचे. गोष्टी माहीत होत्या. वाचणे सोपे जायचे. काय समजत होते, कुणाला ठाऊक. पण वडील कचेरीत गेले आणि आई कामात असली की, मी त्या चमत्काराच्या जगात बुडून जायची. वडील गेले. आम्ही तवंदीला आलो आणि ते चमत्कारांचे जग दुरावले. सगळी पुस्तके पेटीत गेली आणि पेट्यांना कुलपे लागली.

सावंतवाडीजवळच्या माणगावहून आप्पा साधले आणि काशीमावशी आईला भेटायला म्हणून आले. बरेच दिवस राहिले. आप्पांनी आपल्या मुक्कामात एक वेगळेच जग माझ्यापुढे पसरले. विद्या म्हणजे वाचणेच फक्त नव्हे. अंक, पाढे, गणित यायला हवे. लिहायला यायला हवे. कविता पाठ करायला हव्यात. हे

सगळे म्हणजे विद्या. रोज सकाळी चहा झाला की आम्हा सर्वांना, शेजाऱ्यांनाही घेऊन ते सोप्यावर कारखानाच उघडायचे. त्यात मी शाई करायला, वही शिवायला, बोरूची लेखणी करायला शिकले. पाढे, व्यवहारी अपूर्णांक, उदाहरणे शिकले. कित्ते गिरवले. 'वनी खेळती बाळ ते बल्लवाचे' अशा कविता पाठ केल्या आणि वाचायला काही हवेच या ध्यासाने पेटीच्या किल्ल्या मिळवून कुलपे काढली! हे आप्पांचे शिक्षण मला फार आवडायचे. हवा तो अभ्यास, हवा तेवढा वेळ करावा. गप्पा माराव्या, वाद घालावे.

या अभ्यासाच्या टेकूने मी बेळगावच्या प्राथमिक चौथीच्या परीक्षेला बसून पास झाले. बेळगावात त्या वेळी मुलींची हायस्कूले नव्हती. वर्गात आम्ही दोघीच होतो, मी आणि विमल. मुलांची आम्हाला भयंकर भीती वाटायची. मास्तर आमच्याकडे बघायचेही नाहीत; प्रश्न नाही, वाचन नाही, वही तपासणे नाही. असा हा सगळा घोळ. शाळेला जाऊच नये, असे वाटे. पण कसा कुणाला ठाऊक, येईल तसा अभ्यास केला आणि पास होत गेले. शाळा म्हणजे काय ते इथे समजले. पण अभ्यासातले मोकळेपण नाहीसे झाले. विद्यावंत होणे थांबले. आता मी परीक्षावंत, पदवीवंत ही स्वप्ने पाहू लागले. आणखी एक कठोर सत्य समजले. या शिक्षणात आपण केवळ लेखनिक. पुस्तके, अभ्यास, प्रश्न-उत्तरे शिक्षणखात्याची. काय शिकावे ही इच्छा पालकांची. म्हणजे मी जणू कळसूत्री बाहुलेच. आणखी खूप ऐकले. मॅट्रिकची परीक्षा म्हणजे स्थळ चांगले मिळण्याचे सर्टिफिकिट, पदवी म्हणजे श्रीमंत स्थळ आणि हुंडा कमी. 'विद्यावंत हो' विसरायला झाले. 'शीक आणि छान नवरा मिळव,' 'शीक आणि मिळवती हो,' 'शीक आणि सुखी राहा' हे आशीर्वाद आले. हेच आशीर्वाद आज सुशिक्षित मुलींभोवती गरगरत आहेत, अजूनही. आशीर्वादांच्या दगडफेकीत ती 'प्रश्नचिन्हे' उद्ध्वस्त झाली.

चार महिन्यांपूर्वीच माझ्या मैत्रिणीच्या पुतणीचे लग्न झाले बंगळूरला. कथा अशी आहे: चित्रा अतिशय हुशार. स्वतःच्या आवडीने डॉक्टर झाली. सुवर्णपदक मिळाले. मग एमडी करू लागली. दवाखाना थाटायच्या गोष्टी सुरू केल्या. वडील म्हणाले,

"तुला आम्ही स्थळ बघतो आहोत, मध्ये दवाखाना नको. परीक्षा झाली की नोकरी, घर. लग्न झालं की दवाखान्याचं ठरवता येईल."

त्यांचे म्हणणे बरोबर वाटले तिला. ती असे का नाही म्हणाली, "दवाखाना माझी आकांक्षा आहे. त्याला समजून घेईल असंच स्थळ बघा."

एमडी झाली. छान नोकरी मिळाली. पगार घरी दिला तर आई म्हणाली, "तुझे पैसे घरात नकोत. बँकेत ठेवू या!"

त्या वेळी तिने हुंड्याचे स्थळ आले तशी सांगून टाकले, "मी तुमचं ऐकलं.

तुम्ही आता हुंडा न घेणारं स्थळ बघा.''

नोकरी करतानाच ती झोपडपट्टीतील स्त्रियांसाठी काम करत होती. 'हुंडाविरोधी'ची सदस्य होती. सात वर्षे अशी गेली. लग्नाचे वय गेले. एक स्थळ आले. माफक हुंड्याचे.

वडील म्हणाले, ''आता 'नाही' म्हणशील तर आमचा हा शेवटचा प्रयत्न. हुंडा समजू नको, तुझे पैसे तू नेणार ना? तेच समज.''

तिने दात-ओठ चावले.

''हुंडा आणि माझे पैसे यातील फरक मला कळत नाही, असं तुम्हाला वाटतं का? माझा आणखी किती अपमान करणार आहात?''

असे पित्याला विचारून तिने डोळे पुसले. चेकवर सही केली. त्याच चित्राच्या लग्नाला माझी मैत्रीण गेली होती. शिक्षणाने प्रश्न निर्माण झाले. उत्तरे मिळाली, पण तिला त्यांना सामोरे जायची भीती वाटली. समाजातील प्रश्नांना तिने वाचा फोडली. चळवळ केली. पण घरची प्रश्नचिन्हे उलटी होऊन तिच्या पायात लंगर झाली. शिक्षणाने तिला निर्भयता दिली नाही की तिने घेतली नाही? मुलींना शिकवून पालक जसे सोयसुधारक झाले तशा या शिकलेल्या मुली सोईस्कर विदुषी तर झाल्या नसतील ना?

लक्ष्मीबाई टिळक, पंडिता रमाबाई, डॉ. रखमाबाई, ताराबाई मोडक, कमलाबाई होस्पेट, गोदावरी परुळेकर यांची चरित्रे वाचली की, त्यातून बाहेर पडणारे त्या नंदादीपाचे झोत डोळे दिपवून टाकतात. त्या सर्वकाही विदुषी नाहीत. पण प्रश्न समजल्यावर त्यांनी उत्तरे शोधली आणि किती निर्भयपणे त्यांनी त्या उत्तरांचा पाठपुरावा केला! समाजातील स्त्रियांच्या उत्तरांबरोबर आपल्या घरच्या उत्तरांनाही त्या किती निर्भयपणे सामोऱ्या गेल्या. त्यांना खरा शिक्षणाचा अर्थ समजला; पण अशा महिला अपवादात्मकच. निर्भयपणा हा ज्या शिक्षणाचा हेतूच नाही, तिथे हे असेच असणार. आशीर्वादाच्या तिहेरी सापळीत सापडलेल्यांची ही सोय – विदुषींना हे कसे जमणार? प्रश्न समजले आहेत, पण पुढे फक्त निष्क्रियतेच्या जाणिवेतून निर्माण झालेले असमाधान; अशा या विद्याविभूषित स्त्रिया म्हणजे डोळस वाटेवरून चाललेली आंधळ्यांची माळ नव्हे, तर दुसरे काय?

■

।५६।

मिळवती होताना

शिक्षकाच्या व्यवसायात मी पहिले पाऊल टाकले ते मुंबईत असताना. सायंटिफिक ॲन्ड लिटररी एज्युकेशन सोसायटी'च्या ठाकूरद्वार येथील मुलींच्या शाळेत मला नोकरी मिळाली. ती शाळा, 'कमळाबाईंची शाळा' म्हणून प्रसिद्ध होती. स्त्रीशिक्षणाचा पुरस्कार करणाऱ्या आणि प्रार्थना समाजाचे सदस्य असलेल्या श्री. वैद्यांच्या प्रयत्नाने ती स्थापन झाली होती. त्या वेळी श्रीमती पिरोज आनंदकर ह्या शाळेच्या प्रिन्सिपल म्हणून काम बघत असत. वैद्यांच्या पत्नी कमळाबाई मधूनमधून शाळेत फेरी मारून जात.

शाळा उघडण्याची तारीख जवळ आली तशी घरची सगळी मंडळी सुखावली. "वैनी आम्हाला खडू आणायचे हं!" धाकट्या दिराने सांगून ठेवले. "इंदिराला शाळेसाठी दोन चांगली पातळ घे. लुगडी नकोत..." सासूबाईंनी आपल्या मुलाला बजावले. इंजिनिअर असलेल्या दिराने मला लहानशी पर्सही आणली आणि पटवून दिले, "वैनी, पर्स ही हवीच. रेल्वेपास, पेन, पैसे, हातरुमाल यासाठी हवीच ना!"

सासरे मात्र काहीच बोलत नव्हते. घरची मुलगी नोकरीसाठी बाहेर जाणार, हे त्यांना आवडले नव्हते.

रेल्वेचा पास हे शब्द ऐकताच मी नोकरीच्या स्वप्नातून एकदम जमिनीवर आले. कमळाबाईंच्या शाळेत कामाला जायचे, एवढेच मनात घट्ट बसले होते. पण तिथपर्यंत जाण्याच्या रस्त्याचा एक धागाही मनाला स्पर्श करून गेला नव्हता. आता कसे होणार, हा प्रश्न अकराळ-विकराळपणे डोळ्यांसमोर उभा राहिला. त्या वेळी दादरला कोहिनूर मिलमागील एका इमारतीत आम्ही राहात

होतो. या प्रवासाची मला भीती वाटत होती, कारण मला अशा धावपळीची सवय नव्हती. दोन्ही बाजूंनी मासोळीसारख्या सुळसुळ सरकणाऱ्या मोटारींच्या मालिकेमधून रस्ता ओलांडणे माहीत नव्हते. पण सगळे जमले आणि शाळेसाठी जाऊ लागले. कसे शिकवायचे माहीत नव्हते, तरी आमच्या शाळेत मला सखदेवमास्तर, सुनशीमास्तर मराठी-इंग्रजी शिकवत ते माहीत होते. त्याप्रमाणे खालच्या वर्गाला मी शिकवू लागले. नोकरीत पाऊल स्थिर होऊ लागले. पण घरातील पाऊल लटपटायला लागले. लग्न झाल्यापासून जेव्हा आम्ही सगळे एकत्र राहायला लागलो तेव्हापासून सकाळचा स्वयंपाक सासूबाईच करत. मी केलेले ताकही चालत नसे. संध्याकाळचा स्वयंपाक मी करत असे. संध्याकाळी त्यांना भात खायचा असेल तेव्हा त्या मला आपणहून सांगत;

"इंदिरा, तांदूळ भाजून आज भात टाक!"

माझ्या हातचे त्यांना चालत नसे. पण त्यांनी तसे कधी बोलून दाखवले नाही. तेव्हा माझ्या नोकरीमुळे त्यांच्यावर कामाचा भार पडत होता, असे नव्हे. शाळेतून आल्यावर संध्याकाळी मला दमणे वगैरे काही माहीत नव्हते. चहा घेऊन लगेच मी स्वयंपाकाला सुरुवात करत असे. तेव्हा दुपारच्या जेवणानंतरची आवराआवर, दुपारचा चहा, दळण वगैरे एवढेच त्यांना करावे लागे... पण आता त्यांची अशी समजूत झाली की, ही नोकरीवर जाते आणि घराचे सारे कष्ट आपल्याला उपसावे लागतात. सव्वानऊ-साडेनऊपर्यंत जे जेवण तयार असेल ते मला चाले. पण तोपर्यंत त्या दमून गेल्यासारख्या दिसत, त्यांचा चेहरा लाल व्हायचा. 'देवा, सोडव रे बाबा, या रगाड्यातून,' असे कधी नव्हे ते शब्द त्यांच्या तोंडून येऊ लागले. आणि माझ्याशी गमती-जमतीच्या गोष्टी करून हसवणाऱ्या ताई, मला 'अहो-जाहो' करू लागल्या. अबोल झाल्या. शरीराचे कष्ट होतेच, पण मनाचे क्लेश त्यांना फार जाणवत होते. सुनेने नोकरीसाठी बाहेर पडणे, हे वरवर त्यांना बरे वाटले तरी हा विचार त्यांच्या मनाचा संस्कार स्वीकारत नव्हता. 'सून आली, पण ताईचे कष्ट काही कमी होत नाहीत', 'सुनेचा घरात कामाला हात लागत नाही', 'सुनेची आपल्याला संगत-सोबत नाही', 'आपण या वयात एकट्या पडलो,' अशा तऱ्हेने दुसऱ्यांचे आणि स्वतःचे विचार त्यांना अस्वस्थ करत असले पाहिजेत. आणि माझी नोकरी तर आत्यंतिक गरजेची नसली तरी हवी तर होतीच. या विचारा-विचारांच्या संघर्षात, त्या रागात राहू लागल्या.

"हे काम संध्याकाळी मी आल्यावर करेन. तुम्ही करू नका," असे म्हटले की तटकन त्या म्हणत, "मला काय धाड भरली? मला काय दुसरा उद्योग आहे?"

मी घरात असले तरी शेजारच्या सुनेला बोलावून सांगत, "एवढी गवार

मोडून देशील? मला होईना बघ.''

आणि तीही माझ्याकडे बघत टोपली उचलायची. जाताना त्यांना सांगायची, ''पडा अमंळशा तुम्ही, ताई. मी आत्ता आणून देते.''

त्यांच्या मनाचे क्लेश मला समजत होते. पण मलाही उगाच चोरट्यासारखे वाटू लागले. एखादा गुन्हा तर केला नाही ना, अशा विचाराने मीही अवघडून गेले. ह्यांच्यापाशी बोलून मन मोकळे करावे म्हटले, तर दोन खोल्यांच्या आणि दोन गॅलरींच्या जागेत बोलायला तरी कुठे जमत होते? शेवटी मी विचार केला. ह्यांनाही या गोष्टी समजतातच की. हे जर बोलत नाहीत तर आपणही दुर्लक्ष करावे. आपल्याला जेवढे जमते तितके करावे आणि निश्चिंत राहावे. त्यांना बोलावेसे न वाटणे साहजिक आहे. आपणच जरूर तेव्हा बोलावे. पण एक खरे, या घरात आणि मिळवतीत एक अस्पष्ट असा दुरावा जो या नोकरीने निर्माण झाला तो पूर्णपणे कधी सांधला गेला नाही. माझ्या नोकरीच्या पूर्वी जे आमचे सासू-सुनेचे वागणे होते ते तितके जिव्हाळ्याचे पुढे राहिले नाही. अलिप्त असे राहिले.

नोकरीला एक महिना झाला आणि मला माझा पहिला पगार मिळाला. पाकिटातून पस्तीस रुपये. स्वतःच्या कमाईचा हा एक विलक्षण आनंद असतो. परसात कोथिंबीर, मिरच्यांचे वाफे करावे, खतपाणी करावे, त्या जोपासाव्या आणि कोवळ्या उन्हात त्या खुडून स्वयंपाकाला वापरण्यासाठी आणाव्यात, यात किती आनंद असतो! हा एक सृजनाचा आनंद. जे कष्ट केले, काम केले त्याचे हे फळ द्रव्याच्या रूपात मिळते, हा एकच फरक. माझ्या या आनंदात एक माझ्या स्वावलंबनाचाही आनंद होताच. एक वेगळे स्वातंत्र्य त्या वेळी मला स्पर्शून गेले. घरी येताच मी पाकीट ह्यांच्या हातात दिले. रामूने ते बघताच तो माझेच हात ओढायला लागला,

''वैनी, आम्हाला फरसाण पाहिजे.''

माझ्या दिराने माझ्याकडे मागणी केली याचा इतका आनंद झाला! मी चटकन पर्समधला रुपया काढून त्याला दिला. पाकिटातील तीस रुपये ह्यांनी वडिलांच्या हाती दिले. दोन रुपये पाससाठी आपण घेतले आणि तीन रुपये ह्यांनी माझ्या हातात ठेवले.

''तिला कशासाठी?'' वडिलांनी ह्यांनाच विचारले.

''लागतात. शाळेत चहाच्या वर्गणीसाठी आणि असावे जवळ थोडे... म्हणून.''

''शाळेत आणि चहा लागतो? तो का? सकाळी घेता. संध्याकाळी आल्यावर घेता. दुपारी परत... तीन-तीनदा चहा लागतो तुम्हाला? चहाला पैसे नाही घ्यायचे.''

इतकेच ते बोलले पण त्याने मन पिळवटून आले. माझ्या हातातील पैसे मी खाली चटईवर ठेवले आणि न्हाणीघरात गेले. जे मनात कोंडून, दाटून आले होते ते सगळे मोकळे झाल्यावर स्वच्छ तोंड वगैरे धुऊन बाहेर आले. मला

आईची आठवण आली. पैसा तिचा होता, पण दळणाचा एक पैसा तिला काकांच्याकडे तीन-तीनदा मागितला तरी मिळत नसे. शेवटी तिने रागाने अडगळीतील जाते बाहेर काढले होते. आज माझ्यात आणि तिच्यात काहीही फरक पडलेला नव्हता. फक्त एका पिढीचा काय तो फरक!

ह्यांचाही मला राग आला. आईला काही बोलले नाहीत, हे ठीक. पण माझा चहा ज्यांनी काढला त्यांना ह्यांनी माझ्या बाजूने दोन शब्द तरी बोलायला हवे होते. आठ दिवस आम्ही आपण होऊन एकमेकांशी बोलत नव्हतो. हा माझा पहिल्या पगाराचा आनंद!

दुसऱ्या दिवशी शाळेत मी चहाची वर्गणी भरली नाही. चहा सोडून दिला. दुपारच्या सुट्टीत कसे कोंडून यायचे. सर्व शिक्षिका चहाघरात जायच्या. शिक्षकांच्या खोलीत मिस सेंजित तेवढ्या घरच्या चहाच्या किटलीची वाट बघत बसायच्या. तिथे बसू नये म्हणून मी गच्चीत जाऊन मुंबईची धुरकट माथी बघत राहायची. मुलींच्या बरोबर एक-दोन शब्द करायची.

“मिसेस संत,” हाक आली तशी मी मागे वळून पाहिले. मिस सेंजित आपली छोटी किटली आणि कप घेऊन माझ्यापाशी येत होत्या. माझ्याप्रमाणे त्याही नवीनच होत्या. त्यामुळे आमचे जमले होते. मोठ्या प्रेमळ होत्या. किटली गच्चीच्या कठड्यावर ठेवून मला म्हणाल्या,

“तुम्ही अलीकडे चहा घेत नाही. बरं नाही का? आणि चेहरा असा का दिसतो तुमचा? घरात काही बिनसलंय काय?”

त्यांनी हे सहज विचारले. पण पोटात ढवळावे तसे माझे मन ढवळून आले. खरे म्हणजे माझे मन घट्ट आहे. पण आज आवरले नाही. ओंजळीत तोंड झाकून मी त्यांना सर्व सांगितले. हे बोलले नाहीत, हेही सांगितले. पैसे टाकून दिले, हेही सांगितले. असे काही सांगू नये, हा विचारच मनाला शिवला नाही आणि शेवटी म्हटले, “म्हणून मी चहा सोडला. घेणार नाही.”

आता वाटते : एरवी मी हे गृहछिद्र कुणाला सांगितले नसते. काहीतरी सांगून, हसून हा विषय बंद केला असता. पण आज असे कसे बोलून गेले असेन? माझ्यातील मिळवतीच्या कोवळ्या अस्मितेने तर हा निषेध नोंदवला नसेल? तिनेच असे स्पष्ट बोलण्याची ताकद मला दिली नसेल?

“मिसेस संत तुम्हाला सासरे बोलले आणि नवरा गप्प बसला. आमच्याकडे भावजया बोलतात आणि भाऊ गप्प बसतात. हेच बघा, मी येताना वैनीला ‘दोन कप चहा पाठव’ म्हणून सांगून आले होते. हा बघा एकच कप चहा. आणि मी माझे पैसे हिच्याजवळ देते. जग हे असंच. आपण लक्ष द्यायचं नाही.”

त्या दिवशी एक कप चहा आम्ही दोघींनी घेतला. मग मात्र चहा न घेताच

शिक्षकांच्या दालनात त्यांच्याशी बोलत बसत असे. मी चहा सोडला. मात्र घरी हे ह्यांनादेखील सांगितले नाही. सांगावेसे वाटलेच नाही.

काही महिन्यांनी मी ही नोकरी सोडली. कारण ज्या शाळेत हे काम करत होते, त्याच संस्थेचे मुलींचे हायस्कूल दादरला निघाले होते. त्या संस्थेने मला शाळेवर घेतले होते. पण मिळवतीचा असा हा माझा पहिला अनुभव. आतल्या पावलाला उंबऱ्याची ठेच लागली आणि बाहेरचे पाऊल आपल्या क्षेत्रात रमताना दुखावले.

।५७।

भातुकलीतील एक साठवण

मी खालच्या, मुलांच्या खोलीत वाचत पडले होते. एकदम चार मुली आत शिरल्या.

"आम्ही इथे भातुकली खेळणार," असे म्हणत रमाने खेळाची बादली फरशीवर ओतली.

"खुश्शाल खेळा. मला त्रास नाही होत," म्हणून मी वाचायला पुस्तक उघडले. पण मन लागेना. हळूच पाहिले तो त्या चौघी भातुकलीत गढून गेल्या होत्या. बोळकी, बुडकुली, कुकर, स्टोव्ह सर्वकाही सुबकपणे मांडले होते. चिरमुरे, शेंगदाणे, साखर वाट्यांतून दिसत होती. स्वयंपाक चालला होता. चहाचा ट्रे मांडला जात होता. आणि सगळी भातुकली इंग्रजी मीडियममधून चालली होती. मला इतकी गंमत वाटली! त्यांच्या विभ्रमात, सुगरणपणात, लवलव हालचालीत आणि त्या बडबडीत मी रंगून गेले.

"आक्का, तुम्हाला चहा." रमाने ट्रे आणला. चिमुकल्या ट्रेमध्ये एक चिमुकली कपबशी. रुपयाएवढ्या थाळीत दाणेकूट आणि साखर यांचे मिश्रण. तिने ट्रे पलंगावर ठेवला. तत्पर गृहिणीप्रमाणे थाळी माझ्या हातात देत म्हटले,

"हा शिरा घ्या."

"हा शिरा काय?" मी मुद्दामच म्हटले.

"लुटुपुटीचा शिरा आणि लुटुपुटीचा चहा." ती खुद्कन हसली. मी मिटक्या मारत शाबासकी देत चहा-शिरा संपवला आणि ती तत्परतेने ट्रे उचलून आपल्या भातुकलीत गेली. एक शब्द मात्र माझ्या जिभेवर सारखा घोळत राहिला, 'लुटुपुटीचा'. या शब्दाची व्युत्पत्ती कोशात बघायला हवी. आणि हा शब्द

ज्ञानेश्वरांनी कुठे वापरला आहे का, याचाही शोध घ्यायला हवा. मनाने एक नोंद घेतली. पण तेवढ्याने संपले नाही.

आता लक्षात आले : हा शब्द मी भातुकलीबरोबरच विसरून गेले आहे. या शब्दाचा गोडवा आणि त्या कल्पवृक्षाचे सामर्थ्य या भातुकलीच्या खेळापुरते होते काय? फुलांचे, फुलपाखरांचे मोसम पुन:पुन्हा आले पण पुढच्या आयुष्यात या शब्दाचे मला दर्शनही झाले नाही.

या भातुकलीसारखाच आम्ही दोघांनी घराचा खेळ मांडायला घेतला, त्याची आठवण झाली. मांडण्याजोगे आमच्यापाशी काहीच नव्हते. खिशात थोडे पैसे होते तेवढेच. मग मी आठवून-आठवून सामानाची, भांड्याकुंड्यांची यादी करायला बसले. यादीने वहीची दोन पाने ओलांडली तशी हे म्हणाले, "बाई गं, हे काय चाललं आहे? तुला जमाखर्च हा गणितातील प्रकार माहीत आहे ना?"

आता मी काय करणार? अगदी क्षुल्लक वस्तू म्हणून यादीला चमच्यापासून सुरुवात केली. भांड्याच्या दुनियेतील हा अगदी कंजूस वर्ग. मणाने केलेले कणाने देणारा. 'मालकाचे सरते, पण कोठावळ्याचे पोट दुखते' यातील कोठावळ्याच्या जातीचा. पण ही त्यांची जन्ममाता. आणि झारा, उलथने हे त्यांचे काळभैरव. आणि हे सर्व गण-मिठाचा, तुपाचा, साखरेचा, टीस्पून, टेबलस्पून, दही वाढायचा, आमटीचा डाव, भाजी वाढायचा आणि आइस्क्रीम खायचा... काय नि किती! मग यादी लांबेल तर काय होईल? आणि मी अशी मनोराज्यात दंग असताना ह्यांनी माझे गणित का काढावे! मी यादी पुरी केली. त्यांच्या हातात दिली आणि मोठ्या समजूतदारपणे म्हटले, "एक आपली हौस म्हणून ही यादी. आता यातील किती आणायचे हे तुम्ही बघा. तुम्ही आणाल ते मला चालेल."

हे यादी घेऊन गेले आणि सकाळीच आणलेल्या चहाच्या सरंजामाची व्यवस्थित तयारी करून मी नव्या स्टोव्हमध्ये रॉकेल भरले. खालून हॉटेलमधून दूधही आणून ठेवून वाट बघत बसले. ह्यांची नव्हे... आमच्या नव्या भातुकलीची.

ह्यांनी भांड्याचे पोते हमालाकडून उतरवून घेतले. मी यादीबिदी सगळे विसरले. दोघांनी चहा घेऊन मग पोते उघडले. भांडी धुतली-पुसली, हारीने मांडली. डब्यातून धान्य, पीठ, सगळे भरून ते मांडले. आणि सगळे व्यवस्थित करून एकदा सर्वांवरून नजर फिरवली. एकदम ते स्वयंपाकघर किती गोड दिसायला लागले! जशी मी भातुकलीच मांडली! नवी आई कशी बाळाकडे सारखी बघत राहाते, तसे माझे झाले. वाटले, हा संसार म्हणजे एक भातुकलीच. कित्येक वर्षांनी नव्या रूपात प्रकट झालेली भातुकली. पण या भातुकलीत 'लुटुपुटीचे' काही नाही. आणि या संसारात 'अ'सार असे काहीनाही. मन एकदम तृप्त होऊन गेले.

रात्री शेगड्यांवर भात-पिठले चढवले. कणीक काढली आणि लक्षात आले, तवा नाही.

"अहो, तवा कुठाय?" मी ओरडलेच.

हे आत येत म्हणाले, "पैसेच उरले नाहीत तव्यासाठी. आता उद्या आणू. मी ब्रेड आणला आहे. मघाशी तू इतक्या आनंदात होतीस म्हणून बोललो नाही."

'हॅम्लेट विदाउट प्रिन्स ऑफ डेन्मार्क' अशा धर्तीच्या आजच्या खेळावर विनोद करत आमचे जेवण गोड झाले. दुसऱ्या दिवशी वरातीमागून मिरवत हा काळा घोडा आला आणि त्याचे नाव प्रिन्स' ठेवले. अजून त्यांचा तो 'प्रिन्स' आणि माझा 'घोडा' घरात आहे. पण आता निकामी असा पडून असतो. या 'प्रिन्स'नेच आम्हाला प्रथम जमाखर्चाची झळ दाखवली. मी विसरले नाही.

या नव्या भांड्यांची देखभाल करण्याचा मला छंदच लागला. ती चकचकीत ठेवणे, त्यांची छान मांडणी करणे, एखादे कुठे इकडे-तिकडे झाले की अस्वस्थ वाटणे, हे सर्व माझ्या मनात नव्यानेच निर्माण झाले. ह्यांनाही दर रविवारी ब्रासोने स्टोव्ह चकचकीत करणे, यांना फार आवडू लागले. असे आम्ही त्या भांड्यांच्या प्रेमात सापडलो. ती भांडी रिकामी असोत, भरलेली असोत, त्यात आमचा जिव्हाळाही ओतप्रोत साठवला आहे. हापूस आंब्याच्या फोडीत साखरेचा पाक मुरतो ना, तसा काही भाव त्यांच्यात तुडुंब भरलेला आहे.

स्त्री ही प्रेयसीची भूमिका संपवून पत्नी होते. गृहिणी होते. त्या गृहिणीपणाचा पहिला अंकूर म्हणजे, हे तिचे भांड्यावर जडलेले प्रेम असावे. केवळ जमाखर्चांवर आधारलेल्या भांड्यांच्या वस्तुमालांच्या दुनियेची ही एक भूलभुलैयाच आहे. त्यातून बाहेर पडणे होत नाही.

माझ्या मैत्रिणीच्या मुलीची गोष्ट. प्रेमविवाह करून सुखी झालेली ही हेमा एकदा चार वर्षांची मुलगी घेऊन माहेरी आली. विचारले तर, "मी परत घरी जाणार नाही," म्हणाली. नोकरी पाहू लागली आणि तिला मिळालीही. नवऱ्याच्या दोन-तीन पत्रांना तिने शेगडी दाखवली. मग ती येणे बंदच झाले.

ही माझी मैत्रीण एकदा भर उन्हाची माझ्याकडे आली. हातातील कार्ड माझ्यापुढे नाचवत गदगदून म्हणाली,

"चार दिवसांपूर्वी जावयांचं हे कार्ड मला आलं."

त्यांनी लिहिलं होतं, "हेमाने नोकरी धरली, तसे ती इकडे न येण्याचे पक्के झाले असे मी समजतो. तिच्याशिवाय या घरात काय अर्थ आहे? मीही हा घरसंसार फुंकून टाकून भावाकडे जाणार आहे. जाते वेळी तुम्हाला आणि चिनुलीला भेटून जाईनच."

"आणि बघ..." ती पुढे सांगू लागली,

हे वाचल्यापासून दोन-तीन दिवस ती खूप रडली. निजून राहिली. कामावर गेली नाही. आज सकाळपासून सामान आवरायला लागली आहे. सुटले बाई या घोरातून...'' तिने घाम पुसला.

ती गेल्यावर मी मनाशी म्हटले, नवऱ्याच्या प्रेमापेक्षा तो फुंकून टाकणार असलेल्या संसाराच्या ओढीने ती जात असणार. दोघांनी जोडीने आणि काडीकाडीने जमवलेले ते कोच, गालिचे, भांडी, उत्तोमोत्तम क्रोकरी, फ्रिज, टीव्ही यात तिचा जीव गुंतलेला असणार. तिला त्या संरजामाची धूळधाण कशी बघवेल! संसारावरील जिव्हाळा तिला तिकडे घेऊन जाणार. कितीतरी स्त्रिया 'उंबरठा' ओलांडणे टाळतात त्या कारणांत भांड्याकुंड्यांवरील प्रेम हे एक कारण असणे सहज शक्य आहे.

संसारातील या भांड्यांवर नुसते प्रेम नसते, तर जिव्हाळ्याच्या मधुर रसायनाने तुडुंब असलेल्या त्या भांड्यांमागे अनेक संदर्भ असतात. अनेक कडूगोड स्मृती असतात. अनेक धाग्यांनी त्यांना आपल्याला बांधून ठेवलेले असते.

आमच्या तांब्या-पितळेच्या किडूक-मिडूक संसारात पहिले स्टीलचे ताट शानदारपणे मिरवत आले. गरीब बिचारी तांब्या-पितळेची भांडी घरात एलिझाबेथ राणी आली म्हणून चिडिचूप होऊन गेली. आमच्या पुष्पाचे ते पहिले स्टीलचे ताट. जेवणासाठी ती तर नाचतच सुटली. त्या ताटाला नावही पडले – एकुलत्या एका ताटाचे कौतुक नको? त्याचे नाव 'कमलाताईचे ताट!' ''पुष्पा साखर कशात ठेवली?'' याला 'कमलाताईच्या ताटात', असे उत्तर यायचे. ते धुण्यासाठी वेगळी पावडर. त्याला राख कशी चालेल! आणि हे याचे लाड पुष्पाने नेहमी पुरवायचे. त्या ताटात पाहिले की, मला एक सुंदर चित्र उमटलेले दिसे.

ठळकवाडीतील आमच्या घराची ती पुढची लहान खोली. खुर्च्यांवर कमलाताई आणि प्रभाकर पाध्ये नुकतेच जेवण आटपून येऊन बसलेले आहेत. तीन-साडेतीन वर्षांचा प्रशांत आईच्या कमरेला धरून पायावर आपली पावले ठेवून धसमुसळेपणाने 'आळूऽच्यो, माळुंऽच्यो' खेळू बघतो आहे. त्याला खेळवत कमलाताई लेकाच्या शिशुविहारातील खोड्या अगदी रंगवून सांगत आहे. प्रभाकर पाध्ये जिवणी रुंदावून मनानेच हसत, आपल्या जाड चष्म्यातून मायलेकाकडे पुढे वाकून मोठ्या कौतुकाने बघत आहेत. असे ते लोभस चित्र असते.

जाताना कमलाताईंनी पुष्पाच्या हातात खाऊला म्हणून पंधरा रुपये दिलेले असतात. ती मंडळी गेल्यावर तिने आणि मी जाऊन ते ताट खरेदी केलेले असते. ते आमचे स्टीलचे पहिले ताट. पुष्पाचे ताट, कमलाताईंचे ताट. आणि ते बघू-बघू वाटणारे हसऱ्या त्रिकुटाचे चित्र ज्यात उमटले आहे, ते हे ताट. अशा तीन-चार प्रकारच्या झळाळीने झगमगणारे ते ताट अजूनही घरात आहे. जुनेपणाने

निस्तेज, काळसर झाले आहे. मीही कित्येक वर्षांत त्यात ते चित्र पाहाण्याचे धाडस केलेले नाही. कधी केलेच तर त्या ताटाचा काळसर रंग मनावर चढतो आणि एका आठवणीचा खोल चरा उमटलेला दिसतो. या डोळे कोरडे करणाऱ्या आठवणीनेही ते झाकळले आहे. पण अजून ते माझ्या लेखी कमलाताईचे, त्या हसऱ्या त्रिकुटाच्या चित्राचे ताट आहे. म्हणून मला प्रिय आहे. या एका ताटातच कितीतरी संदर्भ आणि आठवणी गुंतल्या आहेत.

भातुकलीतील ही अनोखी साठवण मोठी अपूर्व तर खरीच. या संसारात असे गुंतण्यात मला कमीपणा वाटत नाही, तो अशा साठवणीमुळेच!

।५८।
अष्टमीचे चांदणे

फर्ग्युसन कॉलेजच्या डाव्या अंगाच्या टेकडीवर बसून, तिन्हीसांजेला साक्ष ठेवून आम्ही लग्न करण्याचे ठरवले. माझी बीएची आणि त्यांची एमएची परीक्षा झाली की संसारात पाऊल टाकायचे. असे ठरवताना क्षितिजाशी काळसर गुलाबी रंगाच्या पट्ट्यावर शुक्रतारा झळकत होता. पिवळट लाल मंद प्रकाशाने टेकडीचा उतार आणि सारे अवकाश स्निग्ध झाले होते. दूरचा पर्वतीवरील देवळाच्या शिखरावरील दिवाही झळकत होता आणि समोर तर पुणे शहराचे हिरे-माणकांच्या नजराण्याचे ताट झगमगत होते. अंधारही होता आणि संध्याप्रकाशही होता. अशा त्या सांजशोभेवरच आम्ही आमच्या संसाराचे तोरण बांधले – शुक्रतारा आणि शिखरावरील विद्युत्दीप यांच्या आशीर्वादावर.

संसार म्हणजे काय? त्या वेळी माझ्या मनात एकच विचार होता. ज्याचा सहवास आवडतो, हवाहवासा वाटतो, ज्याचे सुख आपल्यामुळे वाढते आणि दुःख कमी होते, साहित्य, संगीत, चित्र इत्यादी कलांचा आणि निसर्गाचा आविष्कार लुटताना ज्याच्याबरोबर आपले मनही तुडुंब आनंदाने भरून जाते. त्या व्यक्तीचा सतत सहवास म्हणजे संसार. हे जे माझ्या मनात सतत उसळत राहिले, ते-ते त्यांनी टेकडीवरून सावकाश उतरताना, पायथ्याच्या पाऊलवाटेवरून पावले टाकताना, कालव्याच्या क्रॉसिंग गेटच्या चक्राच्या फेऱ्यात थोडा वेळ थांबताना मला हळुवारपणे सांगितले – त्यांच्या मनातील चांदण्याला एक रूप आले.

आणि यथावकाश संसारात पाऊल टाकले. पण त्या स्वप्नातील घटकेची सांजशोभा आता या घटिकेत नव्हती. अंधाराच्या सावल्यांनी ती झाकळली होती.

एक बाजू म्हणत होती : पुरेसे शिक्षण नाही. नोकरीचा पत्ता नाही, व्यवसाय नाही, घरदार नाही. या मुलीने हा हट्ट काय म्हणून धरला! दुसरी बाजू म्हणत होती : या मुलाने गेले दीड वर्षं काळजीच्या त्रासात काढले. अपमान सोसला, प्रकृती बिघडवून घेतली, परीक्षा हुकवली – शिवाय हुंडा, मानपान असेही सगळे नाकारले, एवढे त्याने करायची गरज काय होती? दोन्ही बाजूंनी लग्न उरकून टाकले एवढेच. पण आम्हाला मात्र या कशाकशाची जाणीव नव्हती. आजपासून आपण सतत एकमेकांच्या सहवासात राहणार, हेच चांदणे मनात झिरमिरत होते.

जे-जे आनंद हाताशी असतील ते-ते मनोमन लुटणे, हाच आमच्या संसाराचा अर्थ होता. मला आजवर कधी न मिळालेला असा भरपूर आनंद मी अनुभवला तो मुंबईत. गाणी ऐकण्याचा. नवसारीचे खिडकीकर म्हणून एक गृहस्थ यांच्या ओळखीचे. जिवाभावाचे मित्र. ते एकदम टपकत. अमुक दिवशी, अमुक ठिकाणी गाण्याला या म्हणून सांगत आणि आम्ही जात असू. कधी माझे चुलत-दीर, भाऊही बरोबर असत. जिथे गाणे असेल तिथल्या शेजारच्या, समोरच्या गॅलरीत, फुटपाथवर, दुकानासमोर अशी आमच्यासाठी जागा राखून ठेवून ते आमची वाट बघत. त्या शांत वेळेत तंबोऱ्याचा झंकारही आमच्यापर्यंत पोहोचायचा. गाणे ऐकायचे आणि एका बाजूला या मित्रांची आपसांतील दाद आणि त्यांची बौद्धिके ऐकायची. असे गाणे ऐकणे ही केवढी चैन वाटायची! असेच एकदा ते आले. परळ भागात सुंदराबाईंचे गाणे. तिकिटे काढायची, पण 'वैनीना आणू नको' म्हणून सांगून गेले. त्या तिकिटात मॉब बरा नसतो म्हणून मी नको. पण मीही हट्ट धरून गेले. बाईंचा आवाज प्रथमच ऐकला. त्यांचे गाणे प्रथमच ऐकले. आणि साक्षात कला प्रकट होऊ लागली की, कलावंतांवर लावण्याचे तेज कसे झळाळते ते प्रथमच अनुभवले. ज्या मॉबची भीती, तो तर त्या स्वरदेवतेपुढे 'शरण... शरण' असा होता. गेले नसते तर केवढ्या सुंदर अनुभवाला मुकले असते!

सगळीच सुखे काही पैशांने विकत मिळत नाहीत. मनाला ओढ असली आणि हाताशी वेळ असला की, केवढे मोठे सुख आपल्याला सामोरे येते! हे असीम सुख निसर्गाचे. आमच्या घराच्या मागेच माहिमचा समुद्र. आजवर मी समुद्रच पाहिला नव्हता. त्याचे प्रत्यक्ष दर्शन. या समुद्राचा आम्हाला सर्वांनाच नाद लागून गेला. निरनिराळ्या प्रहरांतील विविध रंगांनी आणि छायांनी उमललेले ते समुद्राचे अथांग असे हेलावत राहिलेले पाणी, त्याच्या उधाणाचा, ओसरतीचा आवेग आणि त्या आवेगाला बिलगून असलेली जिवाला डसणारी गाज. किनाऱ्यावरील ओली रंगबावरी वाळू आणि तो खारा ओढ लावणारा वारा. या सर्व रूपा-रंगात आम्ही किती घोळलो याची कल्पना करता येणार नाही. समुद्रापाशी गेलो की आम्ही कधी वाळूवर बसलो नाही. अगदी समुद्राला बिलगून पायावर लाटा घेत,

वारा घेत उभे राहायचे. वाऱ्याने, लाटांनी खोड्या काढल्या की खदाखदा हसायचे. जशा काही त्या आमच्याशी खेळतच होत्या!

या सुखासाठी वेळ काढावा लागतो. पण साहित्य वाचनाचे सुख सतत लुटता येणारे-वाचनातून, चर्चा-गप्पांतून, त्याला अंत नाही. ह्यांना पुस्तके विकत घेण्याचा फार नाद. एकदा मी त्यांच्याकडे दहा रुपये बँकेत भरण्यासाठी म्हणून दिले. दोन तासांनी परत आले ते एक सुंदर वेष्टनाचे पुस्तक घेऊन. मी ते हातात घेऊन उघडले – पहिल्यांदाच डोळे थांबले ते एका पाच-सहा शब्दांच्या वाक्यावर. अगदी साध्या, पण आपल्या लयीच्या वलयातून त्याने ब्रह्मांड निर्माण केले. एक चिमुकले महाकाव्य. त्याची लाट न झेपून मी पुस्तक मिटले. ते होते नेहरूंचे चरित्र. आणि ते महाकाव्य होते – त्याची अर्पणपत्रिका! मी खरी झपाटून गेले ती इसाडोरा डंकनच्या 'माय लाइफ'ने. विजनातील सागरकिनाऱ्यावरील घनगर्द वनात घुमणारे वादळच ते. तिचे वादळी असे नृत्याचे स्वयंभू आविष्कार, तितकेच वादळी असे तिचे भावजीवन, तिची कलेची तपश्चर्या... मी त्यात इतकी बुडले की, शेवटी त्या चरित्राचा मराठीत लेख बांधून 'स्त्री'ला पाठवला. एथेल मॅनिनेही मला असेच वेढले होते.

या वेळी कविता मागे पडल्यासारखी झाली आणि मी कथा लिहू लागले, स्त्रियांची चरित्रे लिहू लागले. 'स्त्री' मासिकासाठी. शंकरभाऊ म्हणायचे, 'आणखी लिहा' आणि मी लिहायची ती प्रत्येक लेखनाला पंधरा रुपये मिळायचे म्हणून. या रकमेतून आम्ही जमतील ती पुस्तके घेत होतो. ह्यांनीही कवितालेखन सोडले व लघुनिबंध लिहू लागले. ते 'ज्योत्स्ना', 'सत्यकथा' वगैरे मासिकांमधून येऊ लागले. आप्पांच्या गुजगोष्टींपेक्षा हे मला वेगळे वाटायचे. मनाशी दुरून न खेळता त्याला स्पर्श करून जायचे. हा लेखनप्रकार ह्यांना आवडला होता, 'आता निबंध लिहीन' म्हणायचे. आम्ही एकमेकांचा विचार घेऊन मगच लेखन पूर्ण करत होतो. अधूनमधून हे आठवण द्यायचे, "बाई, एखादी कविता लिही ना गं!"

विसूभाई डोंगरे, ह्यांचे नि माझे कॉलेजपासूनचे मित्र... त्यांच्यामुळे खूप चित्रे आणि त्यांचा शब्दरूप आविष्कार यांचा आनंद लुटला... त्या वेळी सोलेगावकर हे आमचे आवडते चित्रकार. विसूभाऊ कुठून-कुठून चित्रे आणायचे आणि आम्हाला दाखवून मग परत न्यायचे. व्हॅनगॉगचा पिवळा रंग तेव्हापासून जिवापेक्षा आवडू लागला. आणि 'अगनी ॲन्ड एक्स्टसी' हे मायकेल एंजेलोचे पुस्तक आम्ही गीतेप्रमाणे मनोभावाने वाचले.

या सर्वांनी वेढलेला सदानंदी असा आमचा दोघांचा कधी दोन, कधी तीन खोल्यांचा संसार. आमच्या सहवासाचा, येणाऱ्या-जाणाऱ्या स्नेहभावांचा, मुलांच्या

किलबिलांटाचा, मुक्या प्राण्यांच्या प्रेमाचा आणि मुख्य म्हणजे असेल त्यात तृप्तच राहण्याच्या शक्तीचा. ही शक्ती आम्हाला निसर्गाने दिलेली. कदाचित लग्नाची भेट म्हणून असेल. हा संसारही आम्ही मन भरून केला. अवघा दहा-अकरा वर्षांचा. पण एखाद्या मंत्रासारखा अवघ्या जीवनाला उजळून गेला.

हा आमचा चिमुकला संसार म्हणजे अष्टमीच्या चांदण्यासारखा. त्यात पौर्णिमेची भडक संपन्नता नाही आणि अवसेच्या काळोखाची तीव्र अंधारकळाही नाही. आनंद-उदासीच्या, सुख-दुःखाच्या विविध अनुभवांचे हे एक मनोज्ञ रसायन, ज्याच्या अमृतलाटा आमच्या सहवासाभोवती खेळत, हिंदकळत तनामनाला स्पर्श करून गेल्या.

■

।५९।

देणे फुलांचे

आपले हे जीवन फुलांसारखेच. फक्त असंख्य पाकळ्यांचे फूल. फुलासारखेच ते पाकळी-पाकळीने उमलत जाते. फुलाच्या उमलण्याचा जसा आलेख रेखता येत नाही, तसे एखाद्याचे आयुष्य कसे जाईल याचे गणित मांडता येत नाही. फरक एकच असतो, फुलाच्या असंख्य पाकळ्या स्मृतिरूपात राहातात. नाहीशा होत नाहीत. ताज्या टवटवीत राहातात. मग त्या सुखाच्या, दुःखाच्या कसल्याही असोत. आणि हे अगणित पाकळ्यांचे कमळच जेव्हा देठापासून दूर होते, तेव्हाच त्याही अज्ञानात विलीन होतात. माझ्या या कमळात फुलांच्या आठवणींच्याही पाकळ्या आहेत ना!

फुलांची आणि माझी पहिली ओळख झाली ती पूजेच्या ताटातील फुलांबरोबर. त्या चांदीच्या ताटात कितीतरी आकारांची आणि रंगागंधाची फुले असायची. बोटभर लांब तुळशीच्या पाचेच्या मंजिऱ्यात, बारीक पाकळ्यांची शेवंती आणि शेवंतीगुलाब, फताड्या पाकळ्यांची कर्दळीची फुले, लांबट नाजूक पाकळ्यांची जाई, जुई, चमेली, मोगरा यांची फुले! हे रंग आणि त्यांचे संमिश्र गंधाचे दरवळ यांचे मला फार आकर्षण होते. वडील जांभळा कद नेसून पूजा करायला बसायचे आणि मी दूर अशी तो सोहळा बघत बसायची.

पूजा झाली की ताटातील एकेक फूल ते देवावर चढवत आणि चढवताना मंत्र म्हणत, "ॐ शिवाय नमः!" मोठा चकचकीत शिसवी देव्हारा, त्यात मोठे पिवळे चकचकीत विष्णुपंचायतन, अंबाबाई आणि इतर चांदीचे देव, देव्हाऱ्याच्या दोन्ही बाजूंना नंदादीपाच्या समया, समोर ताम्हणात दोन तेवती निरांजने आणि चंदनी दरवळ देणारे उदबत्ती-घर आणि ती वाहिलेली, देवांना झाकून टाकणारी

फुले! 'ॐ शिवाय नमः!' खरेच, प्रत्येक फूल म्हणजे सुंदराचे केवळ रूप. त्या शिवाला बिलगणारे. हा शिवसुंदरांचा संगम मी फुले संपेपर्यंत बघत राहात असे. पण त्या ताटातील एखादे फूल उचलावे, वास घ्यावा, केसात घालावे, ही मला बुद्धी नव्हती. वडिलांच्याप्रमाणे माझीही अशी श्रद्धा होती की, फूल हे देवाला वाहाण्यासाठीच असते.

जशी मोठी होत गेले तशी समजूत आली की, फूल हे ज्याच्याविषयी आदर, प्रेम असते, त्याला आपल्या आनंदाचे प्रतीक म्हणून देता येते. फूल देण्यात एक प्रकारे आपल्या त्या भावनेच्या समर्पणाची भावना असते. अशा फुलांमुळे मिळालेल्या आनंदाची माझी एक आठवण अजून टवटवीत आहे.

जगद्विख्यात शास्त्रज्ञ सी. व्ही. रामन यांचे इथल्या लिंगराज कॉलेजमध्ये व्याख्यान होते... 'लोलकातून परावर्तीत होणारे रंगकिरण' (रामन इफेक्ट) असा त्यांच्या व्याख्यानाचा विषय होता. मला भौतिकशास्त्रातील मुळीच काही कळत नाही. पण मी मुद्दाम रजा काढून व्याख्यानाला गेले, ती त्या शास्त्रज्ञाचे दर्शन घेण्यासाठी. त्या दर्शनाने मन आदरभावाने तुडुंब भरून घेण्यासाठी. वर्णाने काळे, भरदार बांध्याचे, म्हैसुरी बांधणीचा रुमाल, गळाबंद कोट, विजार, या पांढऱ्याशुभ्र पोशाखात ते स्टेजवर आले. प्रिन्सिपलसाहेबांनी त्यांची ओळख करून दिली आणि त्यांच्या गळ्यात हार घातला. तो हार नेहमीसारखा कलाबतूची खोटी श्रामंती मिरवणारा आणि जाड, राठ पाना-फुलांच्या गोंड्यांनी सजलेला असा नव्हता. तो लांबलचक असा तीन-चारपदरी मोगऱ्याचा हार होता. आणि मधूनमधून त्यात लालबुंद गुलाबाची फुले गुंफलेली होता. त्यांच्या पांढऱ्याशुभ्र कपड्यांवर तो हार रुळताना बघून मला वडिलांच्या तोंडचा 'ॐ शिवाय नमः' हा मंत्र आठवला. टाळ्यांचा कडकडाट संपेपर्यंत मीही टाळ्या वाजवत तोंडाने टाळीसरशी तो मंत्र पुटपुटत होते.

टाळ्या संपल्यावर त्यांनी दोन्ही हातांनी तो हार खांद्यावरून उचलत बोलण्याला सुरुवात केली.

ते म्हणाले, "या सन्मानाबद्दल मी फार आभारी आहे. पण या सुकुमार फुलांची 'डेन्सिटी' तुमच्या प्रेमभावानं इतकी वाढली आहे की, त्या नाजूक ओझ्यानं मी फार वाकून गेलो आहे." असे म्हणत त्यांनी गळ्यापाशी हार व्यवस्थित बसवला आणि व्याख्यान सुरू केले. बोलताना, फळ्यावर लिहिताना, स्लाइड्स दाखवताना त्यांच्या खांद्यावरून तो हार रुळताना सत्य-शिव-सुंदराचा त्रिवेणी संगमच बघते आहे, असे मला वाटले. ते तीर्थ माझ्या मनाला एका दिव्य समाधानाने न्हाऊ घालून गेले. स्लाइड्सवरील रंगकाव्याचा जनक मनानेही कवी आहे, असे समजून माझे मन तर उचंबळूनच आले.

हे फुलांचे देणे जशी एक दिव्य अशी पूजा बांधते, तसे ते नवजीवनाचा स्पर्शही करून जाते. आमची पुष्पा पहिल्या बाळंतपणात इथे सिव्हिल हॉस्पिटलमध्ये बरेच दिवस होती. मी काळजीतच होते. रोज सकाळी आठ वाजता तिथल्या मेट्रन गंगूताई खोलीवर यायच्या. आपल्या परसातून आणलेला शुभ्र सोनटक्क्याचा जुडगा घेऊन पुष्पापाशी जायच्या. दारातून येणाऱ्या सूर्याच्या कोवळ्या किरणात त्या कोमल पाकळ्यांवरील दवाचा ओलेपणा चमकायचा. वास तर खोलीभर दरवळत असायचा. त्या फुलांच्या दर्शनाने पुष्पा एकदम चैतन्यमय व्हायची. तिचे सतत अर्धवट मिटलेले डोळे कमळासारखे व्हायचे आणि चेहरा आनंदाने उजळून निघायचा.

"माझी अगदी आवडती फुले, देता, गंगूताई," म्हणून ती उठून बसायची.

मी म्हणे, "गंगू, तुझ्यामुळे उठून बसली बघ."

"अगं, मी काय करते? त्या फुलांची जादू आहे ती," असे म्हणत ती बाळाकडे वळायची.

त्या फुलांनी पुष्पाला दिलेला आनंद बघून मलाही उभारी यायची – काळजीचे सावट दूर व्हायचे. तिच्यासारखाच ती फुले मलाही नवजीवनाचा स्पर्श द्यायची. एक नवा आनंद द्यायची.

हे फुलांचे देणे नवजीवनाचा स्पर्श घडवते. इतकेच नव्हे, तर उमलत्या प्रीतीला इंद्रधुष्याचे रंगही चढवते. ज्युनिअरची पहिली टर्म संपली आणि मी बेळगावी जायला निघाले. गाडी रात्रीची असल्याने माझा आतेभाऊ – रंगा मला वसतिगृहातून घेऊन जाण्यासाठी आला होता. स्टेशनवर गाडी उभीच होती. मी बायकांच्या डब्यात खिडकीची जागा धरली, सामान लावले आणि रंगाने मला मोतियाच्या उमलत्या कळ्यांनी भरून गाठ मारलेला रुमाल दिला.

म्हणाला, "आमच्या अंगणातील वेलीची आहेत. घे तुला!"

मी रुमालाचा श्वास भरून वास घेते, तो संत येताना दिसले आणि एकदम ती फुलेच माझ्यावर उधळल्यासारखा मला आनंद झाला. थोडे बोलते तो गाडीची शिट्टी झाली आणि फुले बावून गेल्यासारखी वाटली. काहीतरी बोलायचे म्हणून मी म्हटले, "हे बघा, मला रंगाने फुलं दिली. किती छान वास आहे."

ते म्हणाले, "तू निघालीस म्हणून द्यायला मी काहीतरी आणायला हवं होतं तुझ्यासाठी. पण सुचलंच नाही गं!"

आपल्या हातून काहीतरी चुकल्याची भावना त्यांच्या डोळ्यांत स्पष्ट दिसत होती.

मी म्हटले, "नाहीतर नाही, त्यात काय एवढं! मी त्याची भरपाई करते... जाताना म्हणून. हे घ्या तुमच्यासाठी!" असे म्हणत मी दहा-बारा फुले काढून

घेऊन रुमाल त्यांच्यापुढे केला. गाडी सरकत असताना हे बोलणे झाले आणि त्यांनी डब्याबरोबर चालत असतानाच तो रुमाल घेतला. गाडीने वेग घेतला आणि ते थांबले. गाडीच्या वेगात त्यांच्या डोळ्यातील आनंद मला दिसला नाही. पण रुमाल घेता-घेता त्यांनी हातही धरला होता. त्या हाताने मला त्यांचा मनभरून ओसंडणारा आनंद सांगितला. त्या आनंदाने तनामनात लेहरा धरला होता. त्या लेहऱ्याने आणि केसात माळलेल्या फुलांनी रात्रभर माझ्यावर इंद्रधनुष्याची कमान धरली होती. अशी ही फुलांची किमया.

फूल हे असे देण्यात जो मनस्वी आनंद असतो, त्या आनंदाचे स्वरूप वेगळेच असते. तो निर्व्याज, निरागस, निर्हेतुक असा गोड आनंद असतो. जेव्हा पुष्पा लहान असताना अंगणातील एकुलते एक सुंदर फुल खुडून "मी हे बाईंना देणार आहे." म्हणायची, त्या वेळी तिच्या डोळ्यांत तो आनंद मला दिसला होता. आताही रमा बागेतून फिरताना, "हे फूल मी उद्या टीचरना देणार आहे." हा बेत मला सांगते, तेव्हाही तिच्या चेहऱ्यावरचा उद्याच्या बेताचा झळकणारा आनंद मी पाहिला आहे. घरी येणाऱ्या विद्यार्थिनीला वा मैत्रिणीला निरोप देताना पायऱ्या उतरून अंगणात येऊन, "थांब जरा!" म्हणत, पाचूचा तुरा, गुलाबाचे फूल असे काही देताना तिचा आणि माझा आनंद मी मनसोक्त लुटला आहे.

आता वाटते... फूल असे न खुडताच त्यात एकरूप व्हावे. रोज चहाच्या टेबलवर मला नेहमी ही गंमत अनुभवायला मिळते. पुढ्यात चहाचा वाफा उधळणारा कप, शेजारी वृत्तपत्र आणि खिडकीतून बाहेर दिसणारे फूल. कुणाकडून तरी 'डोल बाई डोलाची' करून घेणारे, उभ्या-आडव्या उसळ्या मारणारे, कधी लावण्यवतीसारख्या गोड माना वेळावणारे असे दिसत असते... आणि तिथेच मन रमते. फूल झुलत असताना बाहेरील पाकळ्या लवलवतातच, पण मी एक अद्‌भुत पाहाते ते परागाजवळील नाजूक पाकळ्याही सूक्ष्म अशा थरथरत असतात, वाद्य छेडत असताना तरफांच्या ताराही कंपने घेतात तशा. हे सर्व मन डोळ्यांनी सारखे पीत असते. त्या प्यालेल्या रसायनातूनच एक आनंदाचे तरल पाकळ्यांचे फूल मनात आकार घेते... हे मनोनिर्मित फूल मी त्या डुलणाऱ्या फुलाला अर्पण करते आणि धन्य होते. त्या आनंदस्वरूपाची पूजा बांधण्याला याहून पवित्र आणि सुंदर असे दुसरे काय असणार?

■

।६०।

आकाश आणि रानफुले

आकाश आणि रानफुले. अवकाश आणि धरणी. या विश्वाच्या पाच मूलतत्त्वांचे हे दोन टोकांकडील दोन मणी. धरणीचे खरे सौंदर्य हिरवेपणात आणि त्या हिरवेपणाला अधिक सौंदर्य बहाल करणारी रानफुले – तणापासून सागवानापर्यंत आणि वेलीपासून वृक्षापर्यंतच्या या हिरव्या जगाला रंगदार करणारी फुले आणि फुलांचे बहर. आकाश हे अवकाशाने घेतलेले रूप. जिथे हा अवकाश सुनील रंग धारण करतो तिथे तो आकाश होतो. निराकाराचा एक रंगीन आविष्कार.

मुलांना या आकाशाची आणि हिरव्या धरणीची ओळख किती लहानपणासून होते. अगदी तान्हेपणी प्रकाशाची ओढ वाटते. पाळण्यातले, दुपट्यावरचे बाळ, खेळताना, हुंकार भरताना, खिडकीकडे, दाराकडे, घरात आलेल्या कवडशाकडे बघत रमते... रांगणारे, चालणारे बाळ अंगणात पोहोचते... अंगणात लोळत आकाशाची ओळख करून घेते. रात्रीचे आकाश तर त्याला फार जिव्हाळ्याचे वाटते, कारण त्याच्या चांदूमामाचे घर आकाशात असते आणि तो रोज भाच्याबरोबर अंगतीपंगतीला येणार असतो. याहून मोठ्या, जाणत्या मुलांना तर खेळाच्या निमित्ताने आभाळाखालचा माळ आणि माळावरचे आभाळ याशिवाय दुसरे काही सुचतच नाही. मार खातील, रागे भरून घेतील, पण खेळ सोडणार नाहीत.

नुकताच जलदेवतेचा उत्सव संपलेला असावा. हिरव्यागार माळावर रंगीत फुलांचे शिंपण झालेले असावे. आकाशाच्या निळेपणाला एक स्वच्छ झळाळी आलेली असावी आणि त्या माळावर पतंग उडवणारी मुले बघत राहावे. त्या मुलांचे हे आकाशपूजनच चाललेले असते. कितीही कडक ऊन असो, त्यांची नेत्रकमळे आकाशमुखी होतात. त्यांच्या हातातील दोऱ्याचे रीळ चक्राकार हालत

असते. त्या पतंगाला आकाशाच्या पायावर घालण्यासाठी त्यांचा किती प्रयत्न चाललेला असतो. माळावर उताणे पडूनही ही पूजा चालते. म्हणूनच मुलांना आकाशाशी एकरूप करणारा हा पतंगाचा खेळ मला फार आवडतो. त्यांना 'खेळ पुरे आता' असे कधी म्हणवतही नाही.

मला आठवते, लहानपणी कधी घरातील मुले बाहेर उघड्यावर फिरायला निघाली की, मोठ्या माणसांना आवडत नसे. तुरुंगाच्या गजाएवढ्या आठ्या त्यांच्या चेहऱ्यावर उभ्या राहात आणि ती म्हणत, "निघाली तोंड वर करून उंडारायला." बाहेर त्या मुलांना आकाश बोलवत असते. हिरवी सृष्टी पालवत असते. जे त्यांच्या आज्ञा पाळतात ते बाहेर सटकतात. न सटकणाऱ्यांत अधिक भरणा मुलींचा. बारा-तेरा वर्षांच्या मुली झाल्या की, त्यांना आकाशदर्शन वर्ज्य. मुलींनी खेळासाठी बाहेर जायचे नाही. शेतावर कामासाठी गेल्या तरी आईची नजर असते, मुलीचे भांगलणीवरच लक्ष आहे ना... "कामाकडे लक्ष दे," हा एक वारंवार ऐकू येणारा शब्द... आणि दुसरा म्हणजे, "वर तोंड करून चालू नको."

आईची तिली शिकवणच – मुली गुणगुणतात...

"उभ्या गल्लीला जाताना,
नजर असावी जमिनीला"
आणि भावाचाही हा धाक थोडा नसतो,
मोठं नी मोठं डोळं,
तुझ्या डोळ्यांची मला भीती
सरदार बंधू माझ्या,
खाली बघून चालू किती"

वर बघून चालणे म्हणजे अवकाशापासून आकाशापर्यंतचे विश्व न्याहाळत चालणे. त्याने बोटांना ठेच लागते, पाय अडखळतो, कधी मुरगळतोही. पण तेवढ्यासाठी ती मुले किंवा मुली केवढ्या मोठ्या आनंदाला आणि अनुभवाला मुकतात! वृक्षवेली, पाखरे तर जाऊ देत, पण नेहमीचे असे आकाश! त्याचेही निरीक्षण आपल्याला माहीत असत नाही. आकाश नुसते निळेच नसते... त्या नीलिम्यात किती छटा असतात! काश्मीरचे आकाश किती तेजस्वी आणि खोल निळे असते. बेळगावचे आकाश शांत अशा निळ्या रंगाने शोभते. बंगळूरचे आकाश प्रसन्न निळे आणि उंच असे जाणवते. मुंबईचा समुद्र मला वेड लावतो, पण आकाशाकडे बघायला नको वाटते...मरगळलेल्या निळ्या पंखाच्या पक्ष्यासारखे दिसते, मलूल असे. म्हणजे आकाशाच्या निळ्या रंगाच्या छटा बदलतात आणि त्याची उंची-खोलीही जाणवते, हे कुठे आपल्याला माहीत असते? ध्यानस्थ

बुद्धासारखे दिसणारे उन्हाळ्यातील अलिप्त आकाश, भाव-भावनांनी ओथंबून आलेले घनगर्द असे पावसाळ्यातील आकाश आणि तृप्त सुंदर असे हिवाळी आकाश किती सोज्वळ दिसते हे तरी आपण कुठे बघतो?

माणसाने परमेश्वराला साकार केले, तेव्हा त्याच्यासाठी निळा रंगच का निवडला असेल? प्रभु रामचंद्र, श्रीकृष्ण, विठ्ठल, विष्णू ही सगळी निळ्या कांतीचीच दैवते का? आकाश जसे पृथ्वीवरील संरक्षक छत्र, वात्सल्याने भरलेले, पण जीवनाधार असे. परमेश्वरही तसाच निळासावळा, तसाच प्रेमळ, अलिप्त आणि आकार असूनही निराकार म्हणून आकाशातच त्यांनी परमेश्वर पाहिला असेल का?

का कुणास ठाऊक, वर आकाशावर नजर गेली की, खाली रानफुलांवरच उतरावी असे मला नेहमी वाटते. रानफुले असे आपण उगीचच म्हणतो. फुले किंवा वनस्पती आपण जवळ केली तरी ती आपली होत नाहीत. अशा भावबंधापासून ती अलिप्त असतात. म्हणजे सगळी फुले ही रानफुलेच असतात. आकाशाइतकीच त्यांची व्याप्ती आणि रूप-रंग. गंधाची तितकीच विविधता. सौंदर्य जणू यांच्या पाचवीलाच पूजलेले असते. धाब्याच्या घराने बिंदी बांधल्यासारखी सुंदर दिसणारी तुरेदार तणफुले, मराठवाड्यातील शिवारातून जवसाचे आणि कुसुंबीचे जांभळे-केशरी फुलांचे संभार, सोनमार्गच्या हिरवळीवरील नाजूक रंगीत फुलांची रांगोळी आणि डालडाच्या डब्यात लावलेल्या तुळशीच्या मंजिऱ्या काय कमी सुंदर असतात?

नाजूक-मनोहर अशी ही रानफुले आणि त्यांच्यावर वात्सल्याचा वर्षाव करणारे, त्यांच्यापासून किती योजने दूर असे सुनील आकाश. यांचे तरल, कोमल भावबंध शब्दांत आणताना निसटून जातात. अशा वेळी तुकारामाच्या अभंगातील एक ओळ माझ्या मनावर येत – अणुरेणिया एवढा, तुका आकाशाएवढा!" तुकारामाचा अभंग आणि रानफुले, तुकारामाचे व्यक्तिमत्त्व आणि आकाश, तुकारामाचे माणूसपण आणि त्याची अध्यात्मातील झेप. मोहरीएवढा तुकाराम... आणि तोच दाही दिशा व्यापलेला आकाशाएवढा तुकाराम... रानफुलासारखा मातीतून निघालेला आणि मातीच्या नियमांनी आणि भावबंधांनी बद्ध असा. आणि आकाश म्हणजे पंढरीचा निळासावळा विठ्ठल. रानफुले आणि आकाश यांच्यामधील अनुबंधाचा सोहळा म्हणजेच तुकाराम! हेच त्यांचे शब्दांत वर्णन शक्य होते.

स्ट्रॅटफोर्ड अपॉन एव्हन हे ब्रिटनमधील एक खेडे. अगदी रानफुलासारखे. पण आकाशाइतक्या मोठ्या झालेल्या शेक्सपिअरची ती जन्मभूमी. त्या खेड्यातून तिथलीच आणि तिथेच मिळणारी एक भेट रवीने माझ्यासाठी आणली आहे.

एक सुंदरसे पारदर्शी प्लॅस्टिकचे पाकीट. निळ्या लेसची थोडी सजावट केलेले. मी पाहिले, त्या पाकिटात सुकलेली फुले होती. काही तांबड्या गुलाबासारख्या पाकळ्या, काही शेवंतीच्या फुलासारख्या पाकळ्या, काही फिकट पिवळी फुले, काही लांबट पाने त्या पाकिटात व्यवस्थित बांधलेली दिसत होती. पाकिटावर नाव होते 'लिली ऑफ द व्हॅली – बुके' आणि वर सूचनाही होती... त्या विक्रेत्यानेही थोडे सांगितले होते.

तो म्हणाला होता, "शेक्सपिअरच्या या खेड्यातील ही रानफुलं आणि पानं. तिथल्या बागेतील, परसातील, जवळपासच्या रानातील फुला-पानांचा संमिश्र गंध यात आहे. एका काचेच्या बोलमध्ये त्यातील काही फुलं घ्यायची आणि खोलीत उघड्यावर तो बोल ठेवायचा. आठ दिवस तुम्हाला शेक्सपिअरच्या या जन्मभूमीचा, या खेड्याचा रानगंध अनुभवता येईल.''

मी अजून करून पाहिले नाही. पण ही कल्पना ज्याने प्रत्यक्षात आणली, त्याला किती धन्यवाद द्यावे, हे मला कळेना. आमच्या तवंदीला तिच्या वेशीतील पांढऱ्या चाफ्याचा वास वेढून टाकतो. इथेही जरा घराबाहेर माळावर गेले की, गवताचा वास अवकाशात सूक्ष्मपणे जाणवत असतो. ठळकवाडीतील काँग्रेस रस्त्याला जेव्हा वस्तीची वसाहत नव्हती तेव्हा त्या रस्त्याने फिरायला जाताना त्या शेतवाडीतील गजवेल भातशेतीचा सुगंध घमघमत असायचा. आमच्या वडगावात आंब्याची, फणसाची झाडे खूप. त्यांच्या मोहराच्या वेळी गल्लोन्गल्ली त्याच गंधाचे श्वास घ्यायची. पण असे काही कधी कुणाला सुचले नाही. मला इतका चमत्कार वाटला. या पाकिटात काय नाही? शेक्सपिअरची जन्मभूमी आहे. तिच्या धूसर निळ्या आकाशाखाली जोपासलेली फुले-पाने आहेत. इतकेच काय, त्यांचा सुगंधही आहे. आणि या सर्वांनी मिळून, आपल्या सुकुमार ओंजळीत शेक्सपिअरला फुलासारखे जपले आहे.

आता मी कधी थोडी फुले बोलमध्ये ठेवेन. मग या मिटून ठेवलेल्या आणि आता मोकळे केलेल्या फुलांना आकाशाची आठवण येईल. मिळेल त्या वाटेने ती त्या घननिळाच्या भेटीला उत्सुक अशी धावत सुटतील. गंधरूपाने पसरत वर-वर जातील. शेक्सपिअरच्या जन्मभूमीत त्या आकाशाखालील त्या खेड्याचा रानगंध घेत बसून राहीन. रानफुलांचे आणि आकाशाचे हे मनोज्ञ भावबंध इतक्या सुंदर रितीने दुसरीकडे कुठे अनुभवता येणार! मला वाटते, तो येणारा अनुभव लगेच संपून जाईल, म्हणूनच ते पाकीट मी अजून उघडले नसावे... नव्हे, शेक्सपिअरचे ते खेडे, ते आकाश, ती फुले, तो गंध हे सारे सतत अगदी जसेच्या तसे माझ्यापाशी असावे, हाही हेतू असेल.